இந்த இனிய
என்றும் பயன்தரும்
நூலை பரிசாக
வழங்குவதில்
பெருமகிழ்வு கொள்ளும்

தங்கள்
அன்புள்ள....

கௌடில்யரின்

சாணக்கிய நீதி எனும்

சமூக, அரசியல் நெறிமுறைகள்

அர்த்த சாஸ்திரம்

'இந்து தர்ம சாஸ்திரம்' நூலாசிரியர்

பி.எஸ். ஆச்சார்யா

நர்மதா

நர்மதா பதிப்பகம்

நல்ல நூல் வெளியீட்டாளர்கள்

10, நானா தெரு, (தி.நகர் தலைமை

அஞ்சலகத்தை ஒட்டிய தெரு), பாண்டிபஜார்,

தியாகராய நகர், சென்னை - 600 017. ☎ 24334397

செல்லிடபேசிகள்: 98402 26661, 98409 32566, 99400 45044

வாசகர்களுக்கு

நல்ல நூல்களுக்காகத் தரப்படும் தொகை செலவல்ல, மூலதனம்! நமது சிறப்பான எதிர்கால வாழ்வுக்காகத் தரப்படும் Investment! ஐம்பது ரூபாய் புத்தகத்தில் ஆயுட்கால வாழ்க்கைக்கான யோசனைகள் நிறைந்திருக்கும்.

□ பொழுதுபோக்கு, கேளிக்கைகளுக்காகச் செலவிடப்படும் தொகையில் சிறு பகுதியையாவது பயன் தரும் புத்தகங் களுக்காகச் செலவிடுங்கள். மிகுந்த நன்மை பெறுவீர்கள்!

□ எங்களது இலவச விலைப்பட்டியலைப் பெற 50 காசு அஞ்சலட்டை மட்டும் எழுதுங்கள். உடன் எங்கள் செலவிலேயே அனுப்பி வைக்கிறோம்.

□ தமிழகத்தின் எல்லா பிரபல புத்தகக் கடைகளிலும் நர்மதா நூல்கள் கிடைக்கின்றன. அவர்களிடமிருந்து (தபால் செலவின்றி) பெறலாம். தபாலில் அனுப்புவதற்கான கட்டணம் அதிகமாக உள்ள நிலையில் தங்கள் ஊர்ப் புத்தகக் கடையிலேயே பெறலாம். அவர்களையும் நல்ல நூல்கள் விற்க ஊக்குவிக்கலாம்!

எங்களது இமெயில் முகவரி: sales@narmadhapathipagam.com
எங்களது இணைய தளம் : www.narmadhapathipagam.com

Pages:352
Price: Rs.230.00

□Kaudilyarin Chanakkiya Neethi Ennum Samooga Arasiyal Nerimuraigal -Artha Sasthiram- Dissertation on the same in Tamil by P.S.Aacharya □ This Edition : January 2021 □ Published by T.S.Raamalingam, Narmadha Pathipagam, Chennai-17 □D.T.P.Execution at:M/s.Muthu Graphics, Chennai-15□Printed at:M/s.Creative offset,Chennai -34 □

அர்த்த சாஸ்திரம் :
மாநுட வாழ்வுக்கு
ஓர் கலங்கரை விளக்கம்

கிட்டத்தட்ட 2000 ஆண்டுகளுக்கு முன்பு தொகுக்கப்பெற்ற மாநுட வாழ்வுக்கான சாஸனம் இது! தொகுத்தவர் கௌடில்யரே தவிர, சொல்லப்பெற்றிருக்கிற விஷயங்கள் அக்கால அறிஞர்களால், மூத்து வாழ்ந்த பெரியவர்களால் வகுக்கப் பெற்றவை.

இதில் சொல்லப்படாத, வரையறை வகுக்கப்படாத விஷயங்களே இப்பூமியில் இல்லை எனலாம்!

தனி மனித உயர்வுக்கான நெறிமுறைகளிலிருந்து, நகர ஆளுநரின் கடமைகள், பிராணிகளின் நலன், வன பாதுகாப்பு, பல்வேறு வகையான குற்றங்கள் – தண்டனைகள், விற்பனை வரி (Sales Tax), வீடு கட்டும் விதிமுறைகள், மதுபான தயாரிப்பு உரிமை, பொது மகளிர்க்கான கோட்பாடுகள் என்று சமூகவியலின் 'அ' முதல் 'அஃக்' வரை வரையறை செய்கிறது.

ஒரு 'மது அருந்துமிடம்' (Bar) எப்படி பராமரிக்கப்பட வேண்டும் (பக்கம் – 228) என்பதைக்கூட 2000 ஆண்டுகளுக்கு முன்பே சொல்லியிருக்கிறார்கள்!

படியுங்கள், ஒரு நாவலைப்போல சுவாரஸ்யம் தருகிறது இந்நூல்!

உட்பொதிவு

I. சில பொதுவான தலைப்புகள்

1.	ஞானம், தர்மம் மற்றும் தண்டனை	14
2.	பொருளாதாரம்	17
3.	அபராதத்தின் தரங்கள்	20
4.	சமாதானப்படுத்துதல்	23

II. ஒரு நாட்டின் அங்கங்கள்

5.	அரசன்	28
6.	ஆலோசகர்கள், மந்திரிகள்	29
7.	ஆபத்து மற்றும் துன்பங்கள்	33
8.	கோட்டை மற்றும் கருவூலம்	36
9.	அபாயங்கள்	39
10.	துர்க்குணங்கள்	49
11.	சுயக் கட்டுப்பாடு	57
12.	அரசனின் கடமைகள்	59
13.	இளவரசன்	64
14.	மக்களிடத்தில் அன்பின்மை	68
15.	கலகம், எதிர்ப்பு	70

III. சீரமைக்கப்பட்ட மாநிலம்

16.	புதிய குடியேற்றங்கள்	88
17.	பொருளாதார நடவடிக்கைகளை மேம்படுத்துதல்	92
18.	ஆலோசகர்களின் அவசியம்	97
19.	அமைச்சர்களின் பங்கு	104
20.	புரோகிதர்கள்	113
21.	ஆவணங்கள்	115
22.	பொக்கிஷதாரர்	118
23.	தலைமை அதிகாரி	121
24.	நகர ஆளுநர்	125
25.	தணிக்கையாளர்	127

5

IV. பொருளாதாரத்தின் அம்சங்கள்

26. வேளாண்மை 131
27. வர்த்தகம் 142
28. கருவூலம் 155
29. வருவாயின் மூலங்கள் 158

V. துறை சார்ந்த அதிகாரிகள்

30. தலைமைக் கருவூலக் கண்காணிப்பாளர் 177
31. பண்டகசாலைத் தலைமைக் கண்காணிப்பாளர் 179
32. வேளாண்மை வனச்சரகம் மற்றும் கால்நடை அதிகாரிகள் 182
33. சுரங்கம், உருக்காலை நிர்வாக அதிகாரி 200
34. நாணயச்சாலைத் தலைமை அதிகாரி 203
35. உப்புத்துறை ஆணையர் 204
36. உலோகங்கள், ஆபரணங்கள் தலைமைக் கண்காணிப்பாளர் 206
37. துணியாலைத் துறை தலைமை ஆணையர் 208
38. மாநில வர்த்தகத் தலைமைக் கட்டுப்பாட்டு அதிகாரி 211
39. தனியார் வர்த்தகத் தலைமைக் கட்டுப்பாட்டு அதிகாரி 213
40. எடை மற்றும் அளவைகளின் தலைமைக் கட்டுப்பாட்டு அதிகாரி 215
41. தலைமை சுங்கவரி வசூலிப்பாளர் 216
42. கப்பல், படகு தலைமைக் கட்டுப்பாட்டு அதிகாரி 221
43. கேளிக்கை செயல்பாடுகளின் தலைமைக் கட்டுப்பாட்டு அதிகாரி 226
44. மதுபான வகை தலைமைத் தணிக்கை அதிகாரி 227
45. கலைஞர்களின் தலைமைக் கட்டுப்பாட்டு அதிகாரி 230

46.	சூதாட்டம் பந்தயங்களுக்கான முதன்மைத் தணிக்கை அதிகாரி	236
47.	கிராமத்தலைவன்	238
48.	நகர சம்பந்தமான பொறுப்புகள், நகராட்சிக் கழகத்தின் விதிமுறைகள்	243

VI. சட்டத்தின் மூலங்கள்

49.	நீதிபதிகள் மற்றும் வழக்கறிஞர்கள்	253
50.	மண வாழ்வு	258
51.	மரபு வழி, மூதாதையர் சொத்துப் பங்கீடு	274
52.	சொத்துரிமைச் சட்டங்கள்	276
53.	குற்ற விசாரணை	286
54.	களவு	289
55.	இயற்கைக்குப் புறம்பான மரணம்	294
56.	சந்தேகத்துக்குரியவர்களின் சித்ரவதை	298
57.	அவதூறு கூறல், தீவிரமாய் தாக்குதல்	303
58.	சண்டை, சச்சரவுகள்	306
59.	தண்டனைகள்	307
60.	பாலியல் குற்றங்கள்	310
61.	தண்டனை முறைகள்	315

VII. உளவு அமைப்பு

62.	பல வேடங்களில் உளவு பார்த்தல்	319
63.	உட்புறப் பாதுகாப்பு	323
64.	சந்தேகத்துக்குரியவர்களைக் கண்காணித்தல்	325
65.	கவிழ்ப்பு / சதியாலோசனை	327

VIII. கௌடில்யரின் அயல்நாட்டுக் கொள்கை

66.	அயல்நாட்டுக் கொள்கையின் ஆறுமுறைகள்	333
67.	உடன்படிக்கைகள்	337
68.	இராணுவ ஒருங்கிணைப்பு	340
69.	போர்கள்	344
70.	வெற்றி பெறுதல்	346

■■■

முன்னுரை

மனித வாழ்வின் சிறந்த குறிக்கோள் நான்கு பிரிவுகளாய் பிரித்தறியப்படுகிறது. இந்து சாஸ்திரங்களில் அவை தர்மா, அர்த்தா, காமா மற்றும் மோட்சா என்று குறிப்பிடப்படுகின்றன. அவற்றை முறையே நடத்தை, செல்வம், உலக சுகங்கள், பாவங்களிலிருந்து விடுபடுதல் (விமோசனம்) என்று பொருள் கொள்ளலாம்.

மோட்சம் மனிதன் அடைய விரும்பும் மிக உயர்ந்த குறிக்கோளாய் கருதப்படுகிறது. மோட்சத்தைப் பற்றி வரையறை செய்வது அத்தனை எளிதல்ல. அடிப்படையில் அது தன்னை அறிவதன் மூலம் பெறுகிற விடுதலை ஆகும். தன்னுள் இருக்கும் தெய்வத் தன்மையைத் தெளிவாய் புரிந்து கொண்டு உலகாயத கட்டுக்களிலிருந்து விடுபடுதல் எனலாம். மோட்சத்தை அடைவதற்கான நோக்கமாகவே தர்மம், அர்த்தம், காமம் இவை கருதப்படுகின்றன.

ஒருவர் தன்னுடைய மூதாதையர்களுக்கும், சமூகத்துக்கும் செய்ய வேண்டிய கடமைகளை, நேர்மையாயிருத்தலை தர்மம் குறிப்பிடுகிறது. தர்மத்தை ஆன்மா சார்ந்த, ஒழுக்க முறைமை பற்றிய சட்டம் என்பது பொருத்தம். உலகவியலை, ஒருவர் தன் வாழ்வில் கடைப்பிடிக்க வேண்டிய கோட்பாடுகளை அது

பேசுகிறது. சமூகம் எந்த அளவு தர்மத்தை மதிக்குமோ அந்த அளவு அது பாதுகாப்பாயிருக்கும். தர்மத்துக்கு ஊறு நேர்கிறபோது சமூகம் தன்னைத் தானே குழிதோண்டிப் புதைத்துக் கொண்டுவிடும் எனலாம்.

அஃந்த நாளில் அரசர்கள், அமைச்சர்கள், குருமார்கள், குடிமக்களின் உரிமைகள் கடமைகள் இவற்றுக்குத் தர்மம்தான் சட்ட தொகுப்பேடாய் இருந்திருக்கிறது.

அர்த்தத்தைத் தொடர்வது தர்மம். அர்த்தம் என்கிற வார்த்தைக்கு 'செல்வம்' என்பதைவிட முக்கியத்துவம் வாய்ந்த பொருள் உண்டு என்கிறார் கௌடில்யர். ஒரு நாட்டின் செல்வம் அதன் ஆட்சியின் எல்லைக்குட்பட்ட இடமும், பல்வேறு தொழில்களைச் செய்கிற அதன் குடிமக்களுந்தான் என்கிறார் அவர். நாட்டு மக்களின் பொருள் சார்ந்த சுபிட்சத்தைப் பராமரிப்பதில் அரசு முக்கிய பங்கு வகிக்கிறது.

அர்த்த சாஸ்திரத்தின் பெரும் பகுதி பொருளாதார இயலாய் இருப்பதற்கு அதுவே காரணமாயிருக்கும். தொழில், வரி விதித்தல், வரி வசூல் செய்தல், வரவு செலவுத் திட்டம், கணக்கு வழக்குகளைப் பற்றி இந்நூல் விரித்துரைக்கிறது. அத்துடன் சட்டத்தை அமல்படுத்துவது, குற்றம், தண்டனை, இராணுவ பலம், அரசு அலுவலர்களின் அதிகாரம், கடமைகள், குடிமக்களின் பொறுப்புகள் ஆகியவை வகைப்படுத்திக் கூறப்பட்டுள்ளன.

அரசனுக்கு மூன்று கடமைகள் உண்டு என்கிறது அர்த்த சாஸ்திரம். அவை – அந்நியப் படையெடுப்புகளிலிருந்து நாட்டைக் காப்பது ரக்ஷா, ஆட்சி எல்லைக்குள்

அரசியல் நெறிமுறைகள் (அர்த்த சாஸ்திரம்) ▮ 9

சட்டம் ஒழுங்கைப் பராமரிப்பது பாலனம், மக்கள் நலனைப் பாதுகாப்பது யோக க்ஷேமம்.

அரசன் தன்னுடைய எல்லைகளை விரிவுபடுத்திக் கொள்ளாமல் இருப்பது நன்று என்று திருப்திப்படலாம். ஆனால் நாடு சேர்க்கும் ஆசை அண்டை நாட்டானுக்கு இருக்காதென்பது என்ன நிச்சயம். அதனால், தான் முந்திக் கொண்டு இணைப்பு அல்லது போரில் வெற்றி பெறுவதன் மூலம் தன்னுடைய எல்லையை அரசன் விஸ்தரித்துக் கொள்ள வேண்டும். அதன் மூலம் அவனுடைய நாடு வளம் பெறும் என்கிறது அர்த்த சாஸ்திரம்.

அர்த்தம் (Artha) பல்வேறு பொருள்களைக் கொண்டது. பொருளாதார நலன், தொழில், வாழ்க்கை, ஆக்கவளம் கொண்ட செயல் [விவசாயம், கால்நடை வளர்ப்பு, வணிகம்] இவற்றுடன் ஒரு நாட்டின் செல்வமும் 'அர்த்தம்' என்ற வார்த்தையில் அடங்கியுள்ள பொருள்களாகும்.

அர்த்த சாஸ்திரம் ஒரு முழுமையான ஆட்சியியல் [அரசியல் விஞ்ஞானம்] ஆகும். நிர்வாகம் செய்தல், சட்டம், நீதி, பாதுகாப்பு, போர் என்று அரசின் அத்தனை அம்சங்களையும் உள்ளடக்கிய நூல் இது.

தர்ம சாஸ்திரங்களில் சொல்லப்பட்ட பல விஷயங்கள் அர்த்த சாஸ்திரத்தில் இடம் பெற்றிருப்பதும் உண்மை. ஆனால் இரண்டுக்குமிடையே ஒரு முக்கிய வேற்றுமை உண்டு. தர்ம சாஸ்திரங்கள் தனிமனிதனுக்கு அவனுடைய தர்மம் இன்னதென்று போதிப்பது. அர்த்த சாஸ்திரம் ஆட்சியாளருக்கு அறிவுறுத்துவது.

கௌடில்யர் கூறுவார், அர்த்த சாஸ்திரம் என்கிற விஞ்ஞானத்தின் கர்த்தாவாக தன்னையே முழுக்க முழுக்க சொல்லிக் கொள்ள முடியாது என்று. பிருஹஸ்பதி, மனு, பராசரர், அம்பி, உஷானர்கள் போன்றவர்களின் கருத்துகளை தாம் கையாண்டிருப்பதாய் அவர் ஒப்புக் கொள்கிறார்.

விஷாலாக்ஷா, பரத்வாஜா போன்ற குருமார்களின் கருத்துகளும் நூலில் ஆங்காங்கே எடுத்தாளப்பட்டிருக்கின்றன.

அறிவுக் கூர்மைமிக்க இந்த கௌடில்யர் யார்? புகழ் பெற்ற நந்த வம்சத்துக்கு முற்றுப்புள்ளி வைத்த ராஜ தந்திரி இவர் என்கிறது வரலாறு. மகத சிம்மாசனத்தில் சந்திரகுப்தரை அமர்த்தியவர் கௌடில்யர்.

கௌடில்யா – குடில கோத்திரத்தில் வந்தவர் என்பதைக் குறிக்கும்.

சாணக்யா – சனகா என்பவரின் மகன் என்பதாய் பொருள்படும்.

சாணக்யரின் தனிப்பட்ட முறையிலான பெயர் 'விஷ்ணு குப்தர்' ஆகும்.

சாணக்யருடைய ஆரம்ப கால வாழ்க்கை பற்றி போதிய தகவல்கள் இல்லை. அவர் பூர்வத்தில் கேரளத்தைச் சேர்ந்த அந்தணர். ஏழ்மையில் அடிபட்ட, மெலிந்த தேகம். அப்படியொன்றும் ஈர்க்கத்தக்க தோற்றம் கொண்டிருக்கவில்லை. எப்படியோ பாடலிபுத்ரம் வந்து சேர்ந்து, நந்த அரசனுடைய அவையிலும் இடம் பெற்றார்.

அரசியல் நெறிமுறைகள் (அர்த்த சாஸ்திரம்)

சாணக்யரைப் பற்றி வேறொரு கதையும் இருக்கிறது. அவர் வட இந்தியாவைச் சேர்ந்த அந்தணர். தட்சசீலத்தில் பிறந்து, அங்குள்ள பல்கலைக் கழகத்தில் பயின்றவர், மூன்று வேதங்களில், மந்திரங்களில் புலமை பெற்றவர், எரிச்சலூட்டக் கூடிய நிறம், தோற்றம் உடையவர், அங்க லட்சணமில்லாதவர் என்று.

தனநந்தரின் அரசவைக்குத்தான் கௌடில்யர் வந்து சேர்ந்தது. தனநந்தர் தாழ்ந்த குடியில் பிறந்தவர். அவருடைய தந்தை அந்நாட்டு ராணியின் கள்ளக் காதலராயிருந்து, மன்னனைக் கொன்று தானே மகுடம் சூட்டிக் கொண்டவர். தன்னுடைய பதவிக்கு ஆபத்து வந்துவிடக் கூடாதென்பதற்காக சட்டப்படி அரச உரிமை உள்ள மன்னனின் வாரிசுகளையும் கொன்றவர் அவர். அத்தகைய மோசமான பாரம்பர்யம் கொண்ட தனநந்தரை குடிமக்கள் வெறுக்கவே செய்தனர்.

ஆணவமிக்க தனநந்தர் தான் ஏற்பாடு செய்திருந்த விருந்துக்கு கௌடில்யரையும் அழைத்து, அவர் உண்ணத் தலைப்படும்போது வெளியே விரட்டியடித்தார். கோபாவேசமான கௌடில்யர் நந்த வம்சத்தை அழிக்காமல் தன்னுடைய அவிழ்ந்த குடுமியை வாரி முடியப் போவதில்லை என்று அப்போது சூளுரைத்தார்.

தன்னுடைய நோக்கத்தைப் பூர்த்தி செய்யக்கூடிய நபரைத் தேடி அவர் துறவி வேடத்தில் அலைந்தார்.

அரச குலத்தில் பிறந்து மாடு மேய்க்கும் ஆயனால் வளர்க்கப்பட்ட சந்திர குப்தனைக் கண்டார். அந்தச் சிறுவனே தன்னுடைய சபதத்தை நிறைவேற்றி உதவப் போகிற ஆள் என்று அவர் முடிவு செய்தார்.

கௌடில்யர் அந்தச் சிறுவனை முதன் முதலாய் சந்தித்தபோது அவன் தன்னுடைய தோழர்களுடன் நாடகம் நடத்திக் கொண்டிருந்தான். அதில் அவனே ராஜா வாக வேடம் தரித்து அமைச்சர்களுக்கு உத்தரவிட்டான், வழக்கு விசாரித்து தீர்ப்பு செய்தான்.

அவனுடைய தலைமைப் பண்புகளால் பெரிதும் கவரப்பட்டவர் கௌடில்யர். அவனை வளர்த்த ஆயனுக்கு ஆயிரம் பணம் விலை கொடுத்து சிறுவனை வாங்கிக் கொண்டார். அரசனுக்குரிய கல்வியளிப்பதற்காக அவனைத் தட்சசீலத்துக்கு அழைத்துச் சென்றார்.

கௌடில்யரும் சந்திரகுப்தனும் நந்தரிடம் நடத்திய முதல் போரில் தோற்றுப் போயினர். அவர்கள் செய்த தவறு நாட்டுக்குள் புகுந்து தாக்குதல் நடத்தியதுதான். ஆனால், பிறகு தங்கள் போர் முறையை அவர்கள் மாற்றிக் கொண்டனர்.

எல்லைப்புற மாகாணங்களை ஒவ்வொன்றாகப் போரிட்டுத் தங்கள் வசப்படுத்திக் கொண்டனர். படிப்படியாக அவர்கள் பாடலிபுத்திரத்தை வென்று தன நந்தரையும் விரட்டியடித்தனர்.

சந்திர குப்தனை அரியணையில் அமர்த்தியபின் கௌடில்யர் ராஜ்ய விவகாரங்களிலிருந்து தன்னை விடுவித்துக் கொண்டார். தாம் கற்றறிந்தவற்றைச் சிந்தித்து 'அர்த்த சாஸ்திரத்'தை எழுதி முடித்தார்.

ஆற்றல் மிக்க ஓர் அரசனை எப்படித் தோற்கடிப்பது, இணைப்பு முயற்சிகளை எப்படி மேற்கொள்வது, கலகக் காரர்களை எப்படி அடக்குவது, ஏமாற்றக் கூடியவர் களிடம் எந்த மாதிரி தந்திரங்களைக் கையாள்வது போன்ற

ராணுவ, ராஜ தந்திர உத்திகள் இந்நூலில் கூறப்பட்டுள்ளன.

இலக்கியம் என்பது எக்காலத்துக்கும் பொருந்தக் கூடியதாயிருக்கும். அர்த்த சாஸ்திரமும் இலக்கியத்தரம் வாய்ந்த நீதி நூல் ஆகும்.

இதில் கூறப்பட்டுள்ள விஷயங்கள் இன்றைய ஆட்சியாளர்கள் மட்டுமன்றி, ஒவ்வொரு குடிமகனும் அறிந்து கொள்ளத்தக்கதாயுள்ளன.

குறிப்பாக அரசியல் விஞ்ஞானம் (Political Science) கற்கும் மாணவர்களும், சமுதாய, தனிநபர் நலனில் அக்கறை கொண்டவர்களும் அவசியம் இந்நூலைப் படித்துப் பயன் பெறவேண்டும்.

– ஆசிரியர்

■ ■ ■

I

சில பொதுவான தலைப்புகள்

1

ஞானம், தர்மம் மற்றும் தண்டனை

ஓர் அரசுக்கு இருக்க வேண்டிய முக்கிய அம்சங்கள் அனைத்தும் அர்த்த சாஸ்திரத்தில் கூறப்பட்டுள்ளன. நாட்டு மக்களின் நலன்களைப் பாதுகாப்பது, அவர்களது பொருளாதார நிலையை உயர்த்துவது நீதியை நிலை நாட்டுவது இவை அரசின் கடமைகள் ஆகும். கட்டுப் பாட்டுடனும், நிலைப்புத் தன்மையுடனும் நிர்வகிக்கப் பட்டால் மட்டுமே அது சாத்தியம். தண்டனைகள் மூலம் ஒழுங்கை நிலைநாட்டலாம். நிலைப்புத்தன்மையைப் பயன்படுத்தி வெற்றிகளைக் குவித்து நாட்டின் எல்லையை விஸ்தரிக்க இயலும்.

ஞானத்தின் பிரிவுகள்

பாரம்பரியமாக தத்துவம், மூன்று வேதங்கள், பொருளாதாரம் மற்றும் அரசியல் விஞ்ஞானம் இவையே ஞானத்தின் நான்கு பிரிவுகளாய் கருதப்படுகின்றன.

தத்துவம் : தத்துவம் என்பது மற்ற அறிவியல்களுக்கு ஒளியூட்டக்கூடிய விளக்கு போன்றதாகும். அனைத்து செயல்களுக்கும் அதுவே செய்முறை. அது தர்மத்தை நிலைநிறுத்தும் தூணாகும்.

வேதங்கள் : ரிக், சாமம் மற்றும் அதர்வணம் ஆகிய வையே மூன்று வேதங்களாகும்.

அதர்வண வேதம் மற்றும் இதிகாசங்கள் இவை வேத பாடங்களாகும்.

மூன்று வேதங்களும் வாழ்வின் நான்கு நிலைகளையும், நான்கு குலங்களின் கடமைகளையும் நிறுவு கின்றன.

நான்கு குலங்கள்

பிராமணர்களின் கடமைகள் : கற்றல், கற்பித்தல், மதச் சடங்குகளைச் செய்தல், பரிசுகள் அளித்தல் மற்றும் பெறுதல்.

சத்திரியர்களின் கடமைகள் : கற்றல், இட்ட கடமை களைச் செய்தல், ஆயுதமேந்தி அனைவரையும் காத்தல்.

வைசியர்களின் கடமைகள் : கற்றல், உரிய மதச் சடங்குகளைச் செய்தல், வேளாண்மை கால்நடை மேய்த்தல் மற்றும் வாணிகம்.

சூத்திரர்களின் கடமைகள் : வேளாண்மை, கால் நடை மேய்த்தல், கைவினைஞர்கள், கலைஞர்களின் தொழில் (பாடுதல், நடித்தல் போன்றவை).

வாழ்வின் நான்கு நிலைகள்

குடும்பஸ்தர்களின் கடமை : தனக்குரிய தொழில் புரிந்து சம்பாதித்தல், ஒரே கோத்திரம் அல்லாத ஆனால்

அதே குலத்தைச் சேர்ந்த பெண்ணை மணப்பது, கடவுளை மட்டுமன்றி முன்னோர்களையும் விருந்தினர்களையும் வணங்குவது, தன்னைச் சார்ந்தவர்களுக்காகத் தனது சொந்த விருப்பு வெறுப்புகளைத் தியாகம் செய்தல் போன்றவையாம்.

பிரம்மச்சாரியின் கடமைகள் : சமய நூல்களைக் கற்றல், சமயச் சடங்குகளுக்காக யாகம் செய்தல், புனித நீராடுதல், எவ்வித உடைமைகளுமின்றி வாழ்தல், தன்னையே ஆசிரியருக்கும், அவரது மகனுக்கும், தனது சக மாணாக்கர்களுக்கும் அர்ப்பணித்தல் ஆகிய செயல்களாகும்.

காட்டில் வாழும் துறவியின் கடமைகள் : மண முடிக்காத நிலை, வெற்றுத் தரையில் உறங்குதல், தலை வாரிக் கொள்ளாமை, மான் தோலை உடுத்துதல், புனித நீராடி யாகம் செய்தல், கடவுளை வணங்குதல் (பிறரைச் சார்ந்தோ, தான தர்மத்திலோ வாழாமல் காட்டிலிருந்து சேகரித்த பொருள்களைக் கொண்டு வாழுதல்).

சுற்றித் திரியும் துறவியின் கடமைகள் : முற்றிலும் புலன்களை அடக்குதல், அனைத்து உடைமைகளையும் துறத்தல், உலக பந்தங்களைத் துறத்தல், ஒரே இடத்தில் தங்காமல் பலரது தர்மத்தில் வாழுதல், காடுகளில் வாழுதல், உள்ளேயும் வெளியேயும் தூய்மையுடன் திகழுதல் ஆகியவை.

அனைவருக்கும் பொதுவான கடமைகள் : அகிம்சை (உயிர்வதை செய்யாமை), உண்மை, தூய்மை, தீய எண்ணங்களிலிருந்து விடுபடுதல், இரக்கம் மற்றும் சகிப்புத் தன்மை போன்றவை.

தனக்குரிய அறத்தைப் பின்பற்றுதல்

ஒருவர் தனது சொந்த குலத்துக்குரிய, மதத்துக்குரிய தர்மத்தைக் கடைப்பிடித்தல் ஆகும். அறம் சொர்க்கத்திற்கும், முடிவற்ற ஆனந்தத்திற்கும் அழைத்துச் செல்லும். அறத்தை மீறுவதால் ஏற்படும் குழப்பம் உலகையே பூண்டோடு அழிப்பதற்குக் காரணமாகி விடும். தனது குலத்துக்குரிய நியதிகளைக் கடைப்பிடிப்பவன் இம்மையிலும் மறுமையிலும் இன்பத்தை அனுபவிப்பான். வேதங்களைப் பின்பற்றி நிர்வகிக்கப்படுகிற எவ்வுலகும் செழித்து வளருமேயன்றி அழிவதில்லை. எனவே, ஓர் அரசன் தனது குடிமக்களை தர்ம நெறியிலிருந்து வழி தவற அனுமதிக்கக்கூடாது.

■■■

2

பொருளாதாரம்

வேளாண்மை, கால்நடை மேய்த்தல் மற்றும் வணிகம் இவற்றை உள்ளடக்கியதே பொருளாதாரச் செயல்பாடுகளாகும். அவையே தானியம், கால்நடை, தங்கம், வனங்கள் போன்ற செல்வங்களின் மூலங்களாகும். இவற்றின் மூலமே அரசன் தனது மக்கள் மற்றும் எதிரிகளைத் தனது கட்டுப்பாட்டின்கீழ் கொண்டுவர முடிவது. இராணுவம் மற்றும் கருவூலத்தை மேற்கூறிய செல்வங்களைக் கொண்டே அவன் அடைகிறான்.

ஒழுங்கை நிர்வகித்தல்

அரசன் செங்கோல் செலுத்துவதைப் பொறுத்தே மக்கள் நலன், பாரம்பரியம், வேதங்கள், பொருளாதார

மேம்பாடு இவை காக்கப்படுகின்றன. தண்டனைகள் மூலம் சட்டம் ஒழுங்கு நிலைநாட்டப்பட வேண்டும். அரசன் தான் முன்பே பெற்றிருப்பவற்றைக் காப்பாற்றிக் கொள்ளவும், புதிய உடைமைகளைச் சேர்த்துக் கொள்ளவும், பணம் மற்றும் பதவியை அதிகரித்துக் கொள்ளவும் இயலும். அரசியல் - விஞ்ஞானமே இதற்கு அவசியப்படுவது.

உலகம் அபிவிருத்தி அடைவது ஒழுங்கை நிர்வகிப்பதன் மூலம், அரசாங்கத்தின் முறையான செயல்பாட்டின் மூலமுமே நிகழ இயலும்.

ஒழுங்கை நிலைநாட்ட விரும்பும் ஒருவர் தண்டனையை ஆயுதமாய் உபயோகிக்க வேண்டும் என்பது சில ஆசிரியர்களின் கருத்து. ஆனால், நியாயமற்ற முறையில் தண்டனை வழங்கும் அரசன் மக்களால் வெறுக்கப் படுவான். மாறாக, மிகவும் தயையுள்ள ஒருவன் தன் சொந்த மக்களின் திருப்திக்குக் காரணமாயிருப்பான். நியாயமான, முறையான தண்டனையை அளிக்கும் அரசன் மதிக்கப்படுவான். நன்கு ஆலோசித்து நியாயமாய் வழங்கப்படும் தண்டனை மக்களை தர்மம், செல்வம் மற்றும் மகிழ்ச்சிக்கு ஆட்படுத்தும். பேராசை கோபம் அல்லது அறியாமையில் வழங்கப்படும் நியாயமற்ற தண்டனைகள் மக்களை மட்டுமின்றி முற்றும் துறந்த முனிவர்களையும் கொதித்தெழச் செய்யும்.

நியாயமற்ற நாட்டில் சிறிய மீன்கள் பெரிய மீன்களால் விழுங்கப்படும். நியாயமான அரசனைக் கொண்ட நாட்டில் எளியோரால் வலியோரை எதிர்க்க இயலும்.

வியாபாரச் சரக்குகளின் வகைப்பாடு

வியாபாரச் சரக்குகளில் சாரா, பால்கு, குப்யா இவை முறையே உயர்ந்தது, தாழ்ந்தது என மதிப்பிடப்படும்.

உயர்ந்த பொருள்கள் விலை மதிப்பற்ற பொருள்கள் எனப்படுகின்றன. இரத்தினங்கள், தங்கம், வெள்ளி போன்ற விலை மதிப்பற்ற உலோகப் பொருள்கள் இதில் அடங்கும்.

இப்பொருள்கள் தலைமைக் கருவூல அதிகாரியின் கட்டுப்பாட்டின்கீழ் மாநிலக் கிடங்குகளில் சேர்த்து வைக்கப்பட்டிருக்கும். தானியங்கள், சமையல் எண் ணெய்கள், நெய், இறைச்சி போன்ற கால்நடைப் பொருள்கள், காய்கனிகள், சர்க்கரை, தேன், வனவிளைப் பொருள்கள், இவை அந்தந்தத் துறைத் தலைவர்களின் கட்டுப்பாட்டின் கீழ் வைக்கப்பட்டிருக்கும்.

இரத்தினங்கள் : முத்து, வைரம், பவழம், சிவப்புக் கல், நீலம், பளிங்கு போன்றவை.

சாரா (Sara) : சந்தனம், கற்றாழை, சாம்பிராணி, கற்பூரம் போன்ற வாசனைப் பொருள்கள் உயர் மதிப் புடையவை.

பால்கு (Phalgu) : கம்பளி ஆடைகள், தோல், உரோ மங்கள், பருத்தி, பட்டாடைகள் குறைந்த மதிப்புடை யவை.

குப்யா (Kupya) : வனவிளைப் பொருள்கள் (மூலப் பொருள்கள்), மரக்கட்டை, மூங்கில், கொடிகள், இலைகள், மூலிகைகள், தோல் போன்ற விலங்கு களிலிருந்து கிடைக்கும் பொருள்கள், உலோகங்கள் ஆகியவை.

எடைகள், அளவைகள்

அடிக்கடி உபயோகிக்கப்படும் எடை அளவைகள் பின்வருமாறு:

அளவைகள் :

4 ப்ரஸ்தா - *1 அதாகா*
4 அதாகா - *1 த்ரோணா*

எடைகள் :

10 தாராணா - *1 பாலா*

இவற்றுக்கு நிகரான நவீன அளவைகளைக் கூறுதல் கடினம். எனினும் ஒரு சிறு யூகம் பின்வருமாறு:

1 பாலா - தோராயமாக 40 கிராம்

1 த்ரோணா - 8-9 லிட்டருக்கு இடைப்பட்டது.

உபயோகத்துக்கேற்ற வகையில் நான்கு வகை எடைகளும், அளவுகளும் பயன்படுத்தப்படலாம்.

■■■

3

அபராதத்தின் தரங்கள்

கொள்ளை போன்ற தவறுகளுடன் அவற்றுக்கான அபராதங்கள் உயர்நிலை அபராதம், மத்தியநிலை மற்றும் குறைந்த நிலை அபராதம் எனும் வகையில் குறிப்பிடப்படுகின்றன.

குறைந்த தர அபராதம் - 48 முதல் 96 பணம்.
இடைத்தர அபராதம் - 200 முதல் 500 பணம்.
உயர்தர அபராதம் - 500 முதல் 1000 பணம்.

குறைந்த மதிப்புடைய பொருள்களைத் திருடுதல் அதாவது பூக்கள் பழங்கள் போன்றவற்றின் திருட்டுக்கு

அரசியல் நெறிமுறைகள் (அர்த்த சாஸ்திரம்)

12-24 பணம் அபராதம் ஆகும். இரும்பினால் மரத்தினால் அல்லது கயிற்றால் செய்த பொருள்களின் திருட்டுக்கு 24-48 பணம் அபராதம் ஆகும்.

குறைந்த அளவு அபராதம் : தாமிரம் வெண்கலம் கண்ணாடி அல்லது தந்தத்தினால் செய்யப்பட்ட பொருள்களை கவர்தலுக்கு அபராதம் 48 பணத்திற்குக் குறைவில்லாமலும் 96 பணத்திற்கு மிகாமலும் இருக்க வேண்டும். இதுவே மிகக் குறைவான அபராதம் எனப்படும்.

நடுத்தர அபராதம் : பெரிய மிருகங்கள், மனிதர்கள், நிலம், வீடு, பணம் அல்லது நல்ல துணிகளைக் கவர்ந்தால் 200-500 பணம் மத்திய தர அபராதமாய் பெறப்படலாம்.

உயர்ந்த அளவு தரமான அபராதம் : ஓர் ஆண் அல்லது பெண்ணின் சுதந்திரத்தை வலுக்கட்டாயமாய் பறித்தல், அவ்வாறு செய்யுமாறு ஒருவரைத் தூண்டுதல் அல்லது கட்டுப்பாடு அடிமைத்தளையிலிருந்து ஓர் ஆண் அல்லது பெண்ணை விடுவித்தல் போன்ற செயல்களுக்கு 500-1000 பணம் அபராதமாய் பெறப்படலாம். இதுவே உயர்தர அபராதம்.

குற்றவாளிக்கும் அரசனுக்கும் ஒரு சமநிலை ஏற்படும் வகையில் குற்றவாளி யார், குற்றத்தின் தன்மை, நோக்கம், அக்குற்றத்துக்கான சூழ்நிலை (இடம், நேரம்) போன்றவற்றைக் கருத்தில் கொண்டே உயர்தர, மத்திய, குறைந்த தர அபராதத்தில் எதை விதிப்பது என்று நீதிபதி முடிவு செய்வார்.

பிரச்சினையை எதிர்கொள்ளல்

இந்தியக் கலாசாரத்தில் சிக்கல் வாய்ந்த சூழ்நிலை யைச் சமாளிக்கப் பயன்படுத்தப்படும் மிகப் பிரசித்த

மான நான்கு வழிகள் சாம, பேத, தான, தண்டமாகும். (இவை முறையே சமாதானம், கருத்து வேறுபாட்டை ஏற்படுத்தல், பரிசளித்தல், படைகளை உபயோகித்தல் எனப் பொருள்படும்).

இம்முறைகள் அனைத்தும் தனியாகவோ ஒன்று சேர்த்தோ பயன்படுத்தப்படலாம். கௌடில்யரின் கணக்குப்படி ஒன்று இரண்டு மூன்று அல்லது அனைத்தையும் பயன்படுத்தப் பதினைந்து வழிகள் உண்டு என்கிறார்.

எளிதானவற்றை முதலில் பயன்படுத்துதல் அல்லது கடினமானவற்றைப் பயன்படுத்துதல் என்ற வகையில் முப்பது வழிகளில் இத் தந்திரங்களைத் தேர்ந்தெடுக்க இயலும்.

விரோதங்களை எதிர்கொள்ள நான்கு வழிமுறைகள் உண்டு. அவை சமாதானப்படுத்துதல், பரிசளித்தல், **கருத்து வேறுபாட்டை உண்டாக்குதல், மற்றும் படைகளின் உபயோகம் ஆகியவையே.**

பரிசளித்துச் சமாதானம் செய்தல் அமைதிக் கொடி காட்டுவதைப் போன்று இரு மடங்கு கடினமானது. கருத்து வேறுபாட்டை உண்டாக்குவது படைகளை உபயோகித்தலைப் போன்று மும்மடங்கு கடினமானது.

■ ■ ■

4

சமாதானப்படுத்துதல்

இதில் ஆறு வகை உண்டு :

(i) விரோதமாகத் தோன்றுபவர்களின் நற்குணங் களைப் பாராட்டுதல்: *அத்தகையவர்களின் பரம்பரை, சொந்த குணங்கள், தொழில், நன்னடத்தை, கல்வி, செல்வம் ஆகியவற்றை நேரடியாகவோ மூன்றாம் மனிதர்கள் மூலமாகவோ பாராட்டலாம்.*

(ii) பரஸ்பர தொடர்பு: *(இரத்த சம்பந்தம், திருமண உறவு, பொது ஆசான், ஒரே மதம், பொதுவான நண்பர்கள் அல்லது குடும்பத் தொடர்பு) போன்ற பொதுவான உறவு முறைகளைப் புகழ்ந்து பேசலாம்.*

(iii) பரஸ்பர நன்மைகள் : இரு தரப்பினருக்கும் ஏற்படும் நன்மைகளை விளக்கிக் கூறலாம்.

(iv) தூண்டுதல் : *ஒரு குறிப்பிட்ட செயலைச் செய்வதனால் இரு தரப்பினருக்கும் ஏற்படவிருக்கும் நன்மைகளைச் சுட்டிக்காட்டி நம்பிக்கையை அதிகரிக்கச் செய்யலாம்.*

(v) விருப்பத்தை அடையாளம் காட்டுதல் : *ஒருவரின் விலகலில் மற்றொருவரை நியமித்து விருப்பத்தைக் காட்டலாம்.*

(vi) விருதுகளும் மரியாதைகளும் : *வலுமிக்க உள்நாட்டு எதிரிக்கு உயர் பதவியோ அல்லது உரிய மரியாதையோ அளிப்பது சமாதானப்படுத்தும் முறை களுள் ஒன்றாகும்.*

பரிசுகளால் சமாதானம் செய்தல்

பணத்தால் மரியாதை அளித்தல், சலுகைகள் மற்றும் வரிவிலக்கு அளித்தல், வேலைவாய்ப்பு அளித்தல்.

பரிசுகள் ஐந்து வகைப்படும். அவை சொந்தமாக்கிக் கொண்டவற்றை துறத்தல், அளிக்கப்படும் தொகையைத் தொடர்தல், பெற்றுக் கொண்டதை திரும்ப அளித்தல், சொத்தைத் தவிர வேறு எதையாவது புதிதாய் அளித்தல், எதையேனும் எடுத்துக் கொள்ள அனுமதியளித்தல் போன்றவை.

கருத்து வேறுபாட்டை விதைத்தல்

இரு எதிரிகளுக்கிடையில் சந்தேகத்தை ஏற்படுத்தியோ அல்லது அவர்களில் ஒருவரை மிரட்டியோ கருத்து வேறுபாட்டை விதைக்கலாம்.

படைகளின் உபயோகம்

படைகள் ஒருவரின் உடைமைகள், சுதந்திரம் அல்லது உயிரைப் பறிக்க உதவும்.

தந்திரங்களின் இணைப்பு

சூழ்நிலையின் தீவிரத் தன்மைக்கேற்றவாறு மேற் கூறிய முறைகள் தனியாகவோ அல்லது மற்றவற்றுடன் இணைத்தோ உபயோகப்படுத்தப்படலாம். இம்முறை களை ஒவ்வொன்றாய் உபயோகிக்க நான்கு வழிளும், இரண்டிரண்டாய் உபயோகிக்க ஆறுவழிகளும், மும் மூன்றாய் உபயோகிக்க நான்கு வழிகளும் உண்டு. அனைத்தையும் சேர்த்து ஒரே முறையாய் உபயோகிக்க லாம். ஆக மொத்தம் பதினைந்து வழிகள்.

ஒன்றேயொன்று மட்டும் உபயோகிக்கப்படுமெனில் அது 'கட்டுப்பாடு' எனவும், இரண்டில் ஒன்று எனில் 'தேர்வு' எனவும், இரண்டிற்கும் மேற்பட்டவை ஒன்றாய் உபயோகிக்கப்படுமெனில் 'இணைப்பு' எனவும் வரையறுக்கப்படும்.

பரிந்துரைக்கப்படட வழிமுறைகள்

மகன், சகோதரன் அல்லது ஓர் உறவினரைப் பொறுத்தவரை சமாதானப்படுத்துதலும் பரிசளித்தலுமே சிறந்த வழிமுறைகளாகும். கிராம மக்கள், நகரத்தைச் சேர்ந்தவர்கள் அல்லது இராணுவம் ஆகியவற்றிற்கு பரிசளித்தல் அல்லது அவர்களிடையே கருத்து வேறு பாட்டை ஏற்படுத்துவதே சிறந்த முறையாகும். அண்டை நாட்டு இளவரசர்கள் அல்லது காட்டரசர்கள் ஆகியோருக்குக் கருத்து வேறுபாடு அல்லது படைகளே ஏற்றதாகும். இந்த வழி இயற்கையாக (அனுலோமா)ப் பின்பற்றக் கூடிய சிறந்த வழிமுறைகளாகும். இதில் ஏதேனும் மாற்றப்படுமாயின் அது செயற்கை (பிரதி லோமா) வழி முறையாகும். ஒன்றுக்கு மேற்பட்ட தந்தி ரங்களை இணைத்துச் செயல்படுத்தும்போது ஒன்றுக் கொன்று வலுவூட்டுமாதலால் எதிரிகளை அழிக்க அதுவே சிறந்தவழி.

சில விஷயங்களைப் பொறுத்தவரை சில வழிமுறை களே போதுமானது. ஒன்றிற்கு மேற்பட்ட வழிமுறைகள் தேவையற்றதாகும். உதாரணமாய், எதிரியின் அமைச்சர் களது விசுவாசம் நிலையற்றதாகையால் சமாதானம் செய்யும் முறை போதுமானது. இராஜத் துரோகத்துக்குத் துணியும் எதிரியின் அமைச்சர்களைப் பரிசளித்தல் மூலம் சரிக்கட்டலாம். சில குழுக்களைப் பொறுத்தவரை கருத்து வேறுபாட்டை உருவாக்குதலும், ஆற்றல் மிக்க

வர்களுக்குப் படையை உபயோகித்தலும் சிறந்தவழி முறையாகும்.

ஒரு மாநிலம் அதன் பகுதிகள் மற்றும் அச்சுறுத்தல்கள்

'மக்களின்றி நாடு என்பது இல்லை. நாடின்றி இராஜ்ஜியமில்லை' என்பது கௌடில்யரின் கருத்து.

'ஓரிடத்தின் மதிப்பு மனிதனால் உருவாக்கப்படுவதே'

'மக்கள் இராஜ்ஜியத்தை உருவாக்குபவர்கள். மக்களில்லா இராஜ்ஜியம் மலடான பசுவைப் போல் எதற்குமே பயனில்லை'

'நாடு செழிப்பதில் விருப்பமுடைய ஓர் அரசன் வரக்கூடிய ஆபத்துக்களை முன்னதாகவே அறிந்திருக்க வேண்டும்' அவை எழுமுன் வேரறுக்க வேண்டும், நிகழ்ந்தவற்றைக் கடக்க வேண்டும், பொருளாதார நடவடிக்கைகளுக்குத் தடையான அனைத்தையும் விலக்கி வருவாயில் ஏற்படும் இழப்பைத் தடுக்க வேண்டும்.

■■■

II

ஒரு நாட்டின் அங்கங்கள்

ஒரு நாட்டை உருவாக்கக்கூடிய அங்கங்கள் பின்வருமாறு :

i) அரசன்

ii) ஆலோசகர்கள் (குருமார்கள்), அமைச்சர்கள், இதர அதிகாரிகள்

iii) ஓர் இடமும் அங்கு வாழும் மக்களும்

iv) வலுப்படுத்தப்பட்ட நகரங்கள் (கோட்டைகள்)

v) கருவூலம் (நாட்டின் செல்வம்)

vi) படைகள் (இராணுவம் சட்ட ஒழுங்கு) மற்றும்

vii) கூட்டணிகள்

தலைமைப்பண்பு, அரசன், அறிவு, ஆற்றல் மற்றும் ஒழுக்கம் ஆகிய உயர்ந்த தன்மைகளை உடையவனே அரசன்.

5

அரசன்

தலைமைப்பண்பின் தன்மைகள்: *(பின்பற்றுபவர்களைக் கவரக் கூடியவை)* உயர் குடிப்பிறப்பு, சிறந்த அதிர்ஷ்டம், அறிவு, ஆற்றல், பெரியோர்களுடனான சேர்க்கை, உண்மை, நேர்மை, உற்சாகம், ஒழுக்கம், சத்தியம் தவறாமை, நன்றியுணர்வு, தாமதமாய் செயல்படாமை, அண்டை நாட்டு அரசர்களைக் காட்டிலும் ஆற்றலுடன் விளங்குதல், உயர் பண்புகளை உடைய அமைச்சர்களைப் பெற்றிருத்தல்.

அறிவாற்றலின் தன்மைகள்: *கற்பதற்கான ஆவல், பிறரது சொல்லுக்கு செவி சாய்த்தல், கவனம், கற்றவற்றை நினைவு கொள்ளல், நன்றாய் புரிந்து கொண்டு அவற்றைப் பிரதிபலித்தல், பொய்யான கருத்துகளைத் தள்ளுபடி செய்து உண்மையோடு ஒட்டிக் கொள்ளுதல்.*

ஆற்றல்: *மிகவும் துணிச்சல் மிக்க, உறுதியாய், துரிதமாய், சாமர்த்தியத்துடன் செயல்படும் ஒருவனே ஆற்றல் மிக்க அரசன் ஆவான்.*

தனிப்பட்ட குணங்களைப் பொறுத்தவரை ஓர் அரசன் சொல்வன்மை மிக்கவனாய், தைரியம், அறிவாற்றல், ஆழ்ந்த நினைவாற்றல் மற்றும் புத்திகூர்மையுடையவனாய் திகழ வேண்டும். மற்றவர்கள் அவனது வழி காட்டுதலுக்கு இணங்கி நடக்க வேண்டும். அவன் அனைத்துக் கலைகளிலும் தேர்ந்தவனாய், இராணுவத்தை நடத்தும் திறனுடையவனாய் இருத்தல் வேண்டும்.

பரிசளிப்பதிலோ, தண்டனை வழங்குவதிலோ நியாயம் தவறாதவனாயிருத்தல் வேண்டும். சரியான நேரம், சரியான இடம் மற்றும் காரியங்களைத் தேர்ந் தெடுக்கும் வகையில் சந்தர்ப்பங்களை முன்கூட்டியே ஊகிக்கும் திறனுடையவனாய் இருத்தல் வேண்டும். சாதாரண நேரங்களிலும், பிரச்சினைக்குரிய காலங் களிலும் எவ்வாறு ஆட்சி செய்வது என்பதை அறிந் திருக்க வேண்டும். சண்டையிடுகிற, ஒப்பந்தங்களை மேற்கொள்கிற, எதிரியின் பலவீனத்தைப் பயன்படுத்து கிற சந்தர்ப்பங்களை அறிந்தவனாயிருக்க வேண்டும். எப்போதும் தனது மரியாதையைக் காத்துக் கொள்ள வேண்டும். மரியாதையற்ற முறையில் சிரித்தல் கூடாது. பேச்சில் இனிமையுடன், கோபம் கொள்ளாமல், மக்களை நேருக்கு நேர் நோக்குபவனாய் இருத்தல் அவசியம்.

கோபம், பேராசை, வீண் பிடிவாதம், சலன புத்தி, புறங்கூறல் இவற்றைத் தவிர்க்க வேண்டும். பெரியோர் களின் சொற்கேட்டு தன்னைத் தானே வழிநடத்த வேண்டும்.

■■■

6

ஆலோசகர்கள், மந்திரிகள்

உயர் பதவியை உடைய ஆலோசகர் அல்லது மந்திரி அந்நாட்டைச் சேர்ந்தவராய் இருக்க வேண்டும். உயர் குடியில் பிறந்து மன்னனின் கட்டுப்பாட்டுக்குட் பட்டவராய் இருத்தல் அவசியம். அனைத்துக் கலை

களிலும் தேர்ந்து, நடப்பதை முன்னறிவிப்பவராய் திகழ வேண்டும். மேலும், இவர் அறிவாற்றல், சாமர்த்தியம், சொல்வன்மை, ஆற்றல், தைரியம், குழப்பங்களைச் சமாளித்து விசுவாசத்தில் உறுதி மிக்கவராய் இருத்தல் அவசியம். அவர் குறும்புத்தனமாகவோ, சலனபுத்தி உடையவராகவோ இருத்தல் கூடாது. பிறரிடத்தில் வெறுப்பு காட்டாமல் இணக்கத்துடன் இருக்க வேண்டும்.

மேற்கூறிய தன்மைகளில் அனைத்தையும் பெற்றிருப் பவர் மிக உயர்ந்த பதவியிலும், கால்பகுதி குறை உடையவர்கள் நடுத்தர பதவிகளிலும், பாதிக்கு மேல் குறைபாடு கொண்டவர்கள் கீழ்நிலைப் பதவிகளிலும் நியமிக்கப்படலாம்.

தேசமும், மக்கள் தொகையும்

கோட்டைகள், கருவூலம், இராணுவம், நீர்நிலைகள், வணிகம் சார்ந்த அனைத்து பொருளாதார செயல்பாடு களின் மூலங்களும் கிராமப் புறங்களிலேயே உள்ளன.

தலைநகருக்குப் பாதுகாப்பை அதிகரிப்பதன் மூலமும், எல்லைப்புற நகரங்களை வலுப்படுத்துவதன் மூலமும் இராஜ்ஜியம் பாதுகாக்கப்படலாம். ஒரு தேசம் தனது நாட்டு மக்கள் மட்டுமன்றி ஆபத்துக் காலங்களில் வெளியிலிருந்து வரும் மக்களையும் தாங்கும் திறன் பெற்றிருக்க வேண்டும். அது எதிரிகளிடமிருந்து எளிதில் தம்மைக் காத்துக் கொள்ளும் திறன் பெற்றதாயும், அண்டை இராஜ்ஜியங்களைக் கட்டுப்படுத்தும் வலு வுடையதாகவும் அமைய வேண்டும். விளைச்சல்மிக்க நிலத்தைப் பெற்றிருக்க வேண்டும். (சேறு, பாறை, உப்புத்தன்மை, சமமற்ற நிலப்பகுதி மற்றும் பாலை வனமற்ற பகுதிகளாய் அமைதல் நன்று. அப்பகுதி நீருக்காய் மழையைச் சார்ந்திருக்கக் கூடாது).

அரசியல் நெறிமுறைகள் (அர்த்த சாஸ்திரம்)

நல்ல சாலைகள், நீர்வழிகளைப் பெற்றிருக்க வேண்டும். அதிக அளவிலான வியாபாரச் சரக்குகளைப் பெற்று வரியையோ, படைகளையோ தாங்கும் அளவில் பொருளாதாரத்தைப் பெற்றிருக்க வேண்டும். அந்நாட்டு மக்கள் தேர்ந்த கைவினைஞர்களாகவோ, விவசாயிக ளாகவோ, கலைஞர்களாகவோ விளங்குவதோடு வேலையில் அர்ப்பணிப்பு செய்பவர்களாய், நேர்மை, விசுவாசம், மற்றும் அறிவாற்றல் மிக்கவராய்த் திகழ வேண்டும்.

கருவூலம்

ஒரு நாட்டின் செல்வம் அரசனின் சொந்த முயற்சி யிலோ, பரம்பரை வழியாகவோ பெற்றதாயிருக்க வேண்டும். கருவூலம் தங்கம் வெள்ளி விலையுயர்ந்த கற்கள் மற்றும் தங்க நாணயங்களைக் கொண்டிருக்கும். அது ஆபத்துக் காலங்களிலும், நீண்ட நாள் வருமானம் இல்லாத நிலையிலும் நாட்டைப் பாதுகாக்கும் அளவிற்கு செறிவுடையதாய் இருக்க வேண்டும்.

படைகள்

நன்கு சோதித்தறியப்பட்ட விசுவாசமுடையவர்கள், சத்ரியர்கள், அரசனின் தந்தை மற்றும் பாட்டனாருடன் இணைந்து செயலாற்றியவர்கள் போன்றோரைக் கொண்டதாய் இராணுவம் அமைய வேண்டும். படை வீரர்கள் வலுவானவர்களாய் பணிவுடன் நீண்டதூர படையெடுப்புகளில் வெறுப்பற்றவர்களாய், தாங்கும் திறன் பெற்றவர்களாய், அனைத்து ஆயுதங்களையும் கையாளத் தெரிந்தவராய், பல போர்களில் ஈடுபட்ட அனுபவத்துடன் இருக்க வேண்டும். அவர்கள் தமது மனைவி மற்றும் மகனைத் திருப்தியுடன் வைத்திருக்க

வேண்டும். அரசனைத் தவிர வேறு எவரிடமும் கவனம் கொள்ளக்கூடாது.

கூட்டணி

பின்வரும் பண்புகளைக் கொண்டிருப்பவரே நல்ல கூட்டணி அமைக்க இயலும் - குடும்பத்திற்கு நெடுங் கால நண்பராய் இருத்தல், நிலையான, கட்டுப்பாட்டுக் குரியவராய், ஆதரவில் வலுவுள்ளவராய், பொதுவான சிந்தனை உடையவராய், தனது படைகளை திறம்பட வழிநடத்திச் செல்பவராய் இருத்தல் அவசியம்.

அரசனோடு தொடர்புடைய மற்ற அங்கங்கள்

உயர்ந்த நற்குணங்கள் கொண்ட அரசனால் மற்ற அங்கங்களும் சிறப்பு பெறுகின்றன. ஆனால், பலவீன மான தீய எண்ணங்கள் கொண்ட அரசன் மற்ற அனைத்து நன்மை பயக்கும் அங்கங்களின் அழிவிற்குக் காரணமாகி விடுவான். நியாயமற்ற, நீதி தவறிய அரசன் மிகவும் பலம் பொருந்தியவனாய் இருப்பினும் தனது மக்க ளாலோ எதிரிகளாலோ கட்டாயம் அழிக்கப்படுவான். மாறாக, அறிவுள்ள அரசன் சிறு பகுதியையே ஆண்டா லும் உயர்ந்த குணங்களையும், சிறந்த அங்கங்களையும் பெற்றிருந்தால் உலகையே வெற்றி கொள்ள இயலும்.

■ ■ ■

7

ஆபத்து மற்றும் துன்பங்கள்

ஒரு மனிதனின் ஆற்றலையும் நற்குணங்களையும் குறையச் செய்வது துன்பமும், ஆபத்துமே. ஒரு போரில் ஓர் அரசன் அவனுடைய எதிரி இருவரும் பாதிக்கப்படும் நிலையில் தாக்குதல் நடத்துவதா, பாதுகாப்பு முயற்சிகளை மேற்கொள்வதா எனத் தீர்மானிக்க வேண்டும். ஆபத்து என்பது கடவுள் அல்லது மனிதராலோ துரதிர்ஷ்டம் அல்லது தீய கொள்கைகளாலோ ஏற்படலாம்.

அபாயங்கள் பின்வரும் வகையில் பிரிக்கப்படும். (1) நாட்டின் அங்கங்களில் ஏதேனும் ஒன்று சிறந்ததென்று கருதப்பட்டதற்கு மாறாய் செயல்படுதல், (2) ஏதேனும் ஓர் அங்கம் இல்லாதிருத்தல் (கருவூலத்தில் போதிய பணமின்மை அல்லது ஒரு நல்ல நட்புறவின்மை), (3) மிகப்பெரிய குறைபாடு (வெறுப்புற்ற மக்கள்), (4) பெண்ணாசை, சூதாட்டம் போன்ற தனிப்பட்ட தீய குணங்கள், (5) இயற்கைச் சீற்றங்கள் (வெள்ளம், தீ போன்றவை).

முந்துரிமைப்படியான (Priority) அமைப்பு

அரசன், அமைச்சர்கள்

அமைச்சர்களுக்கு நேரும் ஆபத்து அரசனுக்கு நேருவதைக் காட்டிலும் மிக மோசமானதாகும். காரணம், குழுக்களில் நிதானித்து செயல்படுவது, முடிவெடுப்பது, முடிவுகளைச் செயல்படுத்துவது, வருவாய் சேகரிப்பு, செலவுகளின் சமாளிப்பு, ஆணைகளை வலுப்படுத்துவது, நாட்டை எதிரிகள் மற்றும்

காட்டுவாசிகளிடமிருந்து பாதுகாப்பது, ஆபத்துக் காலங்களில் தீர்வு காண்பது, அரசி மற்றும் அரச வாரிசுகளைப் பாதுகாப்பது இவை அமைச்சர் ஆற்ற வேண்டிய கடமைகள். அமைச்சரில்லாத நிலையில், மேற்கண்ட செயல்கள் ஒழுங்காய் நடைபெறாமல் அரசன் சிறகொடிந்த பறவைபோல் செயலிழந்து காணப் படுவான். இந்நிலையில் அவ்வரசனுக்கெதிரான நடவடிக்கைகளிலிறங்குவது எதிரிக்கு எளிதாகி விடும். இது பரத்வாஜரின் கருத்து.

கௌடில்யர் இக்கருத்தில் மாறுபடுகிறார். அரசனே அமைச்சர்கள், உயர் அதிகாரிகளை நியமிக்கிறான். அவன் துறைத் தலைவர்களின் செயல்பாடுகளுக்கு வழி காட்டுவதோடு, ஆபத்துக் காலங்களில் மக்களைக் காத்து வளத்தையும், முன்னேற்றத்தையும் உண்டாக்குவான். ஒரு நல்ல அரசன் பாராட்டத்தக்கவர்களுக்குப் பரிசளிக்க வும், துரோகிகளைத் தண்டிக்கவும் தயங்குவதில்லை. மன்னன் நலன்களால் மனநிறைவடைகிறபோது, தன்னைச் சார்ந்தவர்களையும் வளத்தால் செழிக்கச் செய்வான். அரசனின் நடத்தையைப் பின்பற்றியே அவனைச் சார்ந்தவையும் அமையும். அரசன் என்பவன் நாடு என்கிற உடலுக்குத் தலைப்பகுதிய போன்றவனாவான்.

அமைச்சர்கள் மற்றும் மக்கள்

''மக்களுக்கு ஏற்படும் அபாயம் அமைச்சர்களுக்கு ஏற்படுவதைக் காட்டிலும் மிக முக்கியமானது. ஏனெ னில், மக்களுள் ஒருவரே கருவூலத்துக்கோ, இராணுவத் துக்கோ, போக்குவரத்துக்கோ, அல்லது வாணிபத் துறைக்கோ தலைவராயிருப்பது. ஓர் அபாயம் நாட்டை யும் மக்களையும் பாதிக்குமெனில் அங்கு அரசனோ

மந்திரியோ இருக்க இயலாது. வளங்களைப் பாதுகாக்கவும் இயலாது'' இது விஷாலாக்ஷா என்பவரின் கருத்து.

கௌடில்யர் இக்கருத்தை மறுத்துக் கூறுவதாவது - ''மாநிலத்தின் அனைத்து செயல்பாடுகளும் அதாவது, சட்டம் ஒழுங்கு பராமரிப்பு, எதிரிகளிடமிருந்து பாதுகாப்பு, இயற்கைச் சீற்றங்களைச் சமாளித்தல், படைகளை நியமித்தல், வருவாய் சேகரிப்பு போன்ற பயனுள்ள செயல்கள் அமைச்சரையே ஆதாரமாய் கொண்டுள்ளன.

மக்களின் வசிப்பிடம், கோட்டைகள்

பராசரரைப் பின்பற்றுபவர்கள் - வலுப்படுத்தப்பட்ட கோட்டைகளுக்கு ஏற்படும் அபாயம் கோட்டைக்கும், நகரத்துக்கும் வெளியே வாழும் சாமான்யர்களுக்குண்டாகும் ஆபத்தைக் காட்டிலும் தீவிரமானது என்று கருதுகிறார்கள். ஏனெனில், இராணுவம் மற்றும் கருவூலம் இரண்டுமே கோட்டையினுள் அமைந்திருக்கும். இன்னல்களுக்குள்ளாகும் காலங்களில் மக்கள் அங்கே அடைக்கலம் நாடுவர். கோட்டையினுள் வாழ்பவர்கள் பலசாலிகளாகவும், இடர்ப்பாடுகளில் மன்னனுக்கு உதவுபவர்களாகவும் இருப்பார்கள். மாறாக, கோட்டைக்கு வெளியே வசிப்பவர்கள் அரசனுக்கும், அவனுடைய எதிரிக்கும் பொதுவானவர்களாய் விளங்குவர்.

கௌடில்யர் கூறுவதாவது, 'கோட்டை அதன் கருவூலம். இராணுவம் இவை எல்லாமே மக்களைச் சார்ந்தவைதாம். அனைத்து பொருளாதார நடவடிக்கைகளும் கிராமப்புறங்களையே ஆதாரமாய் கொண்டுள்ளன. சாதுரியம், நிலைப்புத்தன்மை மற்றும் தைரியம் இவை கிராம மக்களிடம் காணப்படுகிறவைதாம்.

மக்கள் குடியேறியில்லாவிடில் மலைகள், தீவுகளில் உள்ள தொலைதூரக் கோட்டைகள் பாதுகாப்பற்றுப் போகும்.

கிராமத்தவர்கள் குறைந்து காணப்படும் நிலையில் கோட்டைக்கான அபாயம் அதிகரிக்கும்.

■■■

8

கோட்டை மற்றும் கருவூலம்

பிசுனா என்பவரின் கருத்துப்படி கருவூலத்தை நெருங்கும் அபாயம் கோட்டைக்கு நேரும் அபாயத்தை விட முக்கியத்துவம் வாய்ந்ததாகும். கோட்டை கட்டுதல், அதன் நிர்வாகம், பழுது பார்த்தல் ஆகியவை பொருளாதாரத்தையே சார்ந்தது. செல்வவளம் பெற்ற ஓர் அரசன் தனது மக்கள், கூட்டணிகள் மற்றும் எதிரிகளைத் தனது கட்டுப்பாட்டிற்குள் கொண்டுவர இயலும். எதிரியின் கோட்டையில் வாழும் மக்களைத் தோற்கடிக்க லாம். எதிரி நாட்டின் கிராம மக்களை அவர்கள் வசிக்கும் இடங்களிலிருந்து காலி செய்யச் சொல்லலாம். இராணுவத்தை நல்லவிதமாய் நிர்வகிக்கவும், அபாய காலத்தில் கருவூலத்தை அகற்றி விடவும் முடியும். ஆனால், கோட்டையை அகற்ற இயலாது.

கௌடில்யரின் மறுப்பு : கோட்டை பல பயன்களைக் கொண்டது. கோட்டையினுள் கருவூலம் பத்திரமாய் வைக்கப்படுவதுடன் இராணுவமும் பலத்த பாதுகாப்பு டன் திகழும். கோட்டை இருப்பின் மறைந்திருந்து போர் நடத்தலாம். மக்களைக் கட்டுப்படுத்தலாம், கூட்டணி

அரசியல் நெறிமுறைகள் (அர்த்த சாஸ்திரம்) | 37

யைப் பெறுவதோடு எதிரியின் படைகளை வெளியி லேயே நிறுத்தலாம். கோட்டையில்லாவிடில் கருவூலம் எதிரியின் கையில் சிக்கி விடும்.

கருவூலம் மற்றும் இராணுவம்

கௌன பதாந்தாவின் கருத்தில் இராணுவத்துக்கு ஏற்படும் அபாயமே கருவூலத்துக்கு ஏற்படும் ஆபத்தைக் காட்டிலும் பெரியதாகும். அரசன் ஒருவன் கூட்டணி மற்றும் எதிரிகளைக் கட்டுப்படுத்தவும், எதிரியின் படையை வெல்லவும், தனது படைகளுக்கு வலுவூட்ட வும் இராணுவத்தையேச் சார்ந்திருப்பான். இராணுவ மில்லாவிட்டால் கருவூலம் நிச்சயமாய் இழக்கப்படும். ஆனால், பொருளின்றி இராணுவத்தின் உதவியோடு கச்சாப்பொருள், விளைச்சல்களைச் சேகரிப்பதோடு எதிரியின் நிலத்தைக் கைப்பற்றவும் இயலும். அரசனுட னேயே இருப்பதால் இராணுவம் அமைச்சரைப் போன்ற தாகும்.

கௌடில்யர் இக்கூற்றை மறுக்கிறார். இராணுவம் என்பது பொருளாதாரத்தைச் சார்ந்ததே. ஊதியமற்ற வீரர்கள் எதிரியிடம் சென்று சேர்வர். அல்லது அரசனைக் கொன்று விடுவர். பொருளாதாரமே எந்தவொரு செய லையும் நேர்மையுடனும், களிப்புடனும் செய்ய ஆதார மாகும்.

மேலும், இராணுவம் கருவூலம் இவற்றுக்கிடை யேயான ஒப்புமை சூழ்நிலையைப் பொறுத்ததாகும். காலம், இடம், மற்றும் செயலின் தன்மையே முக்கியத் துவத்தை நிர்ணயிக்கும். சில நேரங்களில் இராணுவமே கருவூலத்தை மீட்கும், காக்கும் கருவியாய் செயல்படும். ஆனால், கருவூலம் எப்போதுமே இராணுவத்தை உருவாக்கும் கருவியாய் செயல்படுகிறது. மொத்தத்தில்

கருவூலத்துக்கு ஏற்படும் அபாயம் மற்றெவற்றையும் காட்டிலும் தீவிரமானது என்கிறார்.

இராணுவம் மற்றும் கூட்டணி

இரண்டிலும் கூட்டணிக்கு ஏற்படும் அபாயமே மிக மோசமானது. கூட்டணி என்பது (நட்பு நாடு) தொலைவிலிருப்பினும் எவ்வித எதிர்பார்ப்புமின்றி உதவி செய்வதாகும். அவர்கள் (கூட்டணி அரசர்கள்) எதிரிகளை, எதிரிக் கூட்டணியை, பின்புறம் மற்றும் முன்னால் உள்ள படைகளை எதிர்ப்பர். மேலும் ஓர் அரசனுக்கு ஆபத்துக் காலத்தில் பணம், படை, நிலம் என்று பல வகையில் உதவி செய்வர்.

ஓர் அரசன் இராணுவம் வைத்திருப்பானெனில் கூட்டணி நட்பைத் தொடரும், பகைவரும் நண்பராகி விடுவர். அரசன் தனது சொந்தப்படைகள் மூலமோ கூட்டணிப்படைகள் மூலமாகவோ முடிக்கக்கூடிய காரியத்தைச் சூழ்நிலைக்குத் தக்கவாறு தேர்ந்தெடுக்க வேண்டும். விரைந்த படையெடுப்பு, உள்நாட்டுக் கலவரம் போன்ற விஷயங்களில் கூட்டணியை நம்ப இயலாது. அரசனும் அவனது எதிரியும் அபாயத்தில் இருக்கும்போதோ அல்லது எதிரி வளர்ந்து வரும் போதோ கூட்டணி அரசன் தனது விருப்பத்துக் கேற்ற வாறு கூட்டணியை மாற்றி அமைத்துக் கொள்ளலாம்.

9
அபாயங்கள்

பகுதியளவு அபாயம்

ஒரு நாட்டின் அங்கங்கள் பாதிக்கப்படுவதால் முற்றிலும் உபயோகமற்றதாகி விடாது. அபாயத்தின் இயல்பைப் பொறுத்து, பாதிக்கப்படாத அங்கங்களின் விரிவு, விசுவாசம், பலம் இவை ஒரு செயலை நிறை வேற்றப் போதுமானதாயிருக்கும்.

அரசன் பாதிப்பை முழுமையாய் தவிர்க்க முடியா விட்டால் பகுதியளவேனும் பாதிப்பிலிருந்து காக்க முயற்சிக்கலாம்.

முன்னுரிமை

ஓர் அரசன் தனது நாட்டின் அங்கங்களை அவற்றின் முக்கியத்துவ அடிப்படையில் ஒவ்வொன்றாய் துரதிர்ஷ்டத்திலிருந்து காக்கலாம். அதாவது, இராணுவத்தைக் காட்டிலும் கூட்டணி (அண்டை நாட்டின் நட்பு) முக்கியத்துவம் குறைந்ததாகும். அதே போல் இராணுவம் பாதிக்கப்படினும் கருவூலம் பாதிக்கப்படக்கூடாது. இவ்வங்கங்கள் முழுமையாய் காக்கப்படாவிடினும், பகுதியளவேனும் மீட்கப்பட்டுவிட வேண்டும். அதாவது, இராணுவத்தில் மிகுந்த விசுவாசமுள்ளவர்கள் கண்டிப்பாய் காக்கப்பட வேண்டும். கருவூலத்தில் விலைமிக்க, பயனுள்ள பொருள்கள் காக்கப்பட வேண்டும்.

அனைத்து அங்கங்களையும் பாதிக்கும் வகையில் ஏற்படும் அபாயம் தீவிரமானதாகும்.

மக்களால் ஏற்படும் அபாயம்

பலவகைப்பட்ட அபாயங்கள் கோட்டையை விடுத்து வெளியில் வாழும் கிராமப்புற மக்களைப் பெரிதும் பாதிக்கும். அத்தகைய துன்பங்கள் கடவுளாலோ மனிதர்களாலோ ஏற்படலாம். மனிதர்களால் ஏற்படும் அபாயங்கள் கணக்கிலடங்கா. இராணுவம் அல்லது மனிதனுக்கு அருகிலேயே இருப்பவர்கள் (பிரியமான மனைவி, மகன்) ஆகியோரை மக்கள் துன்புறுத்தலாம். மக்களுக்குள்ளேயோ அல்லது அரச குடும்பத்தைச் சார்ந்தவர்களுக்கிடையிலோ உரிமைகள் (சொத்து) சம்பந்தமாய் சச்சரவுகள் நிலவலாம். உயர் அதிகாரிகள் மக்களை ஒடுக்கலாம். வணிகர்கள் மக்கள் பணத்தில் ஆதாயம் அனுபவிக்கலாம். பொதுவான நிலங்கள் பறிமுதல் செய்யப்படலாம். வழிப்பறிக் கொள்ளையர்களும் ஆதிவாசிகளும் மக்களை அச்சுறுத்தலாம். இவற்றில் எந்தவொரு காரணத்தாலும் மக்கள் நலன் பாதிக்கப்பட்டு, அதிருப்தி உண்டாகி நாடு வலுவிழக்கலாம்.

கடவுளின் செயல்கள்

பஞ்சம், தீ, வெள்ளம், நோய் தொற்றுநோய் இவை கடவுளின் செயலால் ஏற்படும் அபாயங்கள். எலிகள், காட்டு விலங்குகள், பாம்புகள் மற்றும் தீயச் சக்திகளால் ஏற்படுபவை இதர ஆபத்துகள். இவ்வனைத்திலிருந்தும் மக்களைக் காப்பது அரசனின் கடமையாகும்.

அபாய அச்சுறுத்தல்களின் போதெல்லாம் அரசனே, ஒரு தந்தை குழந்தைகளைக் காப்பது போன்று மக்களைக் காக்க வேண்டும். மேலும், இரவு பகலான தொடர்ந்த நைவேத்தியத்தோடு கூடிய பிரார்த்தனைக்கு ஏற்பாடு செய்ய வேண்டும்.

அரசியல் நெறிமுறைகள் (அர்த்த சாஸ்திரம்)

கடவுள் மற்றும் பிராமணர்களைத் திருப்திப்படுத்துவதன் மூலம் ஆபத்துக்களைக் கடக்க இயலும். வெள்ளம் வறட்சி அல்லது தீயச் சக்திகள் உலவும் நேரங்களில் துறவிகளால் பரிந்துரைக்கப்படும் அதர்வண வேதங்களில் கூறப்பட்ட சடங்குகளை நிறைவேற்ற வேண்டும். புனிதச் செயல்களைச் செய்வதில் ஈடுபடும் துறவிகள் மரியாதை செய்யப்பட்டு அவ்வூரிலேயே தங்கி விடுவதால் தீயச் சக்திகளை எதிர்த்துப் போராடுவர்.

நைவேத்தியம், பலி ஆகியவற்றுடன் கூடிய வழிபாடு பவுர்ணமி மற்றும் வளர் பிறைகளில் மட்டுமே செய்யப்பட வேண்டும்.

அபாயங்கள்	வழிபடவேண்டியவை
தீ	அக்னி
வெள்ளம்	ஆறுகள்
எலிகள்	எலிகள்
காட்டு விலங்குகள்	மலைகள்
பாம்புகள்	நாகர்
தீயச் சக்திகள்	சைத்தியாக்கள் (chaityas)

சைத்தியாவுக்கு அளிக்கப்படும் நைவேத்யம் குடை, உணவு, சிறிய குடை, ஆட்டிறைச்சி இவை அடங்கியதாகும்.

நெருப்பு

கிராமவாசிகள் கோடைக் காலங்களில் வீட்டின் வெளியிலேயே சமைப்பார்கள். மேலும் அவர்கள் தீ தடுப்பு ஆயுதங்களைத் தம்மோடு வைத்திருப்பர்.

வெள்ளம் மற்றும் வறட்சி

வறட்சி அளவுக்கதிகமான மழையைக் காட்டிலும் மோசமானது. அது மக்களின் உயிரைக் குடித்துவிடும். மழைக் காலங்களில் கரையோரம் வாழும் கிராமத்தவர்கள் மேட்டுப் பகுதிக்குச் சென்று விடுவார்கள். அவர்கள் மூங்கில், படகு, மரக்கட்டைகளை எப்போதும் வைத்திருப்பார்கள்.

வெள்ளத்தில் அடித்துச் செல்லப்படுபவர்கள் படகுகள், கயிறுகள், தோல் பைகள், மரக்கிளைகள் இவற்றைக் கொண்டு மீட்கப்படுவார்கள். ஆபத்திலுள்ள ஒருவரை மீட்க இயலாத படகின் சொந்தக்காரர் தண்டனைக்குள்ளாவார்.

வேதங்கள் மற்றும் தெய்விக நெறிகளைக் கற்றுணர்ந்தவர்கள் வெள்ளத்தின்போது மழைக்கெதிராய் பூசை, வேள்விகள் நடத்த வேண்டும். மாறாக, வறட்சி ஏற்படுமெனில் கங்கை, இந்திரன், மலைகள், கடல் தெய்வங்களுக்கு வழிபாடுகள் நடத்தப்படும்.

மனிதர்கள், விலங்குகளின் நோய்கள்

மனிதரைப் பாதிக்கும் நோய்கள், தொற்று நோய்களை எதிர்க்கப் பின்வருவனவற்றைப் பயன்படுத்தலாம். மருத்துவர்கள், சுத்தம் செய்தல், வழிபாடுகள், பலி, துறவிகள், திருவிழா, உருவங்களை எரித்தல் போன்ற முயற்சிகளால் தீயச் சக்திகளை எதிர்க்கலாம்.

தொற்று நோய்கள் விலங்குகளைப் பாதிக்குமெனில் அவற்றின் தொழுவங்களைச் சுத்தப்படுத்தும் சடங்குகள் செய்யலாம். மேலும், அதற்குரிய வழிபாடு நடத்தலாம்.

அரசியல் நெறிமுறைகள் (அர்த்த சாஸ்திரம்)

பஞ்சம்

பஞ்சத்தின் விளைவுகளை எதிர்கொள்ளும் முறைகள்:

- அரசாங்க கடைகளிலிருந்து விதைகள் மற்றும் உணவுகளைப் பொதுமக்களுக்கு சலுகை விலையில் அளித்தல்.

- வேலைக்கு உணவளித்தல் என்பது நடைமுறைப் படுத்தப்பட வேண்டும். அதாவது கோட்டை கட்டுதல், விவசாயம் போன்றவற்றிற்குக் கூலியாய் உணவு அளிக்கப் பட வேண்டும்.

- அரசாங்க கிடங்குகளிலுள்ள உணவுகள் பகிர்ந் தளிக்கப்படலாம்.

- நட்புக்கரம் நீட்டும் அரசர்களின் உதவியை நாடலாம்.

- பாதிக்கப்பட்ட மக்களை மற்றொரு மாறுபட்ட இடத்துக்கு மாற்றலாம்.

- மற்றொரு நாட்டிற்கு தற்காலிகமாய் குடிபெயர்வதை ஊக்குவிக்கலாம்.

- மக்கள் அனைவரையும் (அரசன் அவையோர் உட்பட) அபரிமிதமான அறுவடை, அல்லது, ஆறு ஏரிகள் அருகே உள்ள பகுதிகளுக்கு இடம் பெயரச் செய்யலாம்.

தானியங்கள், காய்கறிகள், கிழங்குகள் மற்றும் பழங் களையும் பயிரிடலாம். அது மட்டுமன்றி மீன் பிடித்தல், மான், பறவைகள், காட்டு மிருகங்களை வேட்டையாடு தல் போன்ற தொழில்களையும் மேற்கொள்ளலாம்.

எலிகள், வெட்டுக்கிளிகள்

எலிகள், வெட்டுக்கிளிகள், பறவைகள் அல்லது பூச்சிகளால் ஏற்படும் அபாயத்தைத் தடுக்க சரியான விலங்குகளை (பூனை, கீரி போன்றவை) வளர்ப்பதோடு, அவ்விலங்குகள் நாய் போன்ற விலங்குகளால் கொல்லப்படாமல் பாதுகாக்க வேண்டும்.

வன விலங்குகள்

காட்டு விலங்குகளால் (புலி போன்றவை மற்றும் முதலை) அபாயம் ஏற்படுமெனில் பின்வரும் வழிமுறைகளைப் பின்பற்றலாம்.

- விஷமூட்டப்பட்ட சிறிய மிருகங்களைத் திரிய விடுதல்.
- வேடர்களைக் குழியிலோ கூண்டிலோ மறைந்திருக்கச் செய்து அவற்றைக் கொல்லலாம்.
- தகுந்த ஆயுதங்கள், கவசங்களோடு ஆட்களை அனுப்பியும் விலங்குகளைக் கொல்லலாம்.

வனவிலங்குகளால் மக்களுக்கேற்படும் ஆபத்துக்களிலிருந்து அவர்களைக் காக்கத் தவறுவது தண்டனைக்குரிய குற்றமாகும். காப்பது பாராட்டுதலுக்கும் 12 பணம் பரிசிற்குமுரியதாகும்.

பாம்புகள் மற்றும் நீர்வாழ்வன

பாம்பு கடிக்குமெனில் விஷக்கடியில் தேர்ச்சி பெற்றவர் அழைக்கப்பட்டு மருந்துகளும், நஞ்சு முறிவுக்கான சிகிச்சைகளும் அளிக்கப்படும். நீர்வாழும் அபாய கரமான உயிரிகள் மற்றும் விஷமிக்க பாம்புகளைக் கொல்வதில் மக்கள் இணைந்து செயல்படலாம்.

தீயச் சக்திகள்

அதர்வண வேதம் மற்றும் பலி கொடுப்பதைப் பற்றி நன்கு கற்றணர்ந்தவர்கள் தீயச் சக்திகளை விரட்டும் சடங்குகளைச் செய்யலாம்.

முடிவாக விவசாய உற்பத்தி, மக்களின் வாழ்க்கை மற்றும் நாட்டின் வருவாயைப் பாதிக்கக்கூடிய வெள்ளம், பஞ்சம், இவை தீ, நோய்கள் இவற்றால் ஏற்படும் விளைவுகளைக் காட்டிலும் தீவிரமானதாகும். பிறவகைப் பாதிப்புகள் (எலிகள், இதர வகை) குறிப்பிட்ட விளைவுகளையே உண்டாக்கும்.

மனிதர்களின் செயல்களால் ஏற்படும் அபாயங்கள்

சொந்த நாட்டு இராணுவத்தால் தாக்குதல் ஏற்படுதல் எதிரிகளின் இராணுவத்தால் ஏற்படும் தாக்கத்தைக் காட்டிலும் தீவிரமானது. ஒரு நாட்டின் இராணுவம் சொந்த மக்களைக் கொடூரமாய் துன்புறுத்துவதென்பது தீர்வு காண இயலாத கொடுமை. எதிரிப் படைகள் என்றால் அதனிடம் சண்டையிட்டோ, ஒப்பந்தம் மூலமோ தப்பிக்க இயலும் என்பது சில ஆசிரியர்களின் கருத்து.

கௌடில்யர் இக்கருத்தை மறுக்கிறார். சொந்த நாட்டு இராணுவத்தின் தாக்குதலை வெற்றிகொண்டோ, தலைவனைக் கொன்றோ சமாளிக்கலாம். அத்தகைய தாக்குதல் நாட்டின் ஒரு பகுதியில் மட்டுமே பாதிப்பை ஏற்படுத்தும். ஆனால், எதிரிகளின் தாக்குதலோ நாடு முழுவதிலும் அழிவை உண்டாக்கும் என்பது அவருடைய கருத்தாகும்.

உள்நாட்டுக் கலவரம்

மக்களுக்குள் ஏற்படும் சச்சரவு அரச குடும்பத்தில் ஏற்படும் கலவரத்தைக் காட்டிலும் தீவிரமானதாகும்.

'மக்களுக்குள் சண்டை வந்தால் சமூகத்தில் பிளவு ஏற்படும். அது எதிரிகளின் தாக்குதலுக்கு வழிவகுக்கும். அரச குடும்பத்தில் ஏற்படும் சச்சரவு ஏற்பட்டால் மக்களுக்கு உணவு, சம்பளம் இரட்டிப்பாகும். அவர்கள் வரிவிலக்கு போன்ற பயன்களையும் பெறுவர்' என்று சில ஆசிரியர்கள் சொல்வார்கள்.

கௌடில்யர் இதனை மறுக்கிறார். 'மக்களுக்கு ஏற்படும் சச்சரவு அவர்களது தலைவனை வெல்வதன் மூலமோ, சண்டைக்கான காரணங்களைக் கண்டறிவதன் மூலமோ தீர்க்கப்படலாம். ஆனால், அரச குடும்பத்தில் ஏற்படும் குழப்பம் மக்களுக்கு அச்சுறுத்தலை, அழிவை ஏற்படுத்தும்' என்று.

வீழ்ச்சி

மக்கள் அரசன் இருவரில் மக்களின் வீழ்ச்சியே மோசமானது. ஏனெனில் அவர்கள் புலனின்பங்களுக்கு அடிமையாகி முக்காலங்களுக்குரிய கடமைகளைச் செய்யத் தவறுவர். ஆனால், சிற்றின்பங்களுக்கு அடிமையான அரசன் அதனோடு தொடர்புடைய கலைஞர்கள், நடிகர்கள், வணிகர்கள் ஆகியோரையாவது நன்கு போற்றுவான் என்பது சில ஆசிரியர்களின் கருத்து.

கௌடில்யரோ இதற்கு மாறாய், 'மக்களுடைய புலனின்ப வேட்கை சிறிதளவானதே. அவர்கள் கடுமையான உழைப்பால் ஏற்படும் களைப்பிலிருந்து விடுபட்டு மீண்டும் பணிக்குத் திரும்பவே களிப்பில் ஈடுபடுவர்.

ஆனால், களிப்பில் ஈடுபடும் அரசனோ மக்களிடமிருந்து பரிசுகளை எதிர்பார்ப்பதோடு, தனக்குத் தேவையான வற்றைப் பறித்துக் கொள்ளவும் செய்வான். விளைச்சலி லிருந்தும் அதிக பங்கைப் பெறுவான். இவ்விதமாய் மக்கள் நசுக்கப்படுவார்கள்' என்கிறார்.

காடுகளால் ஏற்படும் அபாயம்

மான் போன்ற விலங்குகளைக் கொண்ட காடுகள் அபரிமிதமான இறைச்சி, தோலை அளிக்கக்கூடியவை. புற்கள் போன்று இயற்கையாகவே விளைகிறவற்றை உண்ணும் விலங்குகளுக்கு சிறப்பாக உணவளிக்கிற கட்டாயமில்லை. அத்தகைய விலங்குகள் எளிதில் அடக்கக் கூடியவை ஆகும். ஆனால், யானைகளை உடைய காடுகள் அதற்கு நேர் எதிராகும். யானைகளைப் பிடித்துப் பழக்குவது கடினம். முரட்டு யானைகள் ஆபத்தை விளைவிக்கக்கூடியவை.

மீட்புப் பணிகள்

ஆபத்துக் காலங்களில் மக்களுக்கு தானியங்கள், கால்நடை, பணம் மற்றும் வனவிளைப் பொருள்களை அளித்து மீட்புப் பணிகளை மேற்கொள்ளலாம். இது அவர்களுக்கு அபாயத்தை எதிர்கொள்ளும் துணிவை அளிக்கும். ஆனால், எதிரிகள் அல்லது வேற்று நாட்டவர் களுக்கு அளிக்கும் உதவி ஆபத்தை வரவழைக்கும்.

தண்டனைகள்

வெள்ளத்தில் அடித்துச் செல்லப்படும் ஒருவரை படகு வைத்திருப்பவர் மீட்கத் தவறுவது - 12 பணம்.

பயனுள்ள மிருகங்களைப் பிடித்தல், கொல்லுதல் ஒருவரைத் தாக்கும் நோயைத் தடுக்காமை - 12 பணம்.

காட்டு விலங்குகளின் அச்சுறுத்தலுக்குள்ளான ஒருவரைக் காக்கத் தவறுதல் - 12 பணம்.

பரம்பரை (சந்ததி)
இளவரசர்கள்

மகன்கள் மூன்று வகைப்படுவர். தர்மம் பொருளா தாரம் போன்றவற்றைக் கற்றுணர்ந்து கடைப்பிடிப்பவன் அறிவுள்ள மைந்தனாவான். சோம்பேறித்தனமுள்ள மகனோ கற்றுணர்ந்தவற்றை கடைப்பிடிக்காதவன் ஆவான். தர்மம், நீதி இவற்றை வெறுத்து ஒதுக்கி தீமை களைச் செய்பவன் தீய மகனாவான்.

அரசனின் ஒரே மகன் தீயவனாய் திகழ்வானெனில், அரசர் அவனுக்குப் பதிலாய் தன் மகள் வயிற்றுப் பேரனை அரசின் வாரிசாக்கி விடுவார்.

வம்சம்

பரம்பரைக்கான நியதிகள் : ஆபத்து உண்டாகும் நிலை இல்லாவிடில் மூத்த மகனை வாரிசாய் நிய மிப்பதே சிறந்தது.

தீய குணங்கள் கொண்டவன் ஒரே மகனாயிருப்பினும் எந்தவொரு சூழ்நிலையிலும் அரியணையில் அமர்த்து தல் கூடாது.

பல மகன்களைக் கொண்ட ஓர் அரசன் அவர்களுள் தீய குணம் கொண்டவனை வாரிசாக நியமிக்காத நிலை யில் மட்டுமே அரசின்மீது அவன் கொண்டுள்ள அக்கறை விளங்கும்.

சில உயரிய குடும்பங்களில் அரசியின் ஆட்சியே வழிவழியாய் நடைபெற்றுவரும். குழுவாக ஆட்சி

செய்யும் குடும்பங்களை வெல்வது கடினம். அத்தோடு, அத்தகைய குடும்பம் அராஜகத்தில் இருந்து தப்பி நெடுங்காலம் பூமியில் நிலை கொள்ளும்.

10
துர்க்குணங்கள்

துர்க்குணங்களே சுய துன்பங்களுக்குக் காரணமாகும். துர்க்குணங்கள் அறியாமை மற்றும் ஒழுக்கமின்மையில் ஏற்படுவனவாகும். ஒரு படிப்பறிவற்ற மனிதனால் அவனுடைய துர்க்குணங்களால் ஏற்படும் விளைவுகளை உணர இயலாது.

கோபம் மற்றும் ஆசை

கோபத்தினால் மூன்று வகை துர்க்குணங்களும், ஆசை யினால் (அடக்கவியலாத) நான்கு வகையும் ஏற்படும். இவ்விரண்டில் கோபம் எல்லை கடந்ததாகையால் அதுவே மிகவும் மோசமானது. கோபம் கொண்ட பேரர சர்கள் வெறியினாலும், பேராசை மிக்க அரசர்கள் ஏழ்மை அல்லது எதிரிகளாலும் அழிக்கப்பட்டது நன்கறிந்த ஒன்றே.

பரத்வாஜரின் கருத்துப்படி கோபம் என்பது ஒரு நேர்மையான மனிதன் தனது எதிரிகளை அடக்குவதற்கு ஒரு தூண்டுகோலாகவும், பழிக்குப்பழி வாங்குவதற்கும், மக்களிடம் ஒரு பயத்தை ஏற்படுத்துவதற்கும் உதவு கிறது. பாவங்களைத் தடுப்பதே கோபத்தின் முக்கிய குறிக்கோளாகும். அதேபோல் ஆசை ஒரு தூண்டு

விசையாகி வெற்றி, தர்ம சிந்தனை, சமாதானம் பெறுவதற்கும், ஒருவரை அனைவருடனும் அன்பினால் பிணைப்பதற்கும் உதவுகிறது. உழைப்பின் பலனை அனுபவிக்கத் துடிக்கும் ஒவ்வொருவருக்கும் ஆசை என்பது எப்போதும் அவசியம்.

கௌடில்யரின் கூற்றோ இக்கருத்தினை மறுக்கும் வகையிலானது. கோபம் ஒரு மனிதனை வெறுப்புக் குரியவராய் மாற்றி, எதிரிகளை உருவாக்கித் துன்பத்தை விளைவிக்கும். பேராசை மற்றும் சிற்றின்ப இச்சை அவமானத்தை உண்டாக்கி, செல்வத்தை இழக்கச் செய்து விரும்பத்தகாதவர்களான திருடர்கள், சூதாடிகள், வேடர்களுடனான தொடர்பை ஏற்படுத்தும் என்பதே.

ஒருவர் செல்வத்தை இழப்பதைக் காட்டிலும் எதிரி களைச் சம்பாதிப்பது மிகவும் மோசமான செயலாகும். ஏனெனில் முதல் நிலை (செல்வ இழப்பு) பொருளாதார ரீதியில் மட்டுமே துன்பம் தரும். இரண்டாம் நிலை (எதிரிகள்) உயிருக்கே ஆபத்தை உண்டு பண்ணும். விரும்பத்தகாத தொடர்பைக் காட்டிலும் துர்க்குணங் களால் துன்புறுவது கெடுதல் மிக்கதாகும். விரும்பத் தகாதவர்களை நினைத்த மாத்திரத்தில் கைவிட்டு விடலாம். ஆனால் துர்க்குணங்கள் நீண்ட காலத்துக்குத் துன்பம் தரக்கூடியவை. எனவே, கோபம் என்பது பேராபத்தாகும்.

கோபம்

சொல்லினால் காயம் ஏற்படுத்துதல், மற்றவரது உடைமைகளை சேதப்படுத்துதல் மற்றும் உடல் ரீதியான பாதிப்பை ஏற்படுத்துதல் ஆகிய மூன்று துர்க்குணங் களும் கோபத்தில் இருந்து உதிப்பவையாகும். மற்ற வருக்கு அளிக்க வேண்டியவற்றை அளிக்காமை, அவரது

அரசியல் நெறிமுறைகள் (அர்த்த சாஸ்திரம்)

உடைமைகளை அபகரித்தல், அதனை அழித்தல் போன்றவையே உடைமைகளுக்குச் சேதம் ஏற்படுத்தும் முறைகளாகும்.

உடைமைகளை அழிப்பதைக் காட்டிலும் கடுஞ் சொற்கள் பேசுவதே மிகுந்த கேடுவிளைவிக்கும் என்பதே விஷாலாக்ஷாவின் கருத்து. ஒரு வீரன் கடுமை யான சொற்களைக் கேட்டு பழிக்குப்பழி வாங்குவான். ஏனெனில் சொற்கள் எனும் அம்புகள் அவனுடைய மனதைத் துளைத்து புலன்களைப் பாதிப்பதோடு ஆர்வத் தையும் குறைக்கும் தன்மையும் கொண்டது.

கௌடில்யரின் கருத்துப்படி சொல்லால்பட்ட வலியை பரிசளித்து ஆற்றிவிடலாம். ஆனால், உடைமை களைச் சேதப்படுத்துவதால் வாழ்க்கையே அழிக்கப் படும்.

பராசரரின் கொள்கைப்படி உடல் ரீதியான காயத்தைக் காட்டிலும் உடைமைகளுக்குச் சேதம் உண்டாக்குவதே பெரும் தீங்காகும். மேலும், தர்மம் மற்றும் காமம் இவையிரண்டும் உலகத்தை ஒன்றிணைக்கக் கூடிய அர்த்தத்தைச் சார்ந்தவையே.

இதனை மறுக்கும் கௌடில்யர் அதிக அளவிலான பணத்துக்காக எவருமே தம் வாழ்வை இழக்க விரும்ப வில்லை என்றும், மற்றவருக்கு உடல் ரீதியான துன்பத்தை அளிக்கும் ஒருவர் அதே துன்பத்தை அனுபவிப்பார் என்றும் கூறுகிறார்.

அளவு கடந்த ஆசை

வேட்டை, சூதாட்டம், மது மற்றும் மாது ஆகிய நான்கிற்கும் அடிமையாகும் துர்க்குணங்கள் அளவு கடந்த ஆசையினால் ஏற்படுவதாகும்.

பிசூனா என்பவர் வேட்டை, சூதாட்டம் இவை யிரண்டிலும் வேட்டையே கெடுதலான குணம் என்கி றார். வேட்டையினால் ஒருவருக்கு ஆபத்து ஏற்படலாம். கொள்ளையர்கள் அல்லது எதிரிகளின் கையில் சிக்க லாம். காட்டு யானை, காட்டுத் தீ போன்றவற்றால் சூழப் படலாம். அல்லது தனது வழியைத் தவற விடலாம். தாகம், பசியில் தவித்து உயிரையே விட நேரிடலாம்.

நளன் மற்றும் யுதிஷ்டிரரின் கதைகளிலிருந்து சூதாட்டத்தில் ஒருவர் வெற்றி பெற்றால் மற்றொருவர் தோற்றே ஆகவேண்டும் என்று அறிகிறோம். ஒரு சூதாடி தன்னிடம் இருக்கும் செல்வத்தின் அளவை அறிவ தில்லை. தன்னிடம் இல்லாதவற்றைப் பெறும் முயற்சி யில் இருப்பவற்றை இழப்பான். தனது பழக்கவழக்கங் களில் ஒழுங்கீனமாய் இருந்து வயிறு, சிறுநீரகம் மற்றும் குடல் சம்பந்தமான கோளாறுகளை அடைவான். ஆனால் வேட்டையாடுதல் ஒரு சிறந்த உடற்பயிற்சியாய் அமைவதால் சளி மற்றும் கல்லீரல் நோய்களிலிருந்து விடுபடுவதோடு மட்டுமல்லாது வியர்வையினால் கொழுப்பும் வெளியேற்றப்படும். நிலையான குறிக் கோளை அடைவதற்கும் பழகிக் கொள்ள இயலும். விலங்குகளின் ஓய்வு, பயம், கோபம் போன்ற குணங்களைப் பற்றிய அறிவினை விருத்தியடையச் செய்யலாம். சிறப்பான நடைப்பயிற்சி தேவைப்படுவ தில்லை. வேட்டையே பயிற்சியாய் அமையும் என்பது கௌடில்யரின் கூற்று.

பெண்ணின் மேல் கொண்ட காம இச்சையைக் காட்டிலும் சூதாட்டம் கெடுதல் மிக்கதாகும். சூதாடும் ஒருவன் இரவு நேரமாயிருப்பினும், தனது தாய் மரணப் படுக்கையில் இருக்கும் நிலையிலும் ஆட்டத்தைத் தொடருவான். இடையில் ஏதேனும் கேட்போர் மீது

கோபம் கொள்வான். ஆனால், பெண்ணின்மீது ஈர்ப்பு கொண்ட ஒருவன் குளிக்கும் போதோ, சாப்பிடும் போதோ மற்ற விஷயங்களைப் பற்றி அவனிடம் பேசலாம். பல பெண்கள் ஆண்களை நன்னெறியில் இட்டுச் செல்லும் காரணியாய் இருப்பார்கள் என கௌன பதாந்தா கருதுகிறார்.

இதனை மறுக்கும் விதமாய் கௌடில்யர் சூதாடியைத் திருத்த இயலும். ஆனால், பெண்ணாசை கொண்ட ஒருவனை மாற்ற இயலாது என்கிறார். உண்மையை உணராமை, உடைமையைப் புறக்கணித்தல், செய்ய வேண்டியவற்றைச் சரியான நேரத்தில் செய்யாமல் தர்மம் மற்றும் செல்வத்தை இழத்தல், மதுவிற்கு அடிமையாதல், அரசியலில் புத்தி கூர்மையை இழத்தல் போன்றவை காம வெறியினால் ஏற்படும் தீமைகளாய் கௌடில்யர் வகைப்படுத்துகிறார்.

குடிப்பழக்கத்தைக் காட்டிலும் மோசமானது பெண்ணாசை. பெண்ணின் முட்டாள் தனத்தால் பல கேடுகள் விளைந்திருக்கின்றன. ஆனால், குடிப்பதனால் புலன்களுக்கு உற்சாகம் உண்டாகிறது. பிறர்மீது அன்பு காட்டவும், பிறரோடு மது அருந்துவதால் அவர்களை மதிக்கவும் வழிவகுக்கிறது. மேலும், வேலையால் ஏற்படும் களைப்பை நீக்க உதவுகிறது என்பது 'வதாரியதி'யின் கருத்து.

மனைவியுடனான தொடர்பு இரு நன்மைகளைக் கொண்டது. குழந்தைச் செல்வத்துடன் சுயபாதுகாப்பும் கிடைக்கிறது. வெளிப் பெண்களின் தொடர்பிலோ, மனைவியைக் கைவிடும் நிலையிலோ மேற்கூறிய பலன்கள் கிடைப்பதில்லை. அதேபோல் மது அருந்துவ தாலும் தீய விளைவுகள் ஏற்படும். உணர்வினை இழந்து

பைத்தியம்போல் பிதற்றுவதும், சவம் போன்ற தோற்றத் தைப் பெறுவதும், நாணமற்றத் தன்மை, நல்லவர்களின் தொடர்பிலிருந்து பிரிவு, தீயவர்களுடனான தொடர்பு, பணத்தை வாரியிறைத்தல், கற்றல், அறிவு, பலம், நல்ல நட்பு இவற்றை இழத்தலும் அதனால் ஏற்படும் தீய விளைவுகளாகும்.

சூதாட்டம், குடிப்பழக்கம் இவ்விரண்டில் சூதாட் டமே மிக மோசமானது. ஒருவரின் சொத்தைக் கொண்டு சூதாடுவது, மிருகங்களின் பெயரில் பணத்தைக் கட்டுவது போன்றவற்றால் ஒருவருக்கு வெற்றியும் மற்ற வர்க்குத் தோல்வியும் ஏற்படும். இதனால் சண்டை ஏற்பட்டுப் பிளவு உண்டாகும். குறிப்பாக சிறுபான்மை யினர் மற்றும் சங்கங்களைச் சார்ந்த அரசர்களிடத்தில் சூதாட்டத்தினால் பிளவு ஏற்பட்டு ஒரு சாம்ராஜ்யமே அழிந்து படும். ஆட்சியாளரின் ஆளுமைத் திறனைக் குறித்து அவர்களை அழிக்கும் சூதாட்டமே துர்க்குணங் களில் மிகவும் அபாயகரமானது என்பதே கௌடில்யரின் கருத்து.

அளவுக்கதிகமான ஆசை தீய குணங்களுக்கு வித் திடும். அதே போல் கோபம் நற்குணங்களைக் கைவிடச் செய்யும். இவையிரண்டுமே பல்வேறு தீமைகளை விளைவிப்பதால் அபாயகரமானவற்றால் வகைப் படுத்தப்படுகின்றன. ஓர் அரசன் பெரியோர்களது தொடர்பில் புலன்களை அடக்கக் கற்றுக் கொள்ள வேண்டும். அவர்கள் சுயக்கட்டுப்பாட்டைப் பயில்வதன் மூலம் மரபுவழி ஆட்சியை வேரறுக்கும் அபாயங்களின் மூலங்களான பேராசை மற்றும் கோபத்தில் இருந்து விடுபட இயலும்.

வருங்கால அரசனுக்கான பயிற்சி
சுய ஒழுக்கத்தின் முக்கியத்துவம்

தத்துவம், வேதம், பொருளாதாரம் என்னும் மூன்று அறிவியல்களும் அரசியல் விஞ்ஞானத்தைச் சார்ந்தவையே. வாழ்வின் பாதுகாப்பு, மக்களின் நலனுக்கு உத்தரவாதம் அளிக்கக்கூடிய சட்டம் அல்லது அரசு, அரசனின் சுய ஒழுக்கத்தைச் சார்ந்ததாகும்.

ஒழுக்கம் - பிறப்பிலேயே தோன்றியது மற்றும் பெறப்பட்டது என இருவகைப்படும். கட்டுப்பாட்டிலிருந்து நன்மைகளைப் பெறும் ஆற்றல் கொண்ட ஒருவரிடத்தில் போதனை மற்றும் பயிற்சி மூலம் ஒழுக்கத்தை உண்டாக்கலாம். சுயக்கட்டுப்பாட்டுடன் திகழ இயலாதவர்களுக்கு எவ்வித பயனும் ஏற்படாது.

ஆசிரியருக்குக் கீழ்ப்படிதல், கற்றலுக்கான ஆர்வமும் திறமையும் பெற்றிருத்தல், கற்றவற்றை நினைவு கொள்ளுதல், புரிந்து கொள்ளுதல், கற்றவற்றைக் கடைப்பிடித்தல், முடிவுகளைத் தீர்மானித்தல் போன்ற இயல்புடையவர்கள் கல்வியின் மூலம் ஒழுக்கத்தைப் பெற இயலும். அத்தகைய இயல்பில்லாதவர்கள் எத்தகைய பயிற்சி செய்தும் பலனில்லை. அரசனாய் இருக்க வேண்டிய ஒருவன் நல்ல ஆசிரியரின் துணையோடு கற்க வேண்டியனவற்றைக் கற்று கட்டுப்பாட்டை வாழ்வில் கடைப்பிடிக்க வேண்டும்.

இளவரசனுக்கான பயிற்சி

அரசனாக வேண்டிய ஓர் இளவரசன் தனது மூன்றாம் வயதில் அட்சராப்பியாசம் முடிந்தவுடன் கணிதம் மற்றும் மொழிப்பயிற்சி பெறவேண்டும். உபநயனம்

நிகழ்ந்தபிறகு ஆசிரியரிடம் வேதம் மற்றும் தத்துவத்தையும், துறைத் தலைவர்களிடம் பொருளாதாரத்தையும், ஆட்சியைப் பற்றி அரசியல் அறிஞர்களிடமும் கற்றுக் கொள்ள வேண்டும். பிறகு, திருமணம் செய்து கொள்ளலாம்.

இளமைப்பருவம் அடைந்து திருமணம் முடிந்தவுடன் ஓர் இளவரசனின் கல்வி தடைப்பட்டு விடக்கூடாது. அவன் தனது சுயக்கட்டுப்பாட்டை வளர்க்கும்விதமாய் கற்ற பேரறிஞர்களுடன் எப்போதும் சேர்ந்திருக்க வேண்டும். அவனது பயிற்சி பின் வருமாறு அமையும். நாளின் முற்பகுதியில் குதிரை, யானையேற்றம், ரதம் இவற்றுடன் ஆயுதங்களைக் கையாளவும் பயிற்சியளிக்கப்படும். பிற்பகுதியில் இதிகாசங்களைக் கேட்க வேண்டும். எஞ்சிய நேரத்தில் (இரவும் பகலும்) அடுத்த நாளுக்குத் தேவையான புதிய பாடங்களைத் தயார் செய்வதும், பழைய பாடங்களைத் திருப்புதல் செய்து அவற்றின் புரியாத பாகங்களைக் கேட்டுத் தெரிந்து கொள்வதும் நடைபெறும்.

கற்றலின் முடிவு அறிவைப் பெறுதல். அறிவினால் ஆற்றலுடன் செயல்பட இயலும். ஆற்றல் மிக்க செயல் பாட்டினால் சுய உரிமை ஏற்படும்.

அறிவு, ஒழுக்கம், அர்ப்பணிப்பு, மக்கள் நலனில் கவனம் உடைய ஓர் அரசனே எதிர்ப்பின்றி உலக இன்பத்தை அனுபவிக்க இயலும்.

■■■

11

சுயக் கட்டுப்பாடு

ஆறு வகை எதிரிகளை ஒழித்தல்

அறிவு சம்பந்தமான அனைத்துத் துறைகளின் ஒரே குறிக்கோள் புலன்களின் மீதான கட்டுப்பாட்டை மனதில் பதிய வைத்தலேயாகும்.

பெண்ணாசை, கோபம், அகந்தை, வெறி, அசட்டு தைரியத்தைக் கைவிடுவதன் மூலம் சுயக்கட்டுப்பாடு கிடைக்கும். அதுவே அறிவு மற்றும் ஒழுக்கத்துக்கான ஆதாரம். சாஸ்திர நெறிப்படி வாழ்வதென்பது புலனின் பங்களான கேட்டல், தொடுதல், பார்த்தல், சுவைத்தல் மற்றும் நுகர்தலைத் தவிர்த்தலேயாகும்.

ஓர் அரசன் சுயகட்டுப்பாடின்றி புலன்களில் மூழ்கித் திளைப்பானெனில் அவன் இவ்வுலகின் நான்கு மூலை களையும் ஆளும் திறன் பெற்றிருப்பினும் அழிந்து போவான்.

பெண்ணாசை, கோபம், பேராசை, அகந்தை, வெறி, அசட்டுத் தைரியம் இவை ஆறும் ஒருவனுக்கு எதிரி களாகும். சுயக்கட்டுப்பாடற்ற அரசர்கள் இவற்றுக்கு இரையாகித் தமது சாம்ராஜ்யத்தையே இழந்திருக்கி றார்கள். ஆனால், ஜமதக்னி அம்பரீசன் போன்ற புலனடக்கம் கொண்ட அரசர்கள் இவ்வுலகில் நீண்ட காலம் தமது ஆட்சியை நிலை நாட்டினார்கள்.

ராஜரிஷி புத்திசாலி அரசன்

ஒரு ராஜரிஷி என்பவர் துறவியைப் போன்று அறிவுடன் விளங்கும் அரசனாவார். அவரது பண்பு நலன்கள் பின்வருமாறு அமைந்திருக்க வேண்டும்.

- சுயகட்டுப்பாட்டுடன் புலன்களை வென்றவராயிருத்தல்.
- அறிஞர்கள் தொடர்பு மூலம் அறிவை உற்பத்தி செய்தல்.
- ஒற்றர்கள் மூலம் கண்காணிப்பதில் விழிப்புடன் இருத்தல்.
- மக்களின் பாதுகாப்பு மற்றும் நலனை வலுப்படுத்துவதில் துடிப்புடன் விளங்குவது.
- மக்கள் தமது கடமைகளைச் சரிவரச் செய்கிறார்களா எனக் கண்காணிப்பது.
- அறிவின் அனைத்துத் துறைகளையும் பற்றிப் பயின்று தனது ஒழுக்கத்தை மேம்படுத்திக் கொள்ளுதல்.
- மக்களுக்கு நன்மை செய்து, செழிப்படையச் செய்வதன் மூலம் அவர்களது அன்பிற்குரியவனாதல் போன்றவை ஆகும்.

அத்தகைய ஒழுக்கமிக்க அரசன்.

- மாற்றான் மனைவியிடமிருந்து விலகியிருக்க வேண்டும்.
- மற்றவரது சொத்துக்களைக் கவர்தல் கூடாது.
- அனைத்து உயிர்களின்பால் அகிம்சையைக் கடைப்பிடித்தல் அவசியம்.
- தீயவர்களுடனான தொடர்பினையும், தீயச் செயல்களையும் கைவிட வேண்டும்.
- ஆடம்பரம், ஊதாரித்தனம், சிற்றின்பம் மற்றும் சலன புத்தியைத் தவிர்க்க வேண்டும்.

இக்குணங்களுள்ள அரசன் தர்மத்தை மீறி நடக்காத வரையில் புலனின்பங்களால் துன்புறத் தேவையில்லை.

தர்மம், அர்த்தம், கடமை இம்மூன்றும் மனிதனுடன் தொடர்புடைய மூன்று குறிக்கோள்கள் ஆகும்.

கௌடில்யரைப் பொறுத்தவரை அர்த்தம் (நல்ல பொருளாதாரம்) மிக முக்கியமான ஒன்றாகும். மற்ற இரண்டும் இதனைச் சார்ந்ததே.

ஒரு ராஜரிஷி என்பவர் தனது நன்னெறியின் எல்லையைத் தாண்டும் போதும், பல்வேறு கடமைகளைச் செய்ய வேண்டிய கால அவகாசத்தைப் பற்றியும், பொது வாழ்வில் பிழை ஏற்படும் போதும் இடித்துரைக்கும் அமைச்சர்கள், புரோகிதர்கள் இவர்களுக்கு மிகுந்த மரியாதை செலுத்துவார்.

∎∎∎

12

அரசனின் கடமைகள்

ஓர் அரசன் துடிப்புடன் விளங்குவானெனில் அவனது குடிமக்களும் அதே அளவு ஆற்றலுடன் செயலாற்றுவர். மாறாக, தனது கடமைகளிலிருந்து தவறிய ஓர் அரசனின் குடிமக்களும் சோம்பேறிகளாய் செல்வத்தை அழிப்பவர்களாய் இருப்பர். மேலும் ஒரு சோம்பேறியான அரசன் தனது எதிரிகளின் கைகளுக்கு எளிதில் அகப்படுவான். எனவே, அரசனென்பவன் எப்போதும் துடிப்புடன் திகழ வேண்டும்.

அவன் தனது இரவு மற்றும் பகல் நேரத்தை ஒன்றரை மணி நேரப் பகுதிகளாய் எட்டு பிரிவுகள் செய்தல் வேண்டும். செய்ய வேண்டிய கடமைகள் பின்வருமாறு:

பகல்

சூரிய உதயத்திற்குப்பின் முதல் 1½ மணிநேரம் : காவல், வருமானம், செலவுகள் பற்றிய அறிக்கை பெறுவது.

இரண்டாவது 1½ மணிநேரம் : நகர மக்கள், கிராம மக்களின் புகார்களைக் கேட்டல்.

மூன்றாவது 1½ மணிநேரம் : குளித்து, உணவருந்தி, படித்தல்.

மதியத்துக்கு முன் 1½ மணிநேரம் : கப்பம், வருவாய் பெறுதல், மந்திரி போன்ற உயரதிகாரிகளை நியமனம் செய்தல், அவரவர்க்கும் பணிகளை ஒதுக்குதல்.

மதியத்துக்குப் பின் முதல் 1½ மணிநேரம் : பரிந்துரை யாளர்களுடன் விவாதம், கடிதம் எழுதுதல், ஒற்றர்களி டம் இரகசிய தகவல் பெறுதல்.

மதியத்தின் இரண்டாவது 1½ மணிநேரம் : கேளிக்கை கள், சுயசிந்தனை.

மதியத்தின் மூன்றாவது 1½ மணிநேரம் : படை களைப் பார்வையிடுதல்.

சூரிய அஸ்தமனத்திற்கு முன் 1½ மணிநேரம் : படைத்தலைவர்களைக் கலந்தாலோசித்தல்.

இரவு

சூரிய அஸ்தமனத்திற்குப் பின் முதல் 1½ மணி நேரம் : உளவாளிகளை நேர் காணல்.

அரசியல் நெறிமுறைகள் (அர்த்த சாஸ்திரம்)

சூரிய அஸ்தமனத்திற்குப் பின் இரண்டாவது 1½ மணிநேரம் : *சொந்த வேலைகள் (குளித்தல், உணவருந்துதல், படிப்பு)*

நள்ளிரவுக்குப் பின் முதல் 1½ மணிநேரம் : *இசை கேட்டல் அல்லது தூக்கம்.*

இரண்டாம் 1½ மணிநேரம் : *அரசியல், இதர பணிகளில் கவனம் செலுத்துதல்.*

நள்ளிரவிற்குப் பின் மூன்றாவது 1½ மணிநேரம் : *பரிந்துரையாளர்களைக் கலந்தாலோசித்தல், ஒற்றர்களை வெளியில் அனுப்புதல்.*

சூரிய உதயத்திற்கு முன் 1½ மணிநேரம் : *மதம் சார்ந்த சொந்த கடமைகள், ஆசிரியர்கள், மதகுருக்கள், மருத்துவர்கள், சமையல்காரர், சோதிடர்கள் சந்திப்பு.*

விடியற் காலையில், ஒரு பசு கன்று மற்றும் எருதைத் தரிசித்து, பின் அரசவைக்குச் செல்வான்.

மேற்கூறப்பட்டது ஒரு பரிந்துரையே. ஒவ்வோர் அரசனும் தனது திறனுக்கு ஏற்றவாறு அட்டவணையை மாற்றி அமைத்துக் கடமைகளைச் செய்யலாம்.

ஓர் அரசன் அரசவையிலிருக்கும்போது மனுதாரர்களைக் காக்க வைக்காமல் சரியான நேரத்தில் குறைகளைக் கேட்டுத் தெரிந்து கொள்ள வேண்டும். அவன் தனது மக்களுக்கெட்டாதவனாக, தன்னைச் சுற்றி இருப்பவர்களுக்கு மட்டுமே புலப்படுவானெனில் விளைவு மோசமாய் அமையும். மக்கள் அவன் மீது கோபம் கொண்டு எதிரியிடம் சென்று சேர்ந்து கொள்வர்.

எனவே, அரசன் தனது குடிமக்களை அவர்களது அவசரத்திற்கேற்ப வரிசையாய் சந்திக்கலாம். அவ்வரிசை

பின் வருமாறு: கடவுள், துறவி, சமய மாறுபாடுடை யவன், வேதங்களைக் கற்ற அந்தணர்கள், பசு, புனித இடங்கள், சிறியவர்கள், முதியவர்கள், நோய் வாய்ப் பட்டவர்கள், உடல் ஊனமுற்றவர்கள், நிராதரவான வர்கள் மற்றும் பெண்கள் போன்றோர்.

அவன் அனைத்து அவசரத் தேவைகளையும் தள்ளிப் போடாமல் உடனடியாய் அறிந்து கொள்ள வேண்டும். ஒத்தி வைப்பதால் பிரச்சினை தீர்க்க முடியாத அளவிற்கு சிக்கலை ஏற்படுத்தலாம்.

வேதங்களைக் கற்றவர்கள் மற்றும் சந்நியாசிகளின் பிரச்சினைகளை அவர்களுக்கேற்ற மரியாதை அளித்துக் கேட்டறிய வேண்டும். அவ்வாறு கேட்டல் புனிதத் தீ மூட்டிய அறைக்குள் அரசன் தனது ஆசிரியர் மற்றும் மதகுருமாரின் முன்னிலையிலேயே மேற்கொள்ள வேண்டும். குறிப்பாக, மந்திர வித்தை கற்ற துறவிகள் எளிதில் கோபம் கொள்ளக் கூடியவர்களாதலால் அவர் களிடம் மிகுந்த கவனமாய் நடந்து கொள்ள வேண்டும். அவர்களுடைய பிரச்சினையை தனியேயன்றி மூவேதங் களையும் கற்றுணர்ந்தவர்கள் முன்னிலையிலேயே கேட்டறிய வேண்டும்.

ஓர் அந்தணர் மத ரீதியான சபதம் செய்து அதற்காக தியாகம் செறிந்த மதச் சடங்குகளைச் செய்வார். அதற் கான பலன்களைப் பெறுவார். அதே போன்று ஓர் அரசன் கடமையைச் செய்யத் தயாராவதே சபதம் ஆகும். கடமைகளைத் திருப்தியாய் செய்வதே மதச் சடங்காகும். நீண்ட காலம் அவன் மேற்கொள்ள வேண்டிய தொழி லான அரச பதவியே அவனுக்குக் கிட்டும் பரிசாகும்.

குடிமக்களின் மகிழ்ச்சியே ஓர் அரசனின் மகிழ்ச்சி. அவர்களது நலனே அவனது நலன். குடி உயரக் கோன்

அரசியல் நெறிமுறைகள் (அர்த்த சாஸ்திரம்) 63

உயர்வான். எனவே அவர்களுக்கேற்றதையே அவன் கருத்தில் கொள்ள வேண்டும்.

ஓர் அரசன் எப்போதுமே தன்னுடைய பொருளாதார நிர்வாகத்தில் துடிப்புடன் செயலாற்ற வேண்டும். பலன் தரும் பொருளாதார நடவடிக்கை இருந்தாலன்றி நிகழ்கால வளம், எதிர்கால வளர்ச்சி இரண்டுமே சேதமுறும். அரசன் தான் விரும்பிய குறிக்கோளையும், செல்வச் செழிப்பையும் பெற உற்பத்தித்திறன் மிக்க பொருளாதார நடவடிக்கைகள் அவசியம்.

அரசி மற்றும் இளவரசனிடமிருந்து பாதுகாத்துக் கொள்ளல் : ஓர் அரசன் தன்னுடைய மனைவி குழந்தை கள் போன்று தனக்கு நெருங்கியவர்களிடமிருந்து தன்னைத்தானே காத்துக் கொண்டால் மட்டுமே தனது ராஜ்ஜியத்தைப் பாதுகாக்க இயலும்.

அரசிகள்

அரசிகளாலோ அல்லது அரசிகளின் அறையில் நிகழும் நிகழ்வுகளாலோ கொல்லப்பட்டதற்கு உதா ரணங்கள் உண்டு. பத்ரசேனன் என்கிற மன்னன் அரசியின் அறையில் மறைந்திருந்த தனது சொந்த சகோதரனால் கொல்லப்பட்டான். அதே போல் க்ருஷா என்பவன் அரசியின் படுக்கைக்கடியில் மறைந்திருந்த தனது மகனால் கொல்லப்பட்டான். சில அரசிகள் விஷம் கலந்த உணவுகள் அல்லது மறைத்து வைக்கப்பட்ட ஆயுதங்களால் கொல்வார்கள். எனவே, அரசன் எப்போதும் கவனமாயிருந்து இத்தகைய அபாயங்களைத் தவிர்க்க வேண்டும்.

ஒரு வயதான பணிப்பெண் மூலம் அரசியின் அறையில் எவ்வித அபாயமுமில்லை என்று அறிந்த

பிறகே அரசன் அங்கு செல்லலாம். தலையை மழித்த துறவிகள், கண்கட்டி வித்தைக்காரர்கள், மந்திரவாதிகள் அல்லது வெளியிலிருந்து வரும் பெண்களை அரசி சந்திப்பதை அரசன் தடுக்கலாம். அரசியின் சேவகர்கள் முதலில் தம்மைச் சுத்தம் செய்து கொண்டு, நல்ல ஆடைகளை உடுத்திக் கொள்ள வேண்டும். அரசியின் சேவகர்களை அரசனுக்கு நம்பகமான 80 வயதுக்கு மேற்பட்ட வயதான ஆணோ, 50 வயதுக்கு மேற்பட்ட பெண்ணோ சோதனை செய்யலாம்.

■■■

13

இளவரசன்

இளவரசனைக் கருத்தில் கொண்டு, பல அபிப்ராயங்கள் நிலவுகின்றன. பரத்வாஜரின் அபிப்ராயப்படி இளவரசன் என்பவன் தன்னை உருவாக்குபவர்களையே விழுங்கிவிடும் நண்டு போன்றவன். எனவே, அவனது பிறப்பு தொட்டே அரசன் தன்னைக் காத்துக் கொள்ள வேண்டும். அவனால் துன்பம் நேருமென்று அறியும் நிலையில் அவனைக் கொல்வது கூட தவறாகாது என்கிறார் அவர்.

ஆனால், கொல்வது பாவம் என்கிறார் விஷாலா. ஒரு நிரபராதி தவறாய் தண்டிக்கப்படுகிற அபாயமும் அதில் இருக்கிறது. எனவே, ஒரு சத்திரியனைக் கொல்வதைக் காட்டிலும் முறையான காவலில் அவனைப் பாதுகாப்பது சிறந்தது என்கிறார் அவர்.

'இளவரசனை வளர்ப்பது ஒரு விரியன் பாம்பைப் போற்றி வளர்ப்பதற்கு ஒப்பாகும்' என்று பராசரரின்

அரசியல் நெறிமுறைகள் (அர்த்த சாஸ்திரம்)

விசுவாசிகள் கூறுகிறார்கள். இளவரசன் தனது தந்தை யைத் தன்னுடைய கட்டுப்பாட்டின் கீழ்க் கொண்டு வர நினைப்பான். எனவே, அவனை எல்லைப் புறத்துக்கு அனுப்பிவிடுவது சிறந்தது என்பார்கள் அவர்கள்.

இச்செயல் பின்னோக்கி மட்டுமே செல்லும் செம்மறி யாட்டை மல்லுக்கு இழுப்பது போன்றதாகும் என்கிறார் பிசுனர். தான் நாட்டிலிருந்து அனுப்பப்பட்ட காரணம் அறிந்து, இளவரசன் எல்லையிலுள்ள மன்னனுடன் இணைந்து தன் தந்தைக்கு எதிராய் படை திரட்ட நேரிடும்.

இளவரசனைத் தனது தாயின் உறவினர்களுடன் தங்க அனுமதிப்பதே சிறந்தது என்கிறார் கௌபை தாந்தா.

இதனால் கட்டாயம் போர்க் கொடி உயரும். மகனின் பெயரைச் சொல்லி உறவினர்கள் தொடர்ந்து அரசனைத் தொந்தரவு செய்து கொண்டேயிருப்பர். எனவே, இளவரசனைச் சுதந்திரமாய் இருக்க அனுமதிப்பதே நல்லது. ஏனெனில், ஆனந்தத்தை அளிக்கக்கூடிய தந்தையை எந்தவொரு மகனும் வெறுக்க மாட்டான்.

இளவரசனைப் பிறந்ததிலிருந்தே சந்தேகக் கண் கொண்டு நோக்குவது உயிருடன் எரிப்பதற்குச் சம மாகும். ஓர் உயர்ந்த குடி ஒழுக்கமற்ற மகன் பிறந்த காரணத்தால் கரையான் அரித்த மரம் போல் அழிக்கப் படும். (இளவரசன் தன் தந்தைக்கு எதிராய் திரும்பாத வகையில் முன்னெச்சரிக்கை நடவடிக்கைகளை மேற் கொள்ள வேண்டும்). எனவே, அரசி கர்ப்பம் தரிக்கும் வேளையில் இந்திரன், பிரகஸ்பதிக்கான நைவேத்தியங் கள் செய்யப்பட வேண்டும். அவளது உடல்நிலை கைதேர்ந்த வைத்தியர்களால் கண்காணிக்கப்படுமாயின் பிரசவம் எளிதாகும். குழந்தை பிறந்தபின் மத குருமார் களால் தீட்டு நீங்கும் வகையில் மதச்சடங்குகள் செய்யப்

பட வேண்டும். இளவரசனுக்குத் தகுந்த சந்தர்ப்பத்தில் தகுந்த ஆசிரியர்களால் பயிற்சியளிக்கப்பட வேண்டும்.

இவ்வனைத்து பாதுகாப்பு முயற்சிகளுக்குப் பிறகும், இளவரசனின் இராஜ விசுவாசம் சோதிக்கப்பட வேண்டும். உதாரணமாய், இரகசிய ஒற்றர்கள் மூலம் இளவரசனுக்கு வேட்டையாடுதல், சூதாட்டம், மது மற்றும் மாதுவின் மேல் ஆசையைத் தூண்டுவதோடு இராஜ்யத்தைப் பறித்துக் கொள்ளுமாறு பரிந்துரைக்க வேண்டும். மற்றொருவரின் மூலம் அவனுடைய மனதை வேறு திசையில் திருப்ப வேண்டும் என்று சில ஆசிரியர்கள் கூறுகிறார்கள்.

களங்கமில்லா மனதில் தீய எண்ணங்களை உருவாக்கு வதைக் காட்டிலும் கொடிய குற்றம் வேறு ஏதுமில்லை என்கிறார் கௌடில்யர். ஒரு தெளிந்த பொருளில் ஏதேனும் பூசுவதால் கறைபடும். அதே போன்று களங்க மற்ற மனங் கொண்ட ஓர் இளவரசன் அவனுக்குக் கற்பிக்கப்படுவதை அவ்வாறே ஏற்றுக் கொள்வான். எனவே, தவறான தீய கருத்துகளை விடுத்து உண்மை யான நீதி நேர்மையைக் கற்பித்தல் வேண்டும்.

இரகசியக் காவலாளிகள் இளவரசனுக்குத் தவறான யோசனைகள் வழங்குவதை விடுத்து தமது இராஜ விசுவாசத்தை வெளிப்படுத்தும் வகையில் அவனைப் பாதுகாக்கலாம். இளமையின் வேகத்தில் அந்நியப் பெண்களின் மீது அவன் தன் பார்வையைச் செலுத்துவா னாயின் கோரமான பெண்களின் மூலம் அவனை அச்சுறுத்தி விடுபடச் செய்யலாம்.

மதுவின்பால் மயக்கம் கொள்வானெனில் மருந்து கலந்த மதுவை அளித்து அதனை வெறுக்கச் செய்ய வேண்டும். சூதாட்டத்தில் ஈடுபடுவானாகில் ஏமாற்றுக் காரர்கள் மூலம் அவனுக்கு அதன்பால் வெறுப்பை

அரசியல் நெறிமுறைகள் (அர்த்த சாஸ்திரம்)

ஏற்படுத்திவிடலாம். வேட்டையாட முயன்றால் வழிப் பறிக் கொள்ளையர்களால் அச்சுறுத்தலாம். அவன் தனது தந்தைக்கு எதிராய் செயல்பட நினைப்பானெனில் அவனுடன் இசைவது போல் ஒற்றர்கள் நடித்து அவனது நம்பிக்கையைப் பெற வேண்டும். பிறகு, அவனுடைய எண்ணத்தைத் திசை திருப்ப வேண்டும். தனது தந்தைக் கெதிராய் சூழ்ச்சி செய்து தோல்வியுறுவானெனில் கொல்லப்படுவானென்றும், வெற்றி பெற்றால் நரகத்தில் தள்ளப்படுவானென்றும் எடுத்துரைக்க வேண்டும். மேலும், மண்குவியல் போல மக்களின் கோபத்தால் தகர்த்தெறியப்படுவானென்று உணர்த்த வேண்டும்.

தண்டனைகள்

அரசன் மற்றும் அரச உடைமைகளுக்கெதிரான குற்றங்கள்

அரச ரதம் குதிரை அல்லது யானையில் சவாரி செய்தல் – கை, கால் வெட்டுதல் அல்லது 700 பணம் அபராதமாய் செலுத்துதல்.

அரசனைப் பழித்தல், பொய்யான வதந்திகளைப் பரப்புதல் : நாக்கைத் துண்டித்தல்.

அரச குதிரை அல்லது யானையைக் கொல்வது, திருடுவது, ரதத்தைத் திருடுவது : கழுவிலேற்றிக் கொல்லுதல்.

அரசியுடன் தவறான உறவு கொள்வது : உயிருடன் கொதிக்கும் எண்ணெயிலிடுதல்.

■ ■ ■

14
மக்களிடத்தில் அன்பின்மை

மக்கள் வறுமை நிலையை அடையும்போது பேராசை கொண்டு விடுவார்கள். பேராசை அவர்களை அன்பற்றவர்களாக்குகிறது. அன்பற்ற நிலை ஏற்படும்போது அவர்கள் எதிரியின் துணையை நாடுவர் அல்லது தாமே தமது மன்னனைக் கொன்று விடுவர்.

அரசன் -

- *நன்மையை மறுத்துத் தீமை விளைவிக்கும் போதும்,*
- *நெறியற்ற விதத்தில் தீங்கு விளைவிக்கும் போதும்,*
- *முறையான நெறிகளின் கண்காணிப்பைப் புறக்கணித்தலாலும்,*
- *தர்மத்தை அடக்கி அதர்மத்தை நிலைநாட்டும்போது,*
- *செய்ய வேண்டியவற்றைச் செய்யாது செய்யத் தகாதனவற்றைச் செய்யும்போது,*
- *அளிக்க வேண்டியவற்றை அளிக்காமல் உரிமை யற்றவற்றைப் பறிக்கும் போதும்,*
- *தண்டிக்க வேண்டியவர்களை விடுத்து குற்றமற்றவர்களைத் தண்டிக்கும் போதும்,*
- *குற்றவாளிகளை விடுத்து நிரபராதிகளைக் கைது செய்யும்போதும்,*
- *ஆடம்பரச் செலவில் ஈடுபட்டு நன்மை பயப்பனவற்றை அழிக்கும்போதும்,*

அரசியல் நெறிமுறைகள் (அர்த்த சாஸ்திரம்)

- திருடர்களிடமிருந்து மக்களைக் காக்காமல் தானே அவர்களைச் சூறையாடும்போதும்,
- தான் செய்ய வேண்டியனவற்றைச் செய்யாமல் பிறரது செயல்களைப் பழிக்கும்போதும்,
- மக்கள் தலைவர்களை இழிவுபடுத்தி அவர்களுக்குத் தீங்கு ஏற்படுத்தும்போதும்,
- பொய் முதலிய குறும்புகளால் பெரியவர்களை இழிவு செய்கிறபோதும்,
- சேவகத்திற்கான ஊதியத்தை அளிக்காதபோதும்,
- வாக்களித்த செயலை நிறைவேற்றத் தவறிவிடும் நிலையிலும்,
- பொறுப்பற்ற தன்மை, புறக்கணிப்பால் மக்கள் நலனைச் சீரழிக்கிற போதும்,

தரித்திரம், பேராசை, அன்பின்மை போன்ற இழிவுகள் மக்களிடத்தில் தலைவிரித்தாடும்.

எனவே, இத்தகைய நிலை ஏற்படாதவகையில் ஒரு மன்னன் செயல்பட வேண்டும். மீறி இந்நிலை ஏற்படுமாயின் உடனடித் தீர்வு காண வழிவகுக்க வேண்டும். பஞ்சத்தால் பாதிக்கப்பட்ட மக்கள் உடைமைகளைக் கொள்ளையடிக்கும் அல்லது அழிக்கும் செயல்களில் ஈடுபடுவர். அவர்கள் உடனடியாக அமைதி போர் அல்லது இடமாற்றத்தை விரும்புவர். பணம் மற்றும் உணவுப் பற்றாக்குறையினால் ஏற்படும் பஞ்சம் அனைத்திற்கும் சேதப்படுத்தக்கூடிய ஓர் அபாயம் ஆகும்.

பேராசை மிக்கவர்கள் எப்போதும் திருப்தியற்றவர்களாய், எதிரிகளின் ஆசை வார்த்தைக்கு இரையாகக் கூடியவர்களாய் திகழ்வர். இப்பிரச்சினை மிக எளிதில்

தீர்க்கக் கூடியதாகும். ஒரு சில அதிகாரிகள் பேராசை யுடையவர்களாயிருப்பின் எதிரிகளின் செல்வத்தில் பங்கு தருவதாய் கூறி அவர்களைத் திருப்திப்படுத்தலாம்.

எதிரிகளின் தாக்குதல் ஏற்படும்போது அன்பற்ற மக்களால் புரட்சி வெடிக்கும். தலைவனை வீழ்த்துவதன் மூலம் அன்பின்மை வெளிப்படும். தலைவனற்ற நிலையில் மக்கள் எளிதில் எதிரிகளின் தூண்டுதலுக்கு ஆளாகி தாக்குதலைச் சமாளிக்கும் திறனற்றவராவார்கள். தலைவர்கள் சிறைப்படுத்தப்பட்ட நிலையில் மக்கள் பிரிக்கப்பட்டு எளிதில் அடக்கப்படுவர்.

■■■

15

கலகம், எதிர்ப்பு

அரசனொருவன் தனது படையெடுப்பைத் துவங்கும் போது உள்நாட்டிலோ அல்லது நாட்டுக்கு வெளியில் தொலைதூரப் பிரதேசங்களிலிருந்தோ அபாயம் உண்டாகக்கூடிய அச்சுறுத்தல் நேரிடலாம். உள்நாட்டுக் கலகம் என்பது பட்டத்து இளவரசன், புரோகிதர், படைத்தலைவர் அல்லது மந்திரி இவர்கள் தலைமையில் ஏற்படலாம். வெளிநாட்டுக் கலகங்கள் அப்பகுதியின் தலைவன், எல்லையின் தளபதி, ஆதிவாசிகளின் தலைவன், தலைமறைவான முன்னாள் அரசன் இவர் களது தலைமையில் ஏற்படலாம். வெளிநாட்டுக் கலகத்தைக் காட்டிலும் உள்நாட்டுக் கலகம் நல்ல பாம்பைப் போஷிப்பது போன்று அபாயகரமானதாகும்.

பரிந்துரையாளர்கள் மற்றும் மந்திரிகளுக்கிடையி லான கலகம் மற்ற அனைத்தையும் விட தீமை விளை

அரசியல் நெறிமுறைகள் (அர்த்த சாஸ்திரம்) | 71

விக்கக்கூடியதாகும். எனவே, அரசன் பொக்கிஷம், படைகள் இவற்றைத் தனது கட்டுப்பாட்டில் வைத்துக் கொள்ள வேண்டும்.

கலகத்திற்கெதிரான பாதுகாப்பு– அரசன் படையெடுப் பிற்குச் செல்லும்போது உள்நாட்டில் குழப்பம் ஏற்படுத் தக்கூடியவர்கள் என சந்தேகிக்கக் கூடியவர்களையும், எல்லையில் குழப்பம் உண்டாக்கக் கூடியவர்களின் மனைவி, குழந்தைகளையும் பிணைக் கைதிகளாகத் தன்னோடு கொண்டு செல்ல வேண்டும்.

உள்நாட்டுக் குழப்பங்களைத் தோற்கடித்தல்

புதிய தலைவர்களை நியமித்தோ, தலைநகரைப் பலருடைய அதிகாரத்தின் கீழ் அமர்த்தியோ உள்நாட்டுக் குழப்பத்தைத் தீர்க்கும் வரை அரசன் படையெடுப்பிற்குச் செல்லுதல் கூடாது. குழப்பம் அரசனது தவற்றால் ஏற்பட் டிருப்பின் தவற்றைத் திருத்திக் கொள்ளலாம். குழப்பத் தில் அவனுடைய தவறு ஏதுமில்லையெனில் குழப்பத் தின் அளவு, குற்றத்தின் தன்மைக்கேற்றவாறு தண்டனை அளிக்கலாம். உதாரணமாய், அரசன் இரண்டு மகன் களைக் கொண்டிருந்தால் குழப்பத்துக்குக் காரணமான ஒரு மகனுக்கு மரண தண்டனை விதிக்கலாம். ஒரே யொரு மகனைப் பெற்றிருப்பானெனில் அவனைச் சிறையில் தள்ளலாம். குழப்பம் புரோகிதரால் ஏற்பட்ட தெனில் அவரை நாடு கடத்தியோ சிறையில் தள்ளியோ தண்டிக்கலாம்.

உறவினர்களால் ஏற்படும் குழப்பம்

குழப்பம் இளவரசனாலோ அரசனது சகோதரன் அல்லது நெருங்கிய உறவினராலோ ஏற்படுமெனில் அதனைத் துடிப்புடன் தீர்க்க வேண்டும். அதனைத் தீர்க்க

முற்படாத நிலையில் அரசன் தன்னால் தடைசெய்யப்பட வேண்டிய குழப்பத்துக்குத் தானே அனுமதியளித்ததாகி விடும். அண்டை நாட்டு அரசன், காட்டுவாசிகள் தலைவன் ஆகியோர் துணையுடன் கலகக்காரர்களை எதிர்க்கலாம். கடைசியாய் எதிரியின் கோட்டையில் புகுந்து அங்கேயே குழப்பத்தை ஏற்படுத்தலாம்.

அமைச்சர்களால் குழப்பம்

அமைச்சர்கள், படைத்தலைவர்கள் போன்றோரால் ஏற்படும் உள்நாட்டுக்குழப்பம் மேற்கூறிய முறையிலேயே தீர்க்கப்பட வேண்டும். இராஜத்துரோகம் செய்ய அமைச்சர்களுடன் முதலில் சமாதானப்பேச்சு நடத்தலாம். அது வெற்றி பெறுமெனில் மற்ற வழிமுறைகள் தேவையற்றதாகி விடும். அதே போன்று சதி செய்த அமைச்சரிடத்தில் பரிசு தருவதாய் கூறி ஆசை காட்டி உண்மையைக் கண்டறிவதால் மற்ற முறைகள் அவசிய மற்றதாகி விடும்.

வெளியில் ஏற்படும் குழப்பம்

எல்லைப்புறப் படைத்தலைவர், காட்டரசர்கள் மற்றும் நிலக் குத்தகைதாரர்கள் அரசனிடமிருந்து விடுபட விரும்புவதால் மாறுபட்ட குணமுடையவர்களாய் விளங்குவர். அவர்களை வெற்றி கொள்ளப் பின்வரும் முறைகளைப் பயன்படுத்தலாம். ஒருவருக்கு எதிராய் மற்றொருவரைத் தூண்டும் குழப்பத்தைச் சமாளிக்கலாம். கலகக்காரன் கோட்டையினுள் அரண் அமைத்து அமருவானெனில் அவனுக்கு வேண்டப்படாத சில அண்டை நாட்டு அரசர்கள், காட்டரசர்கள், உறவினர் போன்றோரால் அடையாளம் காணப்படலாம். இது இயலவில்லை யெனில் கலகக்காரன் எதிரியுடன் சேர்ந்துவிடாதவாறு அவனோடு நட்பை ஏற்படுத்திக் கொள்ளலாம்.

அரசியல் நெறிமுறைகள் (அர்த்த சாஸ்திரம்) | 73

அரசன் கலகக்காரனை எதிரிகளுக்கெதிராய் தூண்டி தனக்குக் கீழ் அடக்கி வைக்கவேண்டும். எதிரிகள் எவ்வாறு குழப்பம் விளைவிக்கிறார்கள் என்பதையறிந்து அதே தந்திரங்களைக் கையாண்டு எதிரிகளை எதிர் கொள்ள வேண்டும்.

கலகங்களின் வகைகள்

கலகங்கள் உள்நாட்டிலோ, நாட்டிற்கு வெளியிலோ உருவாகலாம். அது எங்கு எழுகிறது, எங்கு தூண்டப் படுகிறது என்பதைப் பொறுத்து நான்கு வகைப்படும். வகைகள், தீவிரத்தன்மை, கையாளும் வழிமுறைகள் ஆகியவற்றை பின்வரும் அட்டவணையிலிருந்து அறியலாம்.

வகை	தூண்டுகிறவர்	உடந்தையா யிருப்பவர்	தீவிரத்தன்மை	சமாளித்தல்	வழிமுறை
1.	உள்ளிருப் பவர்	வெளிப்புறத் தவர்	குறைந்த தீவிரத் தன்மை	உடந்தை யாயிருப் பவர்	பரிசுகள் அளித்தல்
2.	வெளிப்புறத் தவர்	உள்ளிருப்ப வர்	குறைந்த தீவிரத்தன்மை யில் இரண்டாம் படித்தரம்	உடந்தை யாயிருப்பவர்	கருத்து வேறு பாடு
3.	வெளிப்புறத் தவர்	வெளிப் புறத்தவர்	அதிக தீவரத் தன்மையில் இரண்டாம் படித்தரம்	தூண்டு கிறவர்	கருத்து வேறுபாடு
4.	உட்புறத்தவர்	உட்புறத்தவர்	அதிக தீவிரத் தன்மை	தூண்டு கிறவர்	அனைத்து நான்கு வழிகளும்

அட்டவணையிலிருந்து இருவேறு பகுதிகளுக் கிடையே விளையும் குழப்பம், ஒரே பகுதியில் தோன்றி

வளர்ச்சி பெறும் குழப்பத்தைக் காட்டிலும் அபாயமான தல்ல என்றறியலாம். முழுமையான உள்நாட்டுக் கலவரமே மிகவும் தீவிரமானதாகும்.

பல்வேறு கலகங்களின் தன்மைகளைப் புரிந்து கொள்வதன் மூலம் ஒரு புத்திசாலி அரசன் (1) வெளிப் புறத்திலிருக்கும் கலகக்காரர்கள் மற்ற கலகக்காரர் களுடன் கைகோத்தல், (2) உள்நாட்டுக் கலகக்காரர்கள் உள்நாட்டிலேயே இருக்கும் மற்றவர்களுடன் இணை தல், (3) உள்நாட்டு வெளிநாட்டு கலகக்காரர்களின் கூட்டணி போன்றவற்றுக்கு எதிராய் தன்னைப் பாது காத்துக் கொள்ள இயலும்.

நான்கு வகைக் குழப்பங்களில் முதலில் கையாளப்பட வேண்டியது உள்நாட்டுக் குழப்பம் ஆகும்.

குழப்பங்கள் அவை தூண்டப்படும் நிலைக்கு ஏற்றவாறு வரிசைப்படுத்தப்பட வேண்டும். மிகவும் பலவீனமானவர்களால் தூண்டப்படும் கலகங்களைவிட ஆற்றல் மிக்கவர்களால் தூண்டப்படுபவை மிகத் தீவிர மாய் கவனிக்கப்பட வேண்டியவைகளாகும்.

இருவேறு பிரதேசங்களுக்கிடைப்பட்டவை (முதல் மற்றும் இரண்டாம் வகை)

இருவரில் ஒருவரைச் சமாளிப்பதன் மூலம் இவ்விரு வகைக் கலகங்களை வெற்றி கொள்ளலாம். கலகங் களைத் தூண்டுபவர்களைக் காட்டிலும் அதற்கு உடந்தை யாயிருப்பவர்களே கலகத்தை வெற்றி பெறச் செய்வர். உடந்தையாயிருப்பவர்கள் வெல்லப்படுவார்களெனில் தூண்டியவர்களால் ஒன்றும் செய்ய இயலாது. ஒரு பகுதியில் குழப்பத்தை விளைவிப்பதென்பது மிகுந்த முயற்சியுடன் செய்யப்பட வேண்டிய காரியமாகும்.

அரசியல் நெறிமுறைகள் (அர்த்த சாஸ்திரம்) | 75

முதல் வகை : கலகத்திற்கு ஆட்படுபவர்கள் உள் நாட்டில் இருப்பர். அவர்களைச் சமாதானம் அல்லது பரிசுகள் மூலம் அரசன் அடக்கி வைக்க இயலும்.

இரண்டாம் வகை : அரசன் தனது படைகளின் மூலமோ அல்லது கருத்து வேறுபாட்டை ஏற்படுத்தியோ சமாளிக்கலாம். கருத்து வேற்றுமையை விதைக்க இருவழிகள் உள்ளன.

(1) இரகசிய உளவாளிகள் நாட்டுக்கு வெளியே கலகத்தைத் தூண்டுபவர்களுக்கு உதவுகிறமாதிரி நடித்து, அவர்களை விரட்டவே உள்நாட்டுக்காரர்கள் அரசனின் அடியாட்களாய் செயல்படுகின்றனர் என்ற சந்தேகத்தை அவர்கள் மனதில் ஏற்படுத்த வேண்டும்.

(2) உளவாளிகள் தாமே நாட்டிற்கெதிரானவர்கள் போல் செயல்பட்டு உள்நாட்டு, வெளிநாட்டு கலகக் காரர்களுக்கிடையில் அபிப்ராய பேதத்தை உண்டாக்க லாம்.

படைகளை உபயோகிக்கும் இரு வழிகள் பின் வருமாறு :

● இரகசிய கொலைகாரர்களை கலகத்திற்கு உடந்தை யானவர்களின் நண்பர்களாய் நடிக்கச் செய்து ஆயுதம் அல்லது விஷம் கொண்டு கொல்லச் செய்யலாம்.

● கலகக்காரர்களை தலைநகரத்துக்கு வரவேற்று கொல்லலாம்.

மூன்று மற்றும் நான்காம் வகை

கலகத்தைத் தூண்டுபவர்களைச் சமாளிப்பதே இவ் விரு வகையை வெல்லும் வழியாகும். இராஜத்துரோகத் துக்கான ஆணிவேர் களையப்படுமெனில் இராஜத்

துரோகிகள் உருவாக இயலாது. உடந்தையானவர்களை அழிப்பதன்மூலம் தூண்டுபவர்களின் வலையில் சிக்கி வேறு சிலர் கலகத்துக்கு உடந்தையாகலாம்.

மூன்றாம் வகை : தூண்டுபவர்களை அதற்கு உடந்தையானவர்கள் இருவருமே வெளிப்புறத்தைச் சார்ந்தவர்களெனில் கருத்து வேறுபாட்டை விதைத்தல் மற்றும் படைகளைப் பிரயோகித்தல் போன்ற வழிமுறைகள் பலனளிக்கும்.

கருத்து வேறுபாடு : உடந்தையானவர்கள் உண்மையில் தூண்டியவர்களை அழிக்க வந்த அரசனின் ஏவலர்கள் என்ற சந்தேகத்தை ஏற்படுத்துவதாகும்.

படைகளை உபயோகித்தல் : கலகத்திற்கு உடந்தையானவர்களை ஆயுதம், விஷம் போன்றவற்றைப் பயன்படுத்தி இரகசிய கொலைகாரர்களால் அழிக்கலாம்.

நான்காம் வகை : கலகம் முழுமையாய் உள்நாட்டைச் சார்ந்ததெனில் பொருத்தமான நான்கு வழிகளில் ஏதேனும் ஒன்றை அரசன் கையாள வேண்டும். கலகத்தைத் தூண்டுபவர்களுக்கு மகிழ்ச்சிகரமான, சோகமான தருணங்களில் பரிசளித்தல் மூலம் அரசனை மகிழ்விக்கலாம். அவரது நேர்மை அல்லது நன்மையை வெளிப்படையாய் பாராட்டும் வகையில் புகழாரம் சூட்டலாம். ஓர் ஒற்றன் கலகக்காரனின் நண்பனைப் போல் செயல்பட்டு மன்னர் அவனது நேர்மையைச் சோதிக்கவிருப்பதாயும், உண்மையையே கூறவேண்டும் என்றும் எச்சரிக்கலாம். குழப்பவாதிகள் ஒவ்வொருவரும் அரசனின் நம்பிக்கைக்குப் பாத்திரமானவர்கள் என்று கூறி ஒருவரிடமிருந்து மற்றொருவரைப் பிரிக்கலாம். இறுதியாய் இரகசியத் தண்டனை வழங்கும் முறைகளைப் பயன்படுத்தலாம்.

துரோகிகளும் சதியாலோசனையும்

கலகம் மற்றும் குழப்பங்கள் குறிப்பாக உள்நாட்டு மற்றும் வெளிநாட்டுக்கிடையேயான சதியாலோசனையை முறியடிப்பதற்கு கலகத்தைத் தூண்டுபவரின் குறிக்கோளைத் தெரிந்து கொள்ள வேண்டும். மன்னனை ஆட்சியிலிருந்து நீக்க வேண்டுமென்ற கலகக்காரரின் எண்ணம் தற்காலிகமானதே. அப்புரட்சிக்காரன் நேர்மையானவன் எனில் அவனுடைய நியாயமான கோரிக்கைகளை நிறைவேற்றுவதாய் ஒப்பந்தம் செய்வதாய் அவனைச் சமாளிக்கலாம். ஆனால், கொடுமைத் தன்மை கொண்ட புரட்சியாளனைப் படைகளைக் கொண்டே சமாளிக்க வேண்டும்.

புரட்சியைத் துவக்கி எவரையும் அழிக்கக்கூடிய ஒருவனை வெற்றி கொள்ள அரசன் இரகசியமாய் முயல வேண்டும். அரசன் தனது வார்த்தைக்கு உண்மையுடன் விளங்குகிற, தனது குறிக்கோளை அடையவோ அல்லது தன்னைத் துன்பத்தில் இருந்து காக்கத் தயாராயிருக்கும் ஒருவனை அணுக வேண்டும். முதலில் அம்மனிதன் நேர்மையானவனா கொடுமைக்காரனா என்பதை எடை போட வேண்டும்.

நேர்மையானவனுடன் அரசன் ஒப்பந்தம் செய்து கொள்ளலாம். கொடியவனுடன் செய்யும் ஒப்பந்தம் அவனை வெற்றி கொள்ளும் நோக்கில் அமைய வேண்டும்.

நாட்டுக்கு வெளியில் இருந்து கலகத்தைத் தூண்டும் ஒருவன் பின்வரும் குறிக்கோள்களுடனேயே உள் நாட்டில் குழப்பத்தை ஏற்படுத்துவான். புரட்சி வெற்றி பெறுமெனில் உள்நாட்டுப் புரட்சியாளன் தன்னை அரசனாய் ஏற்றுக் கொள்வான். இதனால் தனக்கு

இரட்டை இலாபம் உண்டாகும். அதாவது அரசனின் இறப்பு மற்றும் அரசாட்சி கிட்டுதல் ஆகும். மாறாக புரடசி தோல்வியடையுமெனில் உள்நாட்டு புரட்சியாள னையே அரசன் கொல்வான். அதன் விளைவாக அப் புரட்சியாளன் குடும்பம் மற்றும் ஆதரவாளர்கள் தன்னை வந்தடைவர். இறந்தவனைப் போன்ற மற்ற உள்நாட்டுப் புரட்சியாளர்களும் மன்னனால் தண்டிக்கப்படும் அச்சத் தில் பெரிய அளவில் சதியாலோசனை செய்வர். ஒரு வேளை அவர்கள் புரட்சியை ஏற்படுத்தவில்லையெனி னும் அவர்கள் மீதான தவறான அபிப்ராயத்தால் ஒவ் வொருவராய் அங்கிருந்து மன்னனால் நீக்கப்படுவர் என்பவையே அக்குறிக்கோள்களாகும்.

உள்நாட்டுப் புரட்சியாளன் நாட்டின் வெளியிலி ருக்கும் ஒருவனைப் பல குறிக்கோள்களுடன் தூண்டு வான். உள்நாட்டு கொடுமைக்காரன் மன்னனின் கருவூலத்தைக் கொள்ளையிட்டு, படைகளை அழிக்கும் வேளை யில் மற்ற சதிகாரர்களை மன்னனைக் கொல்லும் வகையில் தூண்டுவான். அக்கொடுமைக்காரன் வெளி நாட்டுச் சதிகாரர்கள் அல்லது ஆதிவாசிகள் போன் றோரைத் தூண்டி அவர்களைச் சிக்கலில் அகப்படுத்தித் தன் கட்டுப்பாட்டுக்குள் கொண்டு வருவான். பிறகு, அவர்களைக் காட்டிக் கொடுத்து மன்னனின் நம்பிக் கையைப் பெறுவான். எதிரிகளைத் தன் கட்டுப்பாட் டிற்குள் கொண்டுவந்தபின், அவர்களது நிலங்களை மட்டுமன்றி அரசனது நிலங்களையும் கைப்பற்றிக் கொள்வான்.

இராஜத்துரோகம்

மூன்று வகையான இராஜத்துரோகம் பின்வருமாறு:

- முழுமையாய் சொந்த மக்களால் தோன்றும் வஞ்சகம்.
- எதிரிகளால் தூண்டப்பட்டுச் செய்யப்படுவது.
- எதிரிகளால் தூண்டப்பட்டு உள்நாட்டு இராஜத் துரோகியால் நடைமுறைப்படுத்தப்படுவது.

முதல் இரண்டும் எளிய வகை என்றும், மூன்றாவது கலப்பு வகை என்றும் அழைக்கப்படும்.

இரு எளிய வகை துரோகங்கள் - உள்நாட்டு இராஜத்துரோகம், எதிரிகளால் ஏற்படும் வஞ்சகம்.

அரசன் தனது நாட்டு மக்கள் இராஜத் துரோகத்தின் வகையில் சிக்காமல் காக்க படைகளைத் தவிர வேறு எந்த (பரிசுகள், கருத்து வேறுபாடு) ஆயுதத்தையும் பயன்படுத்தலாம். ஆயிரக்கணக்கான மக்களுக்கு எதிராய் படைகளை உபயோகிப்பதால் விரும்பிய விளைவு ஏற்படாமல் எதிரிடையாய் மாறலாம். எனவே, அம் மக்களை ஆட்டி வைக்கும் எதிரிகளுக்கு இரகசியமாய் தண்டனை அளிக்கலாம்.

இராஜத்துரோகிகள் இராஜவிசுவாசிகளுடன் கை கோப்பார்களெனில் சதியாலோசனை மிகப்பெரும் அளவில் உருவெடுக்கும். இந்த அபாயத்தில் இருந்து விடுபட இராஜவிசுவாசிகளை வெற்றிக்கு உறுதுணையாய் வைக்க வேண்டும். மக்களின் ஆதரவின்றி இராஜத் துரோகிகள் நிலைகொள்வது இயலாத காரியம்.

அபாயங்களை எதிர்கொள்ளும் நான்கு வகைகளை (பரிசளித்தல், புகழாரம் சூட்டுதல், கருத்து வேற்றுமை உண்டாக்குதல், படைகளின் உபயோகம்) வரிசையாய் உபயோகிக்கலாம். மகன், சகோதரன் அல்லது ஓர்

உறவினர் வஞ்சகம் செய்ய முற்படுவாரெனில் அவர்களைப் புகழ்ந்து பரிசளிப்பதால் அபாயத்தைத் தடுக்கலாம்.

நகர மக்கள் கிராம மக்கள் அல்லது படைகள் துரோகம் செய்வார்களெனில் பரிசுகளால் அத்தலைவர்களை மகிழ்வித்தல் அல்லது அவர்களுக்கிடையே கருத்து வேற்றுமையை ஏற்படுத்துவதே சிறந்தது. துரோகிகள் அண்டைநாட்டு இளவரசர்களாகவோ அல்லது காட்டரசர்களாகவோ இருப்பின் கருத்து வேற்றுமையை உண்டாக்குவது மற்றும் படைகளைப் பயன்படுத்துவதே சிறந்த வழி. இச்செயல்முறை இயல்பானதும், ஏற்றுக்கொள்ளக்கூடியதும் ஆகும். மாறாக, இம்முறைகள் தலைகீழாய் உபயோகிக்கப்படுமெனில் (சாமத்திற்கு முன் தானமும், பேதத்திற்கு முன் தண்டமும்) அது இயல்புக்கு மாறானதாகும்.

இரகசிய முறைகள்

அரசனுக்குக்கீழ் சேவகம் செய்து பயனடையும் உயர் அதிகாரிகள் சுயமாகவோ, எதிரிகளின் கூட்டணியினாலோ அரசனுக்குத் தீங்கு விளைவிப்பவர்களாய் மாறலாம். அவர்களை இரகசிய உளவாளிகள் மூலமோ அல்லது அவர்களால் கடத்தப்படும் அபாயத்துக்குட்பட்டவர்களாலோ கையாளலாம். ஓர் எதிரியின் நகரத்தைக் கைப்பற்றப் பயன்படும் எந்த முறைகளையும் கையாளலாம்.

சில வேளைகளில் மன்னனுக்குத் தீங்கு செய்யும் இராஜத் துரோகிகள் ஒன்றிணைந்து ஆற்றலுடன் செயல்படுவதால் அவர்களை நேரடியாய் எதிர்க்க இயலாது. எனவே, அவர்களை இரகசிய வழிகள் மூலம் அடக்குவது மன்னனின் கடமையாகும். உறவினர்களைப் பயன்

அரசியல் நெறிமுறைகள் (அர்த்த சாஸ்திரம்)

படுத்தல், பொறியில் சிக்க வைத்தல் மற்றும் ஒருவருக் கெதிராய் மற்றவரைத் தூண்டுதல் என மூன்று இரகசிய வழிமுறைகள் உள்ளன.

இராஜத் துரோகி தனது படைகளுடன் பட்டத்து இளவரசியிடமோ அல்லது படைத் தளபதியிடமோ சரணடையலாம். முதலில் அவனுக்குச் சில நன்மை களைச் செய்து பின்னரே எதிராகச் செயல்படவேண்டும். பிறகு அவனை பலவீனமான படை மற்றும் இரகசிய கொலைகாரன் ஆகியோருடன் கொலைக்களத்துக்கு அனுப்பலாம்.

இராஜத்துரோகியின் மகன்களுள் அரசிற்கு எதிராய் செயல்படாதவனுக்கு அவனது மரபு வழிச் சொத்துக்கள் அளிக்கப்படலாம்.

இவ்வாறாக இராஜத் துரோகிகளின் அபாயமின்றி அரசனின் வாரிசுகள் - மகன்கள், பேரன்கள் அரசாட்சி யைத் தொடர்ந்து அனுபவிக்கலாம்.

தண்டனை

இராஜத் துரோகத்தைப் பரப்புதல் – கண்களை குரு டாக்குவதுடன் 800 பண அபராதம்.

மனநிறைவற்ற மகன்கள்

ஓர் அரசனின் மகன் புரட்சிக்காரனாகவோ கலகத் தைத் தூண்டுபவனாகவோ மாறுவானெனில் அதை இரகசிய உளவாளிகள் அரசனுக்குத் தெரிவிக்கலாம். அம்மகன் ஒரே மகனாய், அரசனின் அன்புக்குரியவ னாயிருப்பின் சிறைப்படுத்தப்படலாம். ஒன்றுக்கு மேற் பட்ட மகன்கள் இருந்தால் கலகம் செய்பவனை தொல்லை உண்டாக்க இயலாத, அவனை ஏற்றுக் கொள்

ளும் மக்களில்லாத, அவனது ஆற்றலை அதிகரித்துக் கொள்ளும் சாத்தியமில்லாத எல்லைப்பகுதிக்கு அனுப்ப வேண்டும். கலகக்காரனான அம்மகன் நன்னடத்தைகள் கொண்டவனாயின் சேனாதிபதியாக்கி விடலாம்.

நியாயமற்ற முறையில் நடத்தப்படும் மகன் : சில சமயங்களில் நற்குணங்கள் கொண்ட வாரிசுரிமை பெறத் தகுதியான இளவரசன் ஒருவன் தனது தந்தையால் நியாய மற்ற முறையில் நடத்தப்படலாம். கொடுமைப்படுத்தப் பட்டு, பயனற்ற பணிகள் அளிக்கப்படும் ஓர் இளவரசன் அப்பணி (1) அவனுடைய உயிருக்கு ஆபத்தை உண்டு பண்ணாது என்றாலோ, (2) மக்களை அவனுக்கெதிராய் தூண்டாது என்றாலோ, (3) கொடிய பாவங்களைச் செய்யாதவகையில் அமையும் என்றாலோ அவன் தனது தந்தைக்குக் கீழ்ப்படியலாம். பயனுள்ள பணிகள் அளிக்கப்படுமெனில் அதனை உற்சாகத்துடன், திறன் மிக்க அதிகாரிகள் துணையோடு செய்து முடிக்க வேண்டும். அப்பணியில் இருந்து பெறும் இயல்பான இலாபம் மற்றும் தனது சுயமுயற்சியில் பெற்ற கூடுதல் இலாபம் என இரண்டையும் தன் தந்தைக்கு அனுப்பி வைக்கலாம்.

தனது தந்தையால் (அரசன்) சிறைபிடிக்கப்படலாம் அல்லது கொல்லப்படலாம் என்கிற அச்சத்தில் உள்ள இளவரசன் நியாயமான, ஆற்றல்மிக்க, நேசக்கரம் நீட்டுகிற அண்டை நாட்டு அரசனிடம் தஞ்சம் புகலாம். அவ்வரசனின் பாதுகாப்பில் படைகளைத் திரட்டி, அரச குடும்பத்தில் திருமணம் செய்து அல்லது காட்டுவாசி களுடன் கூட்டுவைத்து தனது தந்தையின் ஆட்சியிலுள்ள மக்களின் ஆதரவுடன் ஆட்சியுரிமையைக் கைப்பற்ற லாம்.

அரசியல் நெறிமுறைகள் (அர்த்த சாஸ்திரம்) 83

சரியான அடைக்கலம் கிடைக்காத நிலையில் அவன் தன் தாய்வழி உறவினரின் உதவியோடு தந்தையை வெல்லலாம்.

இளவரசன் கபடமாகவும் செயல்படலாம். அவன் கலைஞர்கள், கைவினைஞர்கள், மருத்துவர் போன்று பாசாங்கு செய்து அரண்மனையில் படுகொலை பாதக ரோடு நுழைந்து ஆயுதங்கள் அல்லது விஷம் மூலமாய் அரசனைக் கொல்லலாம். பிறகு, தன்னையே பட்டத்துக் குரியவனாய் அறிவித்து, அவனோடு பணியாற்ற ஒப்புக் கொண்டவர்களுக்கு இருமடங்கு உணவு, கூலி போன்றவை வழங்கலாம்.

அரசனின் பாதுகாப்பு நடவடிக்கைகள்

கலகத்தை உண்டு பண்ணும் இராஜத்துரோகியான மகனை அரசன் தனது உயர் அதிகாரியின் மகன்கள் மற்றும் இளவரசனின் தாய் ஆகியோர் மூலம் ஆசை வார்த்தைகள் கூறி அரசவைக்கு வரச்செய்ய வேண்டும். அவ்வாறு வரமறுக்கும் இளவரசனை ஆயுதங்கள் அல்லது விஷம் மூலம் படுகொலை செய்யச் சொல்ல லாம். அவ்வாறு அவனைக் கொல்ல விரும்பாத நிலை யில் அவனுக்கு மது அளித்தோ அல்லது வேட்டை யாடும்போது இரகசிய உளவாளிகள் மூலம் கைது செய்தோ அரசவைக்குக் கொண்டு வரலாம்.

கைது செய்யப்பட்டவன் அரசனுடைய ஒரே மகனெனில் அரசனது மறைவிற்குப்பின் ஆட்சியுரிமை அவனுக்கு வழங்கப்படும் என்று உறுதியளித்து, நிபந்தனையோடு அவனை விடுவிக்கலாம். பிற மகன்கள் இருப்பின் கைது செய்யப்பட்டவன் கொல்லப் படுவான்.

அரசனின் மறைவுக்குப் பின் வாரிசு நியமனம்

அரசன் மிகவும் உடல்நிலை பாதிக்கப்பட்டோ, இறக்கும் தருவாயிலோ இருப்பின் முடியாட்சியை எவ்வித குழப்பமுமின்றி தொடரும் வகையில் அமைச்சர்கள் பின்வரும் செயல்களைச் செய்ய வேண்டும்.

அரசனின் இறப்பு எதிர்நோக்கப்படும் நிலையில் அமைச்சர்கள் வேறு சில அதிகாரிகளின் உதவியோடு மாதத்தில் ஓரிரு முறை அரசனைக் காண பார்வையாளர்களை அனுமதிக்கலாம். (அரசனின் மோசமான உடல் நிலையை மறைக்கும் பொருட்டு பார்வையாளர்களின் வருகை தவிர்க்கப்படலாம்.) அந்நிலையில் அரசன் நாட்டின் அபாய நிலை, சுபிட்சம், எதிரிகளின் அழிவு, நீண்ட நாள் வாழ்வு போன்றவற்றுக்காய் சிறப்பு வழி பாட்டில் ஈடுபட்டிருப்பதாய் கூறிவிடலாம். மேலும், அமைச்சர்கள் மக்களிடம் அரசன் தனது தினசரிக் கடமைகளை நல்ல முறையில் நிறைவேற்றுவதாய் மதிப்பைத் தோற்றுவிக்க வேண்டும். மக்களுக்குத் தீங்கு செய்பவர்களைத் தண்டித்தும், நன்மை செய்பவர்களைக் கௌரவித்தும் மக்களுக்கு மகிழ்ச்சியூட்ட வேண்டும்.

அமைச்சர் கருவூலம், இராணுவம் இரண்டையும் ஒன்று திரட்டி கோட்டைக்குள்ளோ எல்லைப்புறத்திலோ பாதுகாப்பான இடத்தில் நம்பிக்கையானவரின் பொறுப்பில் வைக்க வேண்டும். இளவரசன் அரசனின் நெருங்கிய உறவினர்கள், முக்கியமான உயர் அதிகாரிகள் ஆகியோரும் பாதுகாப்பின்கீழ் வைக்கப்பட வேண்டும்.

கோட்டை அல்லது காட்டுப்பகுதியின் தலைவர் பகைமை உணர்வு பாராட்டுவாரெனில் அவர் தோற்கடிக்கப்பட வேண்டும். அல்லது, அபாயகரமான படை

யெடுப்பு, எதிரிகளின் மீதான படையெடுப்பிற்கு அனுப்ப வேண்டும். அமைதியான முறையில் ஆட்சி கைமாறுவது உறுதி செய்யப்பட்ட பின், அமைச்சர் -

- அரச குடும்பத்தின் பிற அங்கத்தினர்கள், இளவரசர்கள் முக்கியமான உயரதிகாரிகள் ஆகியோரின் ஆதரவைப் பெற்று அரசன் இறக்கு முன்பே இளவரசனை ஆட்சியிலமர்த்தலாம். பட்டத்து இளவரசனிடம் பொறுப்பை ஒப்படைத்த பிறகு அரசனின் உடல்நிலை சீர்கேடுற்றதை அறிவிக்கலாம்.

போரில் வீரமரணம் : அரசன் போரின்போது எதிரி நாட்டில் சென்று இறக்க நேரிடுமெனில் அமைச்சர் -

- எதிரியுடன் ஒப்பந்தம் செய்து நாட்டைச் சீரமைக்கலாம்.
- அண்டை நாட்டு அரசனைத் தலைநகரில் வைத்து விட்டு போரில் இருந்து பின் வாங்கலாம்.
- வாரிசை அரியணையில் அமர்த்தி, போரைத் தொடரலாம்.

மறைமுக செயல்பாடுகள்

ஓர் அரசன் தனது எதிரி, கூட்டணி மற்றும் நடுநிலையான அரசர்களின் அரசவையில் ஒற்றர்களை அமர்த்தி அவ்வரசர்கள் மற்றும் பதினெட்டு வகை உயர் அதிகாரிகளின் செயல்பாடுகளை உளவு பார்க்கலாம்.

அழிவூட்டும் செயல்கள் மூலம் வியக்கத்தக்க விளைவுகளைப் பெற இயலும்.

ஆயுதங்கள், தீ அல்லது விஷம் போன்றவற்றை உபயோகித்து இரகசியமாய் கொலை செய்யும் ஒருவன்

மிகப்பெரும் படையைக் காட்டிலும் அதிகம் சாதிக்க இயலும்.

இரகசிய சேவையை உருவாக்குதல்

உயர் அதிகாரிகளின் நேர்மையைச் சோதித்த பிறகு பின்வரும் வகைகளில் அரசன் இரகசிய சேவைகளை உருவாக்கலாம்.

(i) ஓரிடத்தில் நிலை கொள்ளும் இரகசிய உளவாளிகள் : இரகசிய உளவுத்துறை அதிகாரிகள், ஒற்றர்கள் ஆகியோர் துறவிகளை, வியாபாரிகளைப் போல் அல்லது குடிமக்களைப் போல் வேடமிட்டு ஓரிடத்தில் தங்குவர்.

(ii) சுற்றித் திரியும் உளவாளிகள் : இரகசிய உளவாளி, படுகொலை பாதகன் மற்றும் பெண் பிச்சைக்காரர்கள்.

மூன்று உளவாளிகளால் கூறப்படும் எந்தவொரு தகவலும் உண்மையாய் ஏற்றுக் கொள்ளப்படும்.

சந்தேகத்துக்குரியவராய் திகழும் எந்த உளவாளியும் உடனே நீக்கப்பட வேண்டும்.

■■■

III

சீரமைக்கப்பட்ட மாநிலம்

பிறரது உதவியுடன் மட்டுமே ஓர் அரசன் ஆட்சி செய்ய இயலும். ஒற்றைச் சக்கரத்துடன் ஓர் இரதம் இயங்க முடியாது.

எனவே, அரசன் அமைச்சர்கள் மற்றும் ஆலோசனை சபையை நியமித்து அவர்களது அறிவுரையைக் கேட்க வேண்டும்.

பிராமணர்களால் போற்றி வளர்க்கப்பட்டு, திறன் மிக்க மந்திரிகளால் செழிக்கப்பெற்று சாஸ்திரங்களிலி ருந்து கற்ற ஞானத்தை ஆயுதமாய்க் கொண்டு செயல்படு பவனே வெற்றியைத் தனதாக்கிக் கொண்டவன் ஆவான். அவன் தோல்வி என்பதையே அறியாத சத்ரியன்.

எந்த எதிரிகளாலும் அவனுடைய இரகசியம் அறியப் படாது. ஆனால், அவன் எதிரியின் அனைத்து பலவீனங் களையும் அறிந்திருப்பான்.

ஆமையைப் போன்று ஆபத்து நேரும் வேளையில் புலன்களை உள்ளடக்கிக் காத்துக் கொள்வான்.

செல்வத்தின் ஆதாரம் பொருளாதார நடவடிக்கைகள் ஆகும். அதில் ஏற்படும் குறைபாட்டால் பொருளாதார நெருக்கடி ஏற்படும்.

பலனளிக்கும் பொருளாதார நடவடிக்கையின்றி நிகழ்கால செழிப்பு மற்றும் எதிர்கால வளர்ச்சி இவை அழிந்துபடுகிற அபாயம் உண்டு.

■■■

16

புதிய குடியேற்றங்கள்

வெற்றிடங்களில் புதிய கிராமங்களைத் தோற்று வித்தோ அல்லது பாழ்பட்ட கிராமப் பகுதிகளை புனர் நிர்மாணம் செய்தோ ஒரு மன்னன் கிராமப்புற மக்கள் தொகையை அதிகரிக்கலாம். இப்பணியைத் தனது சொந்த நாட்டு மக்களை அக்கிராமங்களுக்கு அனுப் பியோ, அல்லது வேற்று நாட்டு மக்களை இடம் பெறச் செய்வதன் மூலமோ தொடரலாம்.

கிராமங்களில் குடிகொண்டவர்கள் குறைந்தது நூறிலிருந்து அதிகபட்சம் ஐநூறு குடும்பத்தவர்களாய் விவசாயத்தை முக்கிய தொழிலாய் கொண்டிருக்க வேண்டும்.

கிராமங்கள் ஒன்றுக்கொன்று பாதுகாப்பளிக்கும் வகையில் அமைந்திருக்க வேண்டும். கிராமங்களின் ஒவ்வோர் எல்லையும் இரண்டே கால் முதல் நான்கரை மைல் தூரம் அமைந்திருப்பதோடு மலை, காடு, நதி, ஆற்றுப்படுகை, குகை, கரைகள் போன்றவற்றால் சூழப் பட்டிருக்க வேண்டும்.

அரசியல் நெறிமுறைகள் (அர்த்த சாஸ்திரம்) ▮ 89

எதிரிகள் மற்றும் காட்டுவாசிகளின் தாக்குதலுக்கும் நோய் மற்றும் பஞ்சத்தின் பாதிப்பிற்கும் ஆளாகக்கூடிய எந்தவொரு பகுதி (குடியேறுவதை)யையும் மன்னன் தவிர்க்க வேண்டும், அளவுக்கதிகமான செலவையும் தவிர்க்கலாம்.

பத்து கிராமங்களுக்கு ஒன்று வீதம் ஒரு 'சங்ரஹணா' (உப-மாவட்ட தலைமையிடங்கள்)வையும், இருநூறு கிராமங்களுக்கு நடுவில் ஒரு 'கர்வாதிகா' (மாவட்ட தலைமையிடம்)வையும், நானூறு கிராமங்களுக்கு ஒரு 'த்ரோணமுகா'வையும், எண்ணூறு கிராமங்களின் பொதுத்தலைமையிடமாய் 'ஸ்தானியா' வையும் (மாகாணத் தலைமையிடம்) ஓர் அரசன் அமைக்கலாம்.

எல்லைகளில் தனது இராஜ்ஜியத்தின் நுழைவு வாயிலைக் காப்பதற்கு படைத்தலைவர்களின் கட்டுப் பாட்டின் கீழ் அரண்களை நிர்மாணிக்கலாம்.

எல்லை அரண்கள் மற்றும் கிராமங்களுக்கு இடைப் பட்ட பகுதிகளை வில்லாளிகள், வேடர்கள், பழங்குடி யினர் போன்றோரால் காக்கலாம்.

ஆசிரியர்கள், புரோகிதர்கள், வேதங்களைக் கற்று ணர்ந்தவர்கள் மதரீதியான சடங்குகளைச் செய்பவர் என்று அந்தணர்களில் பல்வேறு வகையினருக்கும் நிலங் களைத் தானமாய் அளிக்கலாம். அவ்வாறு அளிக்கப் படும் நிலம், வரி அபராதத்திலிருந்து விதிவிலக்கு பெற்றவையாகவும், வாரிசுகளுக்கு மாற்றியமைக்கக் கூடியதாயும் திகழ வேண்டும்.

மேலும் (கிராமம் முழுமையாய் நிறுவப்பட்டபின்) துறைத்தலைவர்கள், கணக்கர்கள், குறிப்புகளைப் பராமரிப்பவர்கள், மருத்துவர்கள், தூதுவர்கள், குதிரைப் பயிற்சியாளர்கள் போன்றவர்களுக்கும் இனாமாக நிலம்

அளிக்கப்படலாம். அந்நிலங்களைப் பெறுபவர்கள் தங்கள் விருப்பம்போல் அவற்றை அடகு வைக்கவோ, விற்கவோ இயலாது. (நிலத்தில் கிடைக்கும் வருமானத்தை மட்டுமே அவர்கள் அனுபவிக்கலாம்)

வரி செலுத்துபவர்களுக்கு வாழ்நாள் முழுவதற்குமான பயிரிடும் நிலம் ஒதுக்கப்பட வேண்டும். ஒருவர் தன்னுடைய சொந்த முயற்சியால் விவசாயத்துக்காகப் பயன்படுத்திய நிலம் அவரிடமிருந்து பறித்துக் கொள்ளப்படாது. விவசாயம் செய்யாதவர்களுடைய நிலம் அவர்களிடமிருந்து பறிமுதல் செய்யப்பட்டு பிறரிடம் அளிக்கப்படலாம். கிராமத்தின் மற்ற தொழிலாளிகளோ வியாபாரிகளோ அந்நிலத்தைப் பயிரிடுவதற்கு உபயோகித்துக் கொள்ளலாம். பயிர்த்தொழில் செய்பவர்கள் அவர்கள் திருப்பிச் செலுத்தும் திறனுக்கேற்றவாறு தான்யங்கள், கால்நடைகள், பணம் அளிக்கப்படலாம். வருமானத்தை அதிகரிக்கச் செய்கிற அல்லது கருவூலத்திற்கு பாதிப்பு உண்டாகாத வகையில் மக்களுக்குப் பல நன்மைகள் அளிக்கப்படலாம். கருவூலத்தில் குறைபாடு ஏற்பட்டால் அரசன் இராஜ்ஜியத்தின் வலுவை இழப்பான். அவன் மகனிடம் பரிவு காட்டும் தந்தையைப் போன்று செயல்பட்டு விதிவிலக்குகளைப் பயனுள்ளதாக்க வேண்டும்.

துறவிகள் (பிராமணர்களைத் தவிர), சொந்த நாட்டில் பிறக்காத மக்கள் குழுவினர், வளர்ச்சிக்காக உருவாக்கப்பட்ட கூட்டுறவு சங்கங்களைத் தவிர மற்றவை நாட்டிற்குள் குடியேறுதல் கூடாது.

ஆசிரமங்கள், தனியாக ஒதுக்கப்பட்ட இடங்களில் வாழும் துறவிகள் ஒருவருக்கொருவர் தொந்தரவு செய்யாமல் வாழலாம். ஏற்கனவே குடி கொண்டவர்கள் புதிதாய் வருபவர்களுக்கு இடமளிக்க வேண்டும்.

அரசியல் நெறிமுறைகள் (அர்த்த சாஸ்திரம்)

அதற்கு மறுப்பவர்கள் வெளியேற்றப்பட வேண்டும்.

தீவிரமான தண்டனைகளின் அச்சுறுத்தல் மூலம் ஒழுக்கச் சீர்கேட்டை அரசன் சரி செய்யலாம். தர்மத்தை வென்று அதர்மம் தலைதூக்குமெனில் அரசனே அழியும் நிலை ஏற்படலாம்.

புதிய குடியேற்றத்தில் கேளிக்கைக்கான இடமளிக்கப் படுவதில்லை. வேற்று மக்களுக்கு அடைக்கலமளிக்காத கிராமங்களில் மக்கள் முழுமையாய் விவசாயத்தில் ஈடுபடுவதால் அவர்களுடைய வேலைக்குத் தடையேற் படுத்தும் நடிகர்கள், நாட்டியக் கலைஞர்கள், பாடகர்கள், இசைக் கலைஞர்கள், கதை கூறுபவர்கள் போன்றோ ருக்கு இடமளிக்கப்படுவதில்லை. அதன் விளைவாய் தொழிலாளர்கள் எண்ணிக்கை, பணம், தானியங்கள், பானங்கள், வியாபாரப் பொருள்கள் போன்றவை அதிகரிக்கும்.

(ஒரு குடியேற்றம் நடைபெறும்போது அந்நிலப்பகுதி நீர்வளம், இரு பயிர்களை விதைக்கும் தன்மை, யானைக் காடுகள், வியாபார வழிகள் நிறைந்ததாய் இருப்பதே விரும்பத்தக்கது. அதிகச் செலவு அல்லது நஷ்டத்தின் காரணமாய் ஒரு நிலப்பகுதியில் குடியேற்றம் செய்வது கடினமாய்த் திகழுமெனில் அந்நிலத்தை அடைய விரும்பித் தோற்ற ஒருவரிடம் அதனை விற்றுவிட வேண்டும்.

■■■

17

பொருளாதார நடவடிக்கைகளை மேம்படுத்துதல்

மக்களின் நலனை மேம்படுத்துவதன் மூலம் அரசன் தனது அதிகாரத்தை விரிவுபடுத்தலாம். பொருளாதாரச் செயல்பாடுகள் அனைத்துக்கும் ஆதாரமாய் விளங்கும் கிராமப்புறங்களிலிருந்தே மன்னனுக்கு அதிகாரம் கிட்டுகிறது. மக்களுக்கும் தனக்கும் சொர்க்கம் போன்று பாதுகாப்பளிக்கும் கோட்டைகளை மன்னன் கட்டலாம். விவசாயத்திற்கு தொடர்ந்து நீர்வசதி அளிக்கக் கூடிய நீர் தேக்கங்களையும், இரகசிய உளவாளிகள், போர்த் தளவாடங்களை அனுப்பவும், பெறவும் உதவும் வியாபார வழிகளையும், யுத்தத்திற்கான பொருள்களை அளிக்கும் மூலங்களான சுரங்கங்களையும், பல்வேறு பயனுள்ள பொருள்களையும், விலங்குகளையும் அளிக்கும் காடுகளையும் அமைக்கலாம்.

மன்னன் விவசாயத்தை அபராதம் வரி மற்றும் தொழிலாளர் பற்றாக்குறையிலிருந்து காக்கலாம்.

வளமிக்க வனங்கள், நீர்த்தேக்கங்கள், சுரங்கங்களைச் சீரமைப்பதுடன் புதிய சுரங்கங்கள், தொழிற்சாலைகள், வனங்கள் (மரம் மற்றும் பல பொருள்களுக்காக) மந்தைகள், சந்தைகள், துறைமுகங்கள் மற்றும் சாலைகள் அமைக்கலாம்.

இயற்கையான நீர்த்தேக்கங்கள் அமைத்து அவற்றை மழைநீர் மூலமோ தருவிக்கப்பட்ட நீர் மூலமோ நிரப்பலாம். அல்லது நீர்த்தேக்கம் கட்டுபவர்களுக்குத் தேவையான நிலம், சாலை வசதி, மரங்கள் போன்ற

வற்றை அளித்து உதவலாம். இதே உதவியை சரணாலயங்கள் மற்றும் கோயில் கட்டுபவர்களுக்கும் செய்யலாம்.

ஒரு நீர்த்தேக்கம் கட்டுவது போன்ற கூட்டு முறையில் எவரேனும் பங்கேற்க மறுப்பாரெனில் அவரது எருதுகளோ, வேலையாட்களோ அதில் பங்கு பெறலாம். தான் கட்ட வேண்டிய பங்கினைச் செலுத்த வேண்டும். ஆனால் தன் பங்கிற்கு எவ்வித பலனையும் பெற இயலாது.

நீர்த் தேக்கங்களிலிருந்து பெறப்பட்ட மீன்கள், வாத்துகள் மற்றும் காய்கறிகளின் மீதான உரிமை அரசனையே சாரும்.

பயிரிட முடியாத நிலங்களை மேய்ச்சலுக்கு அளிக்கலாம். திருடர்கள், காட்டு விலங்குகள், விஷ ஜந்துக்கள் மற்றும் கொள்ளை நோய்களிலிருந்து கால்நடைகளைப் பாதுகாக்கலாம்.

வனங்களிலுள்ள நிலங்களை துறவிகள் வேதங்கள் கற்பதற்கும், 'சோமா' பயிரிடுதலுக்கும் அளிக்கலாம். அப்பகுதி குறைந்தது இரண்டே கால் மைல் தூரத்துக்குப் பரந்ததாயும், அசையும் அசையாப் பொருள்களுக்குப் பாதுகாப்பானதாயும் இருக்க வேண்டும்.

அதே அளவுடைய வனப்பகுதியை அரசன் தனது கேளிக்கைக்கு இடமாக அமைத்துக் கொள்ளலாம். எல்லைக்கருகிலோ வேறு ஏதேனும் பொருத்தமான இடத்திலோ வனவிலங்குகளைக் காக்கும் சரணாலயங் களை அமைக்கலாம்.

உற்பத்தி மிக்க வனங்களையும், அவ்வுற்பத்தி யிலிருந்து பொருள்கள் தயாரிக்கும் தொழிற்சாலைகளை யும் வனங்களின் அருகில் காட்டு வாசிகளுக்கான

இருப்பிடத்தையும் அமைக்கும் வகையில் அரசன் எல்லையை நிர்ணயிக்கலாம்.

இராஜ்ஜியத்தின் எல்லையில் மற்ற வனங்களால் சூழப்பட்ட தலைமை யானை, காட்டு அதிகாரியின் கண்காணிப்பின் கீழ் பாதுகாக்கப்பட்ட யானை வனத்தை அமைக்கலாம்.

அவன் இராஜ சபையிலுள்ளவர்கள், மாநில அதிகாரிகள், திருடர்கள் மற்றும் எல்லைக் காவலாளிகள் தாக்குதலிலிருந்தும், விலங்குகளின் மந்தைகளால் ஏற்படும் சேதங்களிலிருந்தும் வணிக வழிகளைப் பாதுகாக்கலாம்.

அணைகள், பாலங்கள் கட்டுதல், கிராமங்களை அழகு படுத்துதல், அவற்றைப் பாதுகாத்தல் போன்ற மக்களுக்குப் பயன்தரும் செயல்களைச் செய்யும் கிராம வாசிகளுக்கு சிறப்புச் சலுகை அளிக்கப்பட வேண்டும்.

சமூக விதிமுறைகள்

குடும்ப அங்கத்தினர்கள், அடிமைகள் மற்றும் அடகுத் தொழில் செய்பவர்களின் ஒழுக்கத்தைக் கருத்தில் கொண்டு சட்டத்தை வலுப்படுத்த வேண்டும்.

மாநிலத்தின் நலத்திட்டங்களில் குழந்தைகள், வயதானவர்கள், ஆதரவற்றவர்கள், குழந்தைகளுக்காக செலவு செய்யலாம். கிராமத்துப் பெரியவர்கள் கோயில் சொத்துக்களுக்குப் பொறுப்பாளியாகவும், வயது வராத வர்களுக்குப் பாதுகாவலர்களாகவும் (பருவம் எய்தும் வரை) செயலாற்றலாம்.

ஒவ்வொரு மனிதனுக்கும் தனது மனைவி, குழந்தை கள், பெற்றோர், தம்பிகள், சகோதரிகள் (மணமாகாத

வர்கள் அல்லது விதவைகள்) ஆகியோரைக் கவனித்துக் கொள்ள ஏதேனும் ஒரு வேண்டுகோள் இருக்கும்.

மனைவி மற்றும் குழந்தைகளின் பராமரிப்பைச் சரிவர மேற்கொள்வது எவரும் இல்லற வாழ்வை விடுத்து துறவறம் பெற இயலாது, எவரும் ஒரு பெண்ணைத் துறவறம் பூண தூண்டுதல் கூடாது.

இல்லற வாழ்வைக் கடந்த (உடல் சம்பந்தப்பட்ட செயல்களைக் கடந்த வயதுடைய) ஒருவன் நீதிபதிகளின் ஒப்புதலோடு (அவனது குடும்பம் நன்கு நிர்வகிக்கப் பட்டதாய்) துறவறம் மேற்கொள்ளலாம். ஆனால், நீதிபதிகளின் மறுப்புக்கு ஆளாகும் நிலையில் அவன் துறவறத்திலிருந்து தடுக்கப்படுவான்.

தலைநகர் - பாதுகாப்பு மற்றும் நன்மை

ஒவ்வொரு வீட்டிலும் வேலை செய்வதற்கென்று நிலம் ஒதுக்கப்படும். அங்கு பூக்கள் பழங்கள் இதர வணிகப் பொருள்களை வளர்க்க அனுமதிக்கலாம். பத்து வீட்டிற்கொரு கிணறு வழங்கப்பட்டிருக்க வேண்டும்.

எண்ணெய்கள், தானியங்கள், சர்க்கரை, உப்பு, வாசனைத் திரவியங்கள், மருந்துகள், உலர் காய்கறிகள், உலர்ந்த இறைச்சி, வைக்கோல், எரி பொருள்கள், உலோகங்கள், நிலக்கிரி, விஷம், கொம்புகள், மூங்கில், மரக்கட்டைகள், ஆயுதங்கள், பட்டயங்கள், கற்கள், கால்நடைத் தீவனங்கள் போன்ற பொருள்களைப் பல வருட உபயோகத்துக்குப் போதுமான அளவில் சேமித்து வைத்துக் கொள்ளலாம்.

யானை, குதிரை, ரதம், காலாட்படை ஆகியவை ஒவ்வொன்றும் ஒன்றிற்கு மேற்பட்ட தலைவர்களின் கீழ்

இருக்க வேண்டும். பல தலைவர்களைக் கொண்டு ஒருவருக்கொருவர் பயம் கொள்வதால் எதிரிகளின் ஆசை வார்த்தைகளுக்கு இணங்குவதில் இருந்து அனைவரும் தடுக்கப்படுவர்.

நாட்டிற்கு தீங்கு விளைவிக்கும் வேற்று நாட்டவர்கள் நகருக்குள் அனுமதிக்கப்படக்கூடாது. அவர்களை கிராமப் புறத்துக்கு விரட்டியடிக்கலாம். அல்லது, வரிகளையும் கட்டச் செய்யலாம்.

தண்டனைகள்

குழந்தைகள், மனைவி, பெற்றோர், சகோதரர்கள், விதவை அல்லது மணமாகாத சகோதரிகளை ஆதரிக்காத குற்றத்துக்கு 12 பணம் அபராதமாய் விதிக்கலாம்.

குழந்தை மற்றும் மனைவியை நிராதரவான நிலையில் விடுத்து துறவறம் பூண்டால் அபராதம் அல்லது குறைந்தபட்ச தண்டனை வழங்க வேண்டும். கோட்டைக்குள் அனுமதியின்றி நுழைதல் இரகசிய வழி அல்லது சுவரின் ஒரு துவாரத்தின் வழியே பொருளுடன் (நம்பிக்கையாய் அளிக்கப்பட்டது) கோட்டையை விட்டு வெளியேறுவதற்கு தண்டனை கால் தசைகளைத் துண்டித்தல் அல்லது 200 பணம்.

இறந்தவர்க்கு அவரது இனத்துக்கென்று ஒதுக்கப்படாத நிலத்தில் ஈமக்கடன்களைச் செய்தால் குறைந்த பட்ச அபராதம்.

■■■

18

ஆலோசகர்களின் அவசியம்

அரச ஆலோசகர்கள், மந்திரிகள்

நியமனத்துக்குப்பின் அவர்களது விசுவாசத்தைச் சோதித்தல், அரச ஆலோசகர்கள், மந்திரிகள் போன்ற உயர் அதிகாரிகளுக்குத் தேவையான தன்மைகள். ஆலோசகர்களுடன் கலந்தாலோசனை செய்தல். அமைச்சர்களின் எண்ணிக்கை, தகுதிகளை உறுதி செய்தல், அவர்களுடைய பணிகள், நேர்மை, ஒற்றுமை இவற்றைப் பரிசோதித்தல் இவை இப்பகுதியில் குறிப்பிடப்பட்டுள்ளன.

அர்த்த சாஸ்திரத்தைப் பொறுத்தவரை ஆலோசனை என்பது மிக முக்கியமான ஒன்று. நல்ல ஆலோசனையின் திறன், இராணுவத்தின் பலத்தைவிட உயர்ந்தது. சரியான நீதியுடைய அரசன் ஆற்றல் மிக்க அரசர்களைக் கூட வென்றுவிட இயலும்.

ஆலோசகர்கள், மந்திரிகளின் அவசியம்

மன்னன் தனது சொந்தக் கண்களால் தானே கண்டது, செவிவழி கேட்டறிந்து, செய்து முடிக்கப்பட்டவற்றைப் பற்றி அறிந்து செய்து முடிக்காதவற்றை ஊகிப்பது என ஓர் அரசின் வேலை மும்மடங்கானது.

அரசனின் சொந்த அறிவு, செவிவழி பெற்ற செய்திகள் மூலம் அரசாங்கத்தின் முழுமையை அறிவானெனில் அதிகாரிகள் செய்யத் தவறிய கடமைகளை அரசனே ஊகித்தறிய வேண்டும்.

அனைத்து பணிகளையும் மன்னனே செய்ய இயலாத தால் அவை பகுக்கப்பட்டு பல இடங்களில் ஒரே நேரத்தில் செயல்படுத்தப்படும். எனவே, அப்பணி களைச் சரியான இடத்தில், சரியான நேரத்தில் முடிக்க வல்ல அமைச்சர்களை மன்னன் நியமிக்க வேண்டும்.

ஆலோசகர்களை நியமித்தல்

அரசன் தனது உடன் பயின்றவரை ஆலோசகராய் நியமிக்கலாம். அவர்களைச் சிறு வயதிலிருந்தே மன்னன் அறிவதால் அவர்களது திறன், தன்னம்பிக்கை போன்ற வற்றையும் அறிந்திருப்பான் என பரத்வாஜர் கூறுகிறார்.

இதனை மறுக்கும் விதமாய் விஷாலாக்ஷா கூறுவது யாதெனில் பள்ளித் தோழர்கள் மன்னனுடன் அலட்சிய மாய் பழகுவர். எனவே, மன்னன் தன் இரகசிய செயல் பாடுகளில் ஒத்துழைப்பவர்களை ஆலோசகர்களாய் நியமிக்கலாம். அவர்கள் மன்னனை ஒத்த குணாதிசயங் களைக் கொண்டிருப்பதோடு மன்னன் மீது கொண்ட பயத்தினால் மன்னனுக்கெதிராக செயல்படாதவர்களா யிருப்பர் என்கிறார்.

மேற்கூறிய இருவழிகளுமே குறைகள் கொண்டிருப்ப தாய் பராசரரின் வழிவந்தவர்கள் கூறுகின்றனர். ஆலோச கர்களின் இரகசியம் மன்னனுக்குத் தெரிந்திருக்குமெனில் மன்னனைப் பற்றியும் அவர்கள் அறிந்திருப்பர். தன்னைப் பற்றி அறிந்த அவர்களின் தவற்றை, பொறுப் பின்மையை மன்னன் மன்னித்து விடுவான். மன்னனுக்கு ஆபத்துக்காலத்தில் உதவி செய்து தனது விசுவாசத்தை நிரூபித்த ஒருவரையே ஆலோசகராய் நியமிக்க வேண்டு மென்கின்றனர்.

அரசியல் நெறிமுறைகள் (அர்த்த சாஸ்திரம்) | 99

அத்தகைய ஆலோசகர் அறிவுபூர்வமான செயல்பாடின்றி விசுவாசத்தை மட்டுமே காட்ட இயலும் என்கிறார் பிசுனர். அவர் அரசு விவகாரங்களில் தனது திறமையை வெளிப்படுத்திய, வரவு செலவுத் திட்டங்களில் குறிப்பிட்டிருந்ததைக் காட்டிலும் அதிக வருவாய் பெருக்கிய ஒருவனை ஆலோசகனாய் நியமிக்கலாம் என்கிறார்.

அதிக வருவாய் ஈட்டும் திறன் மட்டும் போதுமானதல்ல, வேறு சில பண்புகளும் தேவை என்கிறார் கவுனபடந்தர். பரம்பரையில் அமைச்சராயிருக்கும் குடும்பங்களைச் சேர்ந்தவர்களை ஆலோசகராய் நியமிக்கலாம். பல தலைமுறைகளுக்கு அமைச்சர் பதவி வகித்த குடும்பத்தில் வந்தவர்களுக்கு அதிக அனுபவமும் அரச குடும்பங்களைப் பற்றிய தேர்ந்த ஞானமும் இருக்கும். அத்தகையவர்கள் மன்னனே தம்மிடம் தவறாய் நடந்தாலும் அவனைப் பழிக்க மாட்டார்கள் என்பது அவருடைய கருத்து.

மரபுவழி அமைச்சர்கள் அனைத்தையும் தனது கட்டுப்பாட்டின் கீழ் கொண்டுவந்து மன்னனையே செயலிழக்கச் செய்யும் அபாயத்தை நினைவூட்டுகிறார் வதர்யதி. எனவே, அரசில் தேர்ந்த இள இரத்தங்களை ஆலோசகராய் நியமிக்கலாம். அவர்கள் மன்னனால் அளிக்கப்படும் அப்பதவி பறிக்கப்படக்கூடியது என்பதை அறிந்திருப்பதால் மன்னனுக்கு எதிராய் செயல்படமாட்டார்கள் என்பது அவருடைய கருத்து.

நடைமுறை அனுபவமற்றவர்களை ஆலோசகராய் நியமிப்பதால் எச்செயலிலும் தவறு நேரிடலாம். எனவே, புனிதமான குடும்பத்தைச் சார்ந்த அறிவாற்றல்

மிக்க தைரியம் விசுவாசம் நிறைந்தவர்களை ஆலோசகர்களாய் நியமிக்கலாம் என்கிறார் பகுதந்திபுத்ரா.

மேற்கூறிய அனைத்தும் சூழ்நிலைக்கு ஏற்றவாறு பொருத்தமானவையே என்கிறார் கௌடில்யர்.

அரசன் தன்னை மீறி நடக்காதவரை தனது தோழனையும், மிரட்டாத வரையில் தன்னுடன் இருப்பவர்களையும் ஆலோசகர்களாய் நியமிக்கலாம். விசுவாசத்தில் மட்டுமன்றி அரசின் செயல்பாடுகளிலும் தன் திறமையை நிரூபித்த ஒருவனையோ அல்லது ஆட்சியைக் கவர்ந்து கொள்ள மரபு வழி அமைச்சர் குடும்பத்தைச் சேர்ந்த ஒருவனையோ பட்டறிவு மற்றும் அனுபவ அறிவு இரண்டும் கொண்ட துடிப்பான இளைஞனையோ அரசன் தனது ஆலோசகனாய் நியமிக்கலாம்.

கலந்தாய்வு செய்தல்

மன்னன் ஒருவன் தனது சொந்த நாட்டு மக்கள் மட்டுமன்றி எதிரி நாட்டில் வாழும் சில மக்களுக்கும் உண்மையாயிருக்கும் வகையில் எந்த முடிவையும் எடுக்கும் முன் நிதானித்து செயல்படுதல் அவசியம்.

வேதங்களைக் கற்றறியாத ஒருவனுக்கு மதரீதியான கருத்துகள் பயனற்றது. அதே போல் அரசியலறிவைப் பெற்றிராத ஒருவரது ஆலோசனை மன்னனுக்குப் பயனளிப்பதில்லை.

இரகசியம் காத்தல்

எந்தவொரு செயலும் கவனமான பரிசோதனைக்குப் பிறகே மேற்கொள்ளப்பட வேண்டும். அத்தகைய நுண்ணாய்வுகள் நடைபெறும் இடம் எவராலும்

அரசியல் நெறிமுறைகள் (அர்த்த சாஸ்திரம்) | 101

கண்டறிய இயலாத பறவைகள்கூட எட்டிப் பார்க்காத இடமாய் இருக்க வேண்டும். அனுமதி பெறாத எவரையும் கூட்டம் நடைபெறும் இடத்தில் சேர்க்கக்கூடாது.

கலந்தாய்வுகளில் இரகசியம் காப்பதோடு மட்டுமன்றி அக்கூட்டத்தில் பங்கு பெறும் அதிகாரிகள் தீவிரமாய் கண்காணிக்கப்பட வேண்டும். கவனமின்மை, தூக்கத்தில் உளறுதல், காதல் மயக்கத்தில் வெளிப்படுத்துதல் போன்றவையே இரகசியம் வெளிப்பட முக்கியக் காரணமாகும்.

இயற்கையிலேயே இரகசிய குணம் உடையவர்கள் மன்னனால் நிந்தனைக்குட்பட்டவர்கள் இரகசியத்தை நிலைநாட்டத் தவறலாம்.

அரசப்பிரதிநிதிகளின் மனோபாவம், உணர்ச்சிகள் ஆகியவற்றைக் கண்காணித்தல் மூலம் இரகசியம் வெளிப்படும் அபாயத்தை அறியலாம்.

இரகசியத்தை வெளிப்படுத்துபவர்களை துண்டம் துண்டமாய் வெட்டி விடலாம்.

ஆலோசகர்களின் எண்ணிக்கை

ஒரு செயலைப் பற்றிய இரகசியம் வெளிப்பட்டால் அது அரசனுடைய நலனுக்கும் அச்செயலில் ஈடுபடுவோரின் நலனுக்கும் கேடு விளைவிப்பதாகும். ஒவ்வோர் ஆலோசகரும் தனக்கென்று ஓர் ஆலோசகரைக் கொண்டிருப்பர். இவ்வாறு ஒருவர் பின் ஒருவராய் அத்தொடர் நீண்டு கொண்டே செல்லும். இரகசியம் அத்தொடரின் ஏதாவதொரு நிலையில் வெளிப்படும். எனவே, அரசன் ஆலோசகர்களின் துணையின்றி தானே நிதானித்துச் செயல்பட வேண்டும். அரசனின் திட்டம் எவருக்கும் தெரியக்கூடாது. அத்திட்

டத்தைச் செயல்படுத்துகிறவர்கள் மட்டுமே அது எப்போது தொடங்கி எப்போது முடிக்கப்பட வேண்டியது என்பதை அறிய வேண்டும் என்கிறார் பரத்வாஜர்.

தனிமனிதனால் சரியான முடிவெடுக்க இயலாது. ஓர் அரசாங்கத்தின் செயல்பாடு, அரசன் இயற்கையாய் பெற்ற அறிவு, பிறரால் கூறப்பட்டது. அரசனால் அனுமானிக்கப்பட்ட முழுமையான அறிவாற்றலைச் சார்ந்ததாகும். தெரிந்து கொள்ளல், மாற்று வழிகளைக் கண்டறிதல், ஐயங்களைத் தீர்த்துக் கொள்ளல், விஷயங்களை முழுமையாய் அறிதல் இவற்றுக்குப் பிறரின் உதவி தேவைப்படும். எனவே முதிர்ந்த அறிவாற்றலுடைய ஆலோசகர்களுடன் அரசன் தனது ஆலோசனையை மேற்கொள்ளலாம். எவரையும் நிந்திக்காமல் அனைவரது கருத்துக்கும் செவி சாய்க்க வேண்டும். அறிவுள்ள ஒருவன் குழந்தைகள் கூறும் அறிவுரையில்கூட கவனம் செலுத்துவான் என்பது விசாலாக்ஷாவின் கருத்து.

ஆலோசகர்களின் கருத்தை அரசன் மறைமுகமாய் தெரிந்து கொள்ள வேண்டும். தனது மனதிலுள்ளது போலவே ஒரு பிரச்சினையைக் கூறி இவ்வாறு நிகழ்ந்தால் நீங்கள் என்ன செய்வீர்கள், எவ்வாறு மேற்கொண்டு செயல்படுவீர்கள் என்பது போன்ற கேள்விகளை ஆலோசகர்களிடம் கேட்கலாம். அவர்கள் கூறும் அறிவுரையைப் பின்பற்றலாம். இவ்வாறு இரகசியத்தைச் சிதறடிக்காமல் அறிவுரை பெறலாம் என்கின்றனர் பராசரரின் வழிவந்தவர்கள்.

இத்தகைய அனுமானிக்கப்பட்ட கேள்விகளை ஆலோசகர்கள் முக்கியமாய் கருதமாட்டார்கள். இரகசியம் வெளிப்படும் வகையில் அவர்கள் வெளிப்படையாய் பேசக்கூடிய அபாயம் இருக்கிறது. எனவே, நிறை

வேற்றப்பட வேண்டிய காரியங்களில் ஈடுபடுகிறவர்களிடம் மட்டுமே அரசன் ஆலோசனை பெறவேண்டும். இதனால் நல்ல அறிவுரையைப் பெறுதல், இரகசியத்தை பாதுகாகத்தல் என இரு குறிக்கோள்களுமே அடையப் பெறும் என்பது பிசுனரின் கருத்து.

கௌடில்யரோ மேற்கூறியவற்றை நிராகரித்தார். காரணம், ஒவ்வொரு பணி தொடங்கும் போதும் ஆட்கள் மாறியவண்ணம் இருப்பர். எண்ணிக்கை நிலையற்றதாய் விளங்கும். எனவே, அரசன் தனது ஆலோசனைக்கு மூன்றிலிருந்து நான்கு பேரை நியமித்துக் கொள்ளலாம். ஒரேயோர் ஆலோசகராயின் அவரது செயல் எவ்வித கட்டுப்பாடுமற்றதாயிருக்கும். இரண்டு ஆலோசகர்களாயின் இருவரும் கூட்டணி சேர்ந்து மன்னனைக் கவிழ்க்கக்கூடிய வாய்ப்பு அதிகம்.

நான்கிற்கு மேற்பட்ட ஆலோசகர்கள் எப்போதும் கூடாது. நான்கிற்கு மேற்பட்டவர்களிடையே இரகசியம் நிலைக்காது.

பொதுவாக அரசன் மூன்று அல்லது நான்கு பேரிடம் ஆலோசனை கேட்க வேண்டும். பணியின் தன்மை மற்றும் சூழ்நிலை பொறுத்து தானாக முடிவெடுக்க வேண்டும்.

ஆலோசகர்களின் கருத்துகளை தனிப்பட்ட முறையிலும் ஒன்று சேர்ந்த நிலையிலும் அறிய வேண்டும். ஒவ்வொருவர் கொண்டிருக்கும் கருத்தின் காரணத்தையும் தெரிந்து கொள்ள வேண்டும்.

கலந்தாய்வுகளின் அம்சங்கள்

எந்தவொரு கேள்விக்கும் கலந்தாய்வு செய்வதன் ஐந்து முக்கிய குறிக்கோள்கள் பின்வருமாறு:

(i) இலட்சியங்கள் வெற்றியடைய வேண்டும்.

(ii) பணி செய்து முடிக்கப்பட வேண்டும்.

(iii) மனித மற்றும் பொருள்வளம் கிட்டுதல்.

(iv) செயலுக்கான நேரம் மற்றும் இடத்தைத் தீர்மானித்தல்.

(v) தோல்விக்கெதிரான செயல்பாடு.

செயல்படுதற்கான சந்தர்ப்பம் கிட்டியவுடன் கலந்தாய்வு தாமதிக்கப்படக்கூடாது.

செயலின் விளைவில் எவருக்கும் மோசமான விளைவு ஏற்பட்டுவிடக்கூடாது.

19

அமைச்சர்களின் பங்கு

அமைச்சர்களாய் விளங்கும் ஆலோசகர்கள், உயர் மட்ட தீர்மானங்களில் பங்கு பெறுவர். ஆலோசகராய் இன்றி அமைச்சராய் மட்டும் விளங்குபவர் உருவாக்கப் பட்ட ஆலோசனைகளுக்கு செயல்வடிவம் அளிப்பர்.

இட்ட பணியைச் செய்யும் திறனைக் கொண்டே ஒவ்வொரு மனிதனையும் மதிப்பிட வேண்டும். மந்திரி சபையின் பொறுப்புக்களை ஏற்றுக் கொள்ளும் திறன் கொண்டவர்களை ஓர் அரசன் ஆலோசகராயின்றி மந்திரியாக நியமிக்கலாம். ஒவ்வொருவரின் திறமையை யும் அளிக்கப்படும் வேலையின் தன்மையையும்

அரசியல் நெறிமுறைகள் (அர்த்த சாஸ்திரம்) | 105

கருத்தில் கொண்டு அரசாங்க வேலைகளை அவர்க ளிடத்தில் பகிர்ந்தளிக்கலாம்.

பன்னிரண்டு பேர் கொண்ட அமைச்சர் குழுவை அரசன் நியமிக்க வேண்டுமென்று மனுவைப் பின்பற்று கிறவர்களும் பதினாறு பேர் என பிரகஸ்பதியின் மாணவர்களும், இருபதுபேர் என உஷானரின் சீடர்களும் கூறுகின்றனர். இவ்வெண்ணிக்கை தேவைக்கேற்றவாறு அமையலாம். இந்திரனின் சபையில் ஆயிரம் மந்திரிகள் அடங்கிய குழு அவனது கண்களாய் செயல்பட்டனர். எனவேதான், அவன் இரு கண்களைப் பெற்றிருந்த போதும் ஆயிரங் கண்ணுடையான் என்றழைக்கப் பட்டதாய் குறிப்பிடுகிறார் கௌடில்யர்.

அமைச்சர்கள் எப்போதும் மன்னனைப் பற்றியும் எதிரிகளைப் பற்றியும் சிந்தித்துக் கொண்டிருக்க வேண்டும். அவர்கள் இதுவரை செய்யப்படாத பணி களைச் செய்தும், நடைபெற்றுக் கொண்டிருக்கும் பணியைத் தொடர்ந்தும் முடிக்கப்பட்ட பணிகளில் முன்னேற்றம் செய்தும் தமது திறனை நிலை நாட்டலாம்.

அரசன் தனக்கருகாமையிலுள்ள அமைச்சர்களின் பணிகளைத் தானே கண்காணிக்கலாம். தொலைவிலுள்ள வர்களுடன் கடிதம் மூலம் தொடர்பு கொள்ளலாம்.

ஆபத்துக் காலங்களில் இரு பிரிவுகளையும் அழைத்து (அமைச்சர்கள், ஆலோசகர்கள்) அறிவுரை கேட்கலாம். அவற்றில் பெரும்பான்மை பெற்ற அல்லது பணியை வெற்றிகரமாய் முடிக்கச் செய்யும் அறிவுரையைப் பின்பற்றலாம்.

நியமனத்திற்கு முன் விசாரணை

அரசன் தான் அமைச்சராய் நியமிக்கவிருக்கும் ஒருவரின் அனைத்து குணங்களையும் தீர விசாரித்தல்

அவசியம். அவற்றுள் முக்கியமாய் அவனது நாட்டு ரிமை, குடும்பச் சூழல், ஒழுக்கத்தின்பால் அவனுக்குள்ள பற்று போன்றவற்றை அவனை நன்கறிந்தவர்களிடம் கேட்டுத் தெரிந்து கொள்ளலாம். பல்வேறு துறைகளிலும் அவன் பெற்றிருக்கும் அறிவை அத்துறைகளில் தேர்ந்த வர்கள் மூலம் சோதிக்கலாம். அவனது கடந்த கால செயல்பாடுகள் மூலம் அறிவுத்திறன், விடாமுயற்சி, சாமர்த்தியம் போன்றவற்றையும் தனிப்பட்ட நேர் காணல் மூலம் பேச்சுத்திறன், தைரியம், சாதுரியம் போன்றவற்றையும் மதிப்பிடலாம்.

பிறரைக் கையாளும் முறையிலிருந்து அம்மனிதனின் ஆற்றல், சகிப்புத்தன்மை, குழப்பங்களை எதிர் கொள்ளும் திறன், ஒற்றுமை, அர்ப்பணிப்பு, தோழமை போன்ற பண்புகளை உணரலாம். அவனது உயிர்த் தோழர்கள் மூலம் அவனுடைய வலிமை, ஆரோக்கியம், நடத்தை ஆகியவை வெளிப்படும். அவனைத் தனிப் பட்ட முறையில் கண்காணித்து மனதுக்கினிய தன்மை, மனிதர்கள்பால் அன்பு போன்றவற்றைத் தெரிந்து கொள்ளலாம்.

அமைச்சர்களின் நேர்மையைச் சோதித்தல்

அரசன் தனது ஆலோசகர்கள் மற்றும் புரோகிதர் களுடன் கலந்தாய்வு செய்து அமைச்சரை நியமித்தபின் பல இரகசிய தேர்வுகளின் மூலம் அவரது நேர்மையைச் சோதிக்கலாம்.

(சரியான ஆட்களின் மூலம் நீதி, பொருள், காமம் மற்றும் பயம் அடிப்படையிலான நான்கு சோதனை களைச் செய்யலாம். இச்சோதனைகள் ஒருவரை மதரீதி யான ஆசைக்கோ, பொருளாசைக்கோ தூண்டும். அல்லது காம இச்சையிலோ பயத்திலோ தவறு செய்யத்

அரசியல் நெறிமுறைகள் (அர்த்த சாஸ்திரம்)

தூண்டுமாறு அமைக்கப்பட்டுள்ளன. ஆனாலும், களங்க மில்லா மனதில் நஞ்சை விதைத்தலின் அபாயத்தை கௌடில்யர் எச்சரிக்கிறார்.)

அமைச்சர்களுக்கு அவரவர் நேர்மைக்குகந்த வேலை களை அளிக்கலாம். உதாரணமாய் நீதியின் சோதனையில் வெற்றி பெற்ற ஒருவர் சட்டம் - ஒழுங்கு அமைச்சராக நியமிக்கப்படலாம். பொருளின் மீது பற்றற்றவர் என்று நிரூபிக்கப்பட்ட ஒருவரை அரசின் கருவூலத்துக்குப் பொறுப்பாகவும், காம இச்சையற்றவரை கேளிக்கை நிகழ்ச்சிகளின் இயக்குநராகவும், அச்சமற்றவரை அரசனின் மெய்க்காவலனாகவும் நியமிக்கலாம். அனைத்து சோதனைகளிலும் வெற்றி கண்டவருக்கு ஆலோசகர் பதவி அளிக்கலாம். அனைத்திலும் தோல்வி அடைந்தவர்களை சுரங்கம், காடுகள், தொழிற்சாலைகள் போன்ற இடங்களிலும் நடைபெறும் கடினமான வேலைகளுக்கு அனுப்பலாம்.

எனினும், இம்முறைகள் முழுமையாய் ஏற்றுக் கொள்ளத்தக்கதல்ல என்கிறார் கௌடில்யர். அரசன் தானாகவோ அல்லது அரசியின் மூலமோ அமைச்சரின் நேர்மையை அறிய முயலுதல் கூடாது. தெளிவான கள்ள மற்ற மனதைக் களங்கப்படுத்தக்கூடாது. அவ்வாறு செய்தால் நீருடன் விஷம் கலத்தலுக்கு ஒப்பாகும். அவ்விதம் களங்கப்பட்ட மனதைத் தெளிய வைத்தல் கடினம். எனவே, அரசன் தனது அமைச்சரின் நேர்மையை இரகசிய உளவாளிகள் மூலம் சோதிக்கலாம்.

அரசன் தனது உயரதிகாரிகளின் நேர்மையைப் பரிசோதித்த பிறகு தனது இரகசியப் பணிகளைத் தொடங்க வேண்டும்.

பணி தொடர்பாய் கவனத்தில் கொள்ள வேண்டியவை

நன்னடத்தையற்ற ஓர் அரசனிடத்தில் ஒருபோதும் பணிமேற்கொள்ளல் கூடாது. அத்தகைய அரசன் எவ்வளவு ஆற்றல் மிக்கவனாயிருப்பினும் அவனது ஆட்சி முறை அல்லது தீயவர்களுடனான தொடர்பின் காரணமாய் ஆட்சியிலிருந்து கீழிறக்கப்படுவான்.

நல்ல அரசனுடன் இணைந்தபின் அமைச்சர் ஒருவர் அரசனோடு அரசியல் குறித்து விவாதிக்கலாம். அவன் அரசியலைப் பற்றி மாற்றுக் கருத்தைக் கொண்டிராத நிலையிலேயே அமைச்சரின் பதவிக்குப் பாதுகாப்பு எனலாம். அரசன் தன்னிடம் கருத்து கேட்கும்போது, அமைச்சர் விவரமாய், நீதி நெறிகளுக்குட்பட்ட கொள் கைகளுடனும் மற்றவர்களைப் பற்றிய பயமில்லாமலும் தெளிவுபடுத்த வேண்டும்.

அரசன் எவரேனும் ஒருவரை நியமனம் செய்ய நினைத்தால் நீதி மற்றும் பொருளாதாரத்தைப் பிரித்தறி யும் திறன் கொண்ட ஒருவரையே நியமிக்க வேண்டும் என்று ஆலோசகர் கூற வேண்டும். அரசனும் அதை ஏற்று நியமனத்துக்குட்டபட்டவரிடம் அவரால் தனக்கு தீங்கு நேராதபடி, இரகசியங்களை வெளிப்படுத்தக் கூடாதென்றும், தன்னோடு தொடர்புடையவர்களுக்குத் தீங்கு நேரக்கூடாது என்றும் வாக்குறுதிகள் வாங்கிக் கொள்ள வேண்டும்.

நியமனத்துக்குப் பின்னர் நடவடிக்கை

- நிபந்தனைக்கு அரசன் ஒப்புதல் அளித்த பின் நியமிக்கப்பட்ட அதிகாரி அவருக்கிட்ட பணியை ஏற்றுக் கொள்ளலாம்.

அரசியல் நெறிமுறைகள் (அர்த்த சாஸ்திரம்) | 109

- அவர் எப்போதும் மன்னனுக்கு ஆதரவாகவே இருத்தல் வேண்டும். ஆனால், மிகவும் நெருக்கமாகவோ மிகத் தொலைவிலோ இருத்தல் கூடாது.
- மற்ற ஆலோசகர்களுக்கு எதிராய் தந்திரமாய் செயல்படக்கூடாது.
- கவனமாய் சிந்திக்காமல், உண்மையற்ற, நாகரிக மற்ற, தன் அறிவுக்கெட்டாத வார்த்தைகளை ஒருபோதும் கூறுதல் கூடாது.
- சிரிப்பதற்கான முகாந்தரமற்ற நிலையில் உரக்கச் சிரித்தல் கூடாது. காரணம் இருப்பினும் உரத்தலின்றி மெதுவாய் சிரித்தல் வேண்டும்.
- உமிழ்தல் போன்ற நாகரிகமற்ற செயல்களைத் தவிர்க்க வேண்டும்.
- மற்ற ஆலோசகர்களுடன் இரகசியம் பேசுதலோ, பொதுக்கூட்டங்களில் சண்டையிடுதலோ கூடாது.
- இரத்தினங்கள் அல்லது சலுகைகளை வெளிப்படையாய் கேட்கக்கூடாது.
- முகத்தைச் சுளித்தல், உதட்டைக் கடித்தல், கண் சிமிட்டுதல் போன்ற பார்க்கச் சகிக்காத சைகைகளில் ஈடுபடக்கூடாது.
- மற்றவர்கள் பேசும்போது குறுக்கிடுதல் கூடாது.
- வலிமையானவரிடத்தில் விரோதம் கொள்ளுதல் கூடாது.
- பெண்கள், அண்டைநாட்டு அரசின் தூதுவர்கள், பகைவர்களின் ஆதரவாளர்கள், பதவிநீக்கம் செய்யப்பட்ட அதிகாரிகள், தீயவர்கள் போன்றவர்களுடன் தொடர்பு வைத்துக் கொள்ளக்கூடாது.

- தீய விஷயங்களிலிருந்து மன்னனைத் திருப்புவதோடு தானும் மற்றவர்களுக்கு எதிராய் தீய வார்த்தைகளின் உபயோகத்தைத் தவிர்க்கலாம்.
- பிறர் தன்னைப் பற்றிக் கூறும் தீய வார்த்தைகளைப் பொறுத்துக் கொண்டு தாய் மண்ணைப் (நிலம்) போன்று பொறுமையைக் கடைப்பிடிக்கலாம்.

அறிவுரை கூறுதல்

நீதி மற்றும் பொருளாதார விவகாரங்களில் மன்னனுக்கு அறிவுரை வழங்கலாம். விஷயம் மன்னனுக்காகப் பேசப்படுவதெனில் காலதாமதமின்றிப் பேசலாம். தனக்காகக் கூறப்படுவதாயின் அவனது நண்பர்களுடன் சேர்ந்திருக்கும் நேரத்திலும் பிறருக்காகப் பேசப்படுவதெனில் நேரம் மற்றும் இடத்தைத் தேர்ந்தெடுத்தும் பேசலாம்.

அதிகாரி - தன்னிடம் கேட்கப்படும்போது மன்னனுக்கு நன்மை விளைவிக்கும், மனதுக்கினியவற்றைக் கூறலாம். மன்னனுக்கு மட்டும் பிடித்ததாயிருப்பினும் தீயனவற்றைக் கூறுதல் கூடாது. சில கசப்பான விஷயங்களை தனிமையில் மன்னன் கேட்பதற்குத் தயாராயிருக்கும் நிலையில் கூற வேண்டும்.

மன்னனிடம் வரவேற்புக்குத் தகாத வார்த்தைகளையோ, அவனைத் தூண்டக்கூடிய வார்த்தைகளையோ கூறுதல் கூடாது. சில நேரத்தில் அமைதியாய் இருந்து விடுவதே சிறப்பு. சில சமயம் அரசன் விரும்பாத விஷயங்களைக் கூறுவதால் அரசனின் அன்புக்குரியவர்கள் வெளியேறும்படி ஆகலாம். அவனது வெறுப்புக்காளானவர்களின் மனநிலைக்கு ஏற்றவாறு பேசி அவனது அன்பைப் பெறலாம்.

அரசியல் நெறிமுறைகள் (அர்த்த சாஸ்திரம்) | 111

ஜீவனம்

அரசனிடம் பணியாற்றுவது தீயின் நடுவே வாழ்வதற்கு ஒப்பாகும். தீ சுட்டால் உடலின் ஒரு பகுதி அல்லது உடல் முழுதும் வெந்து போகும். அதே போன்று அரசன் செல்வத்தை வாரிக் கொடுப்பான் அல்லது குடும்பத்தோடு கொன்று விடுவான். ஓர் அறிவுள்ள மனிதன் தன்னையும் தன்னோடு தொடர் புடையவர்களையும் காத்துக் கொள்வான்.

அரசனின் பணியாளர் ஒரு குறிப்பிட்ட பணியில் ஈடுபட்டிருக்கும்போது அனைத்துச் செலவுகளும் போக மொத்த வருவாய் பற்றிய தகவலை அரசனுக்கு அளிப்பார்.

செய்யப்பட வேண்டிய ஒரு வேலை கிராமத்திற்கு உகந்ததா? அல்லது நகரத்திற்கா? உடனடியாய் செய்யப் பட வேண்டியதா? தள்ளிப்போடத்தக்கதா? வெளிப் படையாய் செய்யக்கூடியதா? இரகசியமானதா? போன்ற விவரங்களை அரசுக்கு அளிப்பார். அவர் அரசனின் தீய நடவடிக்கைகளான வேட்டையாடுதல், சூதாட்டம், மது அல்லது மாதுக்கு அடிமையாதல் போன்றவற்றைக் கண்காணித்துக் கொண்டேயிருப்பார். பொய்யான புகழ்ச்சியால் அரசனை அத்தீயச் செயல்களிலிருந்து விடுவிக்க முயற்சிப்பார். அவர் அரசனை சதியாலோ சனை மற்றும் எதிரிகளின் சூழ்ச்சியிலிருந்து காப்பார்.

அவர் மன்னனின் சைகைகள், முக பாவங்களை எச்சரிக்கையோடு கவனிப்பார். முடிவெடுக்கும் நிலையி லுள்ள ஒரு மனிதனின் மனதை அவனது விருப்பு, வெறுப்பு, மகிழ்ச்சி, துன்பம், துணிவு, பயம் போன்ற வற்றிலிருந்து புத்தி கூர்மையுள்ள மற்றொருவரால் அறிந்து கொள்ள முடியும்.

அரசன் தன் அவையிலுள்ள ஒருவரிடம் திருப்தியான போக்கைக் கடைப்பிடிப்பானெனில் தன்னுடைய செயல்களில் அதை அவன் வெளிப்படுத்திவிடுவான். அப்பணியாளரைக் கண்டதும் மகிழ்தல், அவருடைய வாழ்த்துக்குப் பதில் அனுப்புதல், அவருக்குத் தனி இருக்கை அளித்தல், அவரைத் தனிமையில் சந்தித்தல், சந்தேகம் எழக்கூடிய நேரங்களிலும் அவரைச் சந்தேகிக் காமை, அவருடன் பேசுவதால் மகிழ்ச்சி அடைதல், யாரும் நினைவுபடுத்தாமலேயே அப்பணியாளர் தொடர்பான பணிகளில் ஈடுபடுதல், அவர் கூறும் நியாயமானவற்றைப் பொறுத்துக் கொள்ளுதல், புன்னகையுடன் கட்டளையிடுதல், அவரைத் தொடுதல், அவர் இல்லாத சந்தர்ப்பங்களில் அவரைப் பாராட்டுதல், அவரோடு உணவருந்துதல், அவருடன் உல்லாச யாத்திரை செல்லுதல், இரகசியங்களை அவரிடம் கூறுதல், அவரைப் பின்பற்றுபவர்களுக்கு மரியாதை செய்தல், தேவைகளைப் பூர்த்தி செய்தல், அவருக்கு ஏற்படும் தீங்கினைத் தடுத்து ஆபத்துக் காலத்தில் அவருக்கு உதவிபுரிதல் போன்றவை.

அரசன் தன் அவையிலுள்ள ஒருவரிடம் தான் அதிருப்தி கொண்டிருப்பதைக் கீழ்க்கண்ட செயல்களில் வெளிப்படுத்துவான். அக்குறிப்பிட்ட நபரைக் காணும் போது கோபம் கொள்வான், அவரைத் தவிர்ப்பான். அவருடன் பேசும்போது அவனுடைய முகபாவங்கள் மாறும். கண், புருவம், உதடு இவற்றின் மூலம் வெறுப்பு வெளிப்படும். அவரைத் தவிர்க்கும் விதமாய் வேறு ஒருவருடன் பேசுதல் அல்லது அவ்விடத்தை விட்டு வெளியேறுதல், அவருடைய குலம், அறிவு அல்லது பதவிக்கு எதிர்ப்பு தெரிவிக்குமாறு மற்றவர்களைத் தூண்டுதல், அவருடைய செயல்களில் குறை காணுதல்,

அரசியல் நெறிமுறைகள் (அர்த்த சாஸ்திரம்) | 113

அவருடைய எதிரிகளைப் புகழ்தல், அவர் செய்த நன்மைகளைக் கருதாது தீங்கினைப் பற்றி மட்டுமே பேசுதல், அவர் பேசும்போது வேறொன்றில் கவனத்தைத் திருப்புதல் இவை குறிப்பிடத்தக்கவை.

■■■

20

புரோகிதர்கள்

ஊதியம் – வருடத்திற்கு 48,000 பணம்.

நற்குடியில் பிறந்த, உயர்ந்த பண்புகளுடன் கூடிய, வேதங்களை நன்கு கற்றறிந்த, சகுனங்கள் அறிந்த ஒருவரை அரசன் புரோகிதராய் நியமிக்கலாம். ஒரு மாணவன் ஆசிரியரைப் பின்பற்றுவதுபோல, தந்தையை மகன் பின்பற்றுவது போல எஜமானனைப் பின்பற்றும் சேவகன் போல அரசன் அப்புரோகிதரைப் பின்பற்றலாம்.

(அதிக சம்பளமும், மரியாதையும் பெற்றிருப்பினும் அரசாங்க நடவடிக்கைகளில் புரோகிதருக்கு நேரடியான பங்கு இல்லை. அவர் பெற்றிருக்கும் மதம், ஆன்மீகம், அரசியல் தொடர்பான அறிவின் காரணமாய் அரசனிடம் சிறப்பான செல்வாக்கு பெற்றிருப்பார். மந்திரிகள் நியமனத்தின்போது புரோகிதருடன் கலந்தாலோசித்தல் இருக்கும். இராஜத்துரோகம் போன்ற பெருங்குற்றம் இழைப்பினும் கொல்லப்படுவதில்லை. நாடு கடத்தப் படுவதுண்டு. புரோகிதரின் அந்தஸ்து பற்றி கௌடில்யர் இவ்வாறு குறிப்பிடுகிறார். பிராமணர்களையும், துறவிகளையும் அரசன் சந்திக்கும்போது புரோகிதர் உடனிருப்பார். அமைச்சர்களின் நேர்மையைச்

சோதிப்பதற்கும் அவர் பயன்படுவார். அரசனோடு படையெடுப்பில் துணைபோவதுடன், அவனது இருப்பிடத்துக்கு அருகிலேயே அவரது இருப்பிடமும் அமையும். யுத்தத்துக்கு முன் படைகளுக்கு உற்சாகமளிக்கும் வகையில் பேசுவதும் புரோகிதரின் கடமையாகும்.)

அரசாங்க எழுத்தர்

ஊதியம் – வருடத்திற்கு 48,000 பணம்.

தகுதிகள்

அரசாங்க எழுத்தர் பதவிக்கு நியமிக்கப்படும் ஒருவர் அரசாங்க ஆலோசகர் போன்றே தகுதிகள் கொண்டிருக்க வேண்டும். அவர் பழக்க வழக்கங்கள் பற்றிய முழுமையான அறிவும், கூரிய அறிவும், அழகான கையெழுத்தும் பெற்றிருக்க வேண்டும்.

பொறுப்புகள்

அரசனின் குறிப்புகளைக் கேட்டு அதை உரிய விதத்தில் எழுதுவதே எழுத்தரின் பணியாகும்.

அரசாங்க உத்தரவுகள் (பிரகடனங்கள்)

அரசாங்க உத்தரவுகள் என்பவை நிர்வாகத்துக்குத் தேவையான ஆணைகளையும், வழிகளையும் கூறுவதால் (சாசனங்கள்) அவ்வாறு பெயர் பெற்றன.

எழுதப்பட்ட சாசனங்களுக்கு முக்கியத்துவமளிப்பது அரசனின் ஆட்சி. யுத்தம், சமாதானம் போன்றவையும் அவற்றைச் (சாசனங்கள்) சார்ந்தவையே.

■■■

21
ஆவணங்கள்

தன்மை : ஒவ்வோர் ஆவணமும் அது எழுதப்படும் சூழ்நிலை, அதனைப் பெறுபவருடன் பொருந்தும் விதம் ஆகியவற்றைக் கருத்தில் கொண்டே எழுதப்பட வேண்டும். பெறுபவருடன் பொருத்தம் என்பது அவரது ஜாதி, குடும்பப் பின்னணி, சமூக அந்தஸ்து, வயது, தொழில், சொத்துகள், நடத்தை மற்றும் மன்னனுடனான திருமணம் அல்லது இரத்த சம்பந்தமான உறவு போன்றவை ஆகும்.

ஒரு சிறந்த அரசாணையின் பண்பு நலன்கள்

● சங்கதிகளின் வரிசை – முக்கியமான பொருளை முதலிலும் எஞ்சியவற்றைப் பிறகும் வரிசைப் படுத்திக் கூறும்.

● முரண்பாடின்மை – பிரகடனத்தின் தொடக்கத்தில் சொல்லப்பட்ட ஒரு கூறு ஆவணம் முழுதிலும் முரண்பாடின்றித் திகழ்வதை எடுத்துரைப்பதாகும்.

● முழுமை – ஒரே விஷயம் மறுபடியும் இடம் பெறுவது, கடிதம், வாசகம் முக்கிய அம்சங்களின் குறைபாடுகள் இவற்றைத் தவிர்த்தல். மேற்கோள், விளக்கம் அளிப்பது, பொருத்தமற்ற வார்த்தைகளைத் தவிர்த்து உணர்வுபூர்வமான வார்த்தைகளை உபயோகிப்பது இவையே முழுமை எனப்படும்.

● இனிமை – என்பது இனிமையான, சுருங்கச் சொல்லி விளங்க வைக்கும் வார்த்தைகளை உபயோகிப்பது.

- கௌரவம் – அநாகரிகமான நடத்தையைத் தவிர்ப்பதன் மூலம் பெறப்படுவது.
- தெளிவு – மிகவும் பரிச்சயமான வார்த்தைகளின் உபயோகத்தால் பெறப்படுவது.

குறைபாடுகள்

தவிர்க்கப்பட வேண்டிய குறைபாடுகள் பின் வருமாறு :

- வசீகரக் குறைபாடு – மோசமான காகிதத்தை உபயோகித்தல், எழுத்துக்கள் கவரும் வகையில் இல்லாதிருத்தல் (சீரற்ற, தெளிவற்ற எழுத்துக்கள்).
- முரண்பாடு – ஆவணத்தின் ஒரு பகுதி மற்றொரு பகுதியுடன் பொருந்தாத் தன்மை.
- சொற்களின் தொடர் உபயோகம் - வந்த சொற்களே மீண்டும் வருதல்.
- தவறான இலக்கணம் - தவறான எண், பால், காலம் அல்லது உவமை உருபுகளின் உபயோகம்.
- குழப்பம் - வரிசைப்படுத்துதலில் ஏற்படும் தவறினால் குழப்பம்.
- உதாரணம் - தேவையற்ற இடங்களில் பத்திகளை உருவாக்குதல் அல்லது இருக்க வேண்டிய இடங்களில் பத்திகளை உருவாக்கத் தவறுதல்.

ஆவணங்களின் வகைகள்

அரசு ஆவணங்கள் ஒன்பது வகைப்படும்.

- தகவல் அல்லது செய்தியைத் தருபவை:
  அரச தூதரிடமிருந்து பெறப்பட்ட அறிக்கை.

அரசியல் நெறிமுறைகள் (அர்த்த சாஸ்திரம்)

வாய்மொழித் தொடர்பான அறிக்கை.

நிபந்தனைக்குட்பட்ட ஆணை.

உ-ம்: இவ்வறிக்கை உண்மையெனில் குறிப்பிட்ட காரியம் நடைபெறும்.

தங்களால் செய்யப்பட்ட நல்ல காரியம் எங்களது கவனத்துக்குக் கொண்டு வரப்பட்டது போன்ற ஆவணங்கள் இவ்வகையைச் சேரும்.

- கட்டளைகள் - சேவகர்களுக்கு அரசனால் கிட்டும் சலுகைகள், தண்டனைகள் பற்றிக் கூறுவது.

- விருதுகள் - படிப்பில் பெற்ற முதன்மைக்கான மரியாதை, துன்பத்தில் இருக்கும் ஒருவருக்கு அளிக்கப்படும் உதவி, பரிசு ஆகியவை.

- விதிவிலக்குகள் - வரியில் தள்ளுபடி போன்ற சலுகை களை அறிவித்தல். அது அரசனின் ஆணைப்படி ஒரு குறிப்பிட்ட ஜாதி, கிராமம் அல்லது பகுதியைச் சேர்ந்தவர்களுக்குக் கிட்டும்.

- அதிகாரமளித்தல் - ஒரு வேலையைச் செய்வதற்கோ, ஆணைகள் பிறப்பிப்பதற்கோ அல்லது பொதுவாகத் தேவைப்படுகிறவற்றைச் செய்வதற்கோ அதிகார மளிப்பதைக் குறிக்கும்.

- வழி நடத்துதல் - கடவுள் அல்லது தீயச் சக்திகளால் ஏற்படும் அபாயங்களைத் தீர்ப்பதற்கான வழிமுறை களை எடுத்துரைத்தல்.

- பதில் - அரசன் தான் பெற்ற செய்தியைப் படித்து ஆராய்ந்த பிறகு கூறும் இறுதி வார்த்தையின்படி தயாரிக்கப்படுவது.

- அறிவிப்பு நாடு முழுதும் பொருந்தும் ஆணைகள்.

உதாரணமாய் அனைத்து ஆளுநர்கள், மற்றும் பிற உயர் அதிகாரிகளை பயணிகளின் கூடுதல் பாதுகாப்பிற் காக அழைப்பது.

■■■

22

பொக்கிஷதாரர்

ஊதியம் : வருடத்துக்கு *24000 பணம்.*

தகுதிகள் : *இரண்டாம் நிலை நிர்வாக அதிகாரி. ஊழலற்றவராயிருப்பது.*

பொறுப்புகள்

1. சேமிப்புக் கிடங்கின் நிர்மாணம் :

அரசாங்க உடைமைகளைச் சேமிக்கும் இடங்களான கருவூலம், வியாபாரப் பொருள்களின் கிடங்கு, தானியக் கிடங்கு, வனப்பொருள்களைச் சேமிக்கும் கிடங்கு, இராணுவத் தளவாடங்களின் பாதுகாப்பு இடங்கள் போன்றவற்றின் கட்டட நிர்மாணத்துக்குக் கருவூல அதிகாரியே பொறுப்பாகும். அவை மட்டுமன்றி சிறைகளை நிர்மாணிப்பதும் அவரது கடமையே.

பல்வேறு வியாபாரப் பொருள்களைச் சேமிக்கும் கிடங்கும் நிலவறையாய் அமைக்கப்பட வேண்டும். மாறாக, கருவூலம் பூமியின் மேற்பரப்பில் அமைக்கப் படும்.

வியாபாரச் சரக்குகள், தானியக் கிடங்குகள் தரைக்கு மேல் செங்கற்களாலான கட்டடம் ஆகும். நாற்புறங்

அரசியல் நெறிமுறைகள் (அர்த்த சாஸ்திரம்)

களிலும் நாற்கர வடிவில் சூழப்பட்ட ஏராளமான அறைகளும், இருவரிசைத் தூண்களும், ஒரேயொரு நுழைவாயிலும் கொண்டதாய் அக்கட்டடம் இருக்கும்.

வியாபாரச் சரக்குகளின் கிடங்கில் மழைமானி காணப்படும். வனவிளை பொருள்களின் சேமிப்புக் கிடங்கு மரக்கட்டைகளைச் சேமிப்பதற்கான நீண்ட கொட்டில்களையும், மற்ற பொருள்களுக்குச் சுவர்களால் சூழப்பட்ட அறைகளையும் கொண்டிருக்கும்.

இராணுவத் தளவாடங்களின் பாசறை வனப் பொருள்களின் கிடங்கு போலவே அமைந்திருக்கும். ஆனால் நிலவறைகளைப் பெற்றிருக்கும்.

நீதிபதிகளால் குற்றவாளிகள் என்று தீர்ப்பளிக்கப்பட்டவர்களுக்கும் அமைச்சர்கள் மற்றும் ஆலோசகர்களால் தண்டிக்கப்பட்டவர்களுக்கும் தனியான சிறைகள் இருக்கும். ஆண், பெண் இரு பாலருக்கும் பாதுகாப்புடன் கூடிய வெவ்வேறு சிறைகள் இருக்கும்.

அனைத்து கிடங்குகளும், சிறைகளும் கிணறு, குளியலறை, கழிப்பறை வசதிகள் கொண்டதாயிருக்கும். அவை தீ மற்றும் விஷத்திலிருந்து போதிய பாதுகாப்பு பெற்றதாய் இருக்கும். எலி மற்றும் பாம்புகளிடமிருந்து பாதுகாப்பு பெற பாம்பு கீரை இலை பயன்படுத்தப்படும்.

கடவுளுக்கென்று தனியே புனிதத்தலங்கள் அமைக்கப்பட்டிருக்கும்.

கருவூல அதிகாரி ஆபத்துக் காலங்களில் பயன்படும் வகையில் நாட்டின் எல்லைகளில் கைதிகளைப் பயன்படுத்தி இரகசிய கருவூலங்களை நிர்மாணிப்பார்.

2. அரசாங்க உடைமைகளைப் பெற்று சேமித்து வைத்தல் :

- கருவூல அதிகாரியே அரசாங்கத்தின் பெயரில் விலை மதிப்பற்ற கற்கள், உலோகங்கள், வனவிளைப் பொருள்கள் ஆகியவற்றைப் பெற்றுக் கொள்ளும் பொறுப்புக்குரியவராவர்.

- தேவையான ஆயுதங்களுடன் தன்னைத் தயார் செய்து கொள்வதோடு பல பொருள்களின் மதிப்பீட்டில் தேர்ந்தவர்களின் துணையை நாடுவார்.

- நாட்டின் வருவாயைப் பெறுவதற்கும், சேமிப்பதற்கும், நம்பிக்கைக்குப் பாத்திரமான ஒருவரைத் தனக்கு உதவியாய் நியமனம் செய்து கொள்வர்.

- நீதிபதிகளால் தீர்ப்பளிக்கப்பட்ட மற்றும் சட்ட வல்லுநர்களால் தண்டனைக்கு ஆளாகிய இருவகையான கைதிகளுக்கும் பொறுப்பாவார்.

- முதன்மை நாணய பரிசோதகரால் நற்சான்று பெற்ற நாணயங்களை மட்டுமே கருவூலத்தில் இடம் பெறச் செய்வர். போலியானவற்றைத் துண்டங்களாய் வெட்டி விடுவார் (புழக்கத்தில் இருந்து தடை செய்ய).

- எடை குறையாத, புதிய, தூய தானியங்களையே தானியக் கிடங்குகளுக்கு அனுமதிப்பார்.

3. அறிக்கை :

கிராமம் மற்றும் நகரங்களிலிருந்து பெற்றவற்றை யும், பட்டுவாடா செய்தவற்றையும் பற்றி முழு விவரங் களை அறிந்திருக்க வேண்டும். கேள்வி எழும்போது வரவு, செலவு மற்றும் மொத்த இருப்பு போன்ற விவரங்

களை நூறு வருட காலத்திற்குக் கூட நினைவில் கொண்டு பதிலளிக்க வேண்டும்.

4. ஒழுக்கம் :

கருவூல அதிகாரி தன்னுடைய அறியாமையால் கருவூலத்துக்கு இழப்பு ஏற்படுத்துவாரெனில் கண்டனம் செய்யப்படுவார். அத்தவற்றைத் தெரிந்தே செய்வாரெனில் வாயில் நுரை தள்ள சவுக்கால் அடிக்கப்படுவார். அவருடன் தவறுக்குத் துணை நின்றவர்கள் தண்டனையில் பாதியைப் பெறுவர்.

■■■

23

தலைமை அதிகாரி

ஊதியம் : வருடத்திற்கு 24000 பணம்.

அரசனின் கீழ் பணியாற்றும் உயர் அதிகாரிகளுள் இவரும் ஒருவர். நாடு முழுதுக்குமான வருவாயை வசூலிப்பதே அவரது கடமையாகும். நகர்ப்புற பரிபாலனம் குறிப்பாக சட்டம், ஒழுங்கு, இரகசிய சேவைகள் அவரது பொறுப்பாகும். இப்பணிக்கான தகுதிகள் கருவூல அதிகாரிக்குரியவையே ஆகும்.

பொறுப்புகள்

1. வருமான வசூல் :

● வலுப்படுத்தப்பட்ட நகரங்களிலிருந்தும், கிராமங்கள், சுரங்கங்கள், விவசாயம், காடுகள் மற்றும் வாணிகத்திலிருந்தும் வருமானம் பெறுதல்.

- வரவு செலவுத் திட்டத் தயாரிப்பு மற்றும் வரவு செலவுகள் பற்றிய விவரமான கணக்கீடு போன்றவை ஆகும்.

வரவை அதிகரித்து செலவைக் குறைக்கும் வகையில் வருமான வசூல் செய்பவரே ஓர் அறிவாற்றல் மிக்க அதிகாரியாவார். வரவு குறைந்து செலவு அதிகரிக்கும் நேரத்தில் அவர் உடனடியாய் தீர்வு காண்பார்.

2. கிராமப்புற நிர்வாகம் :

கிராமப்புறத்தை நான்கு மண்டலங்களாய்ப் பிரித்து ஒவ்வொரு கிராமத்துக்கும் தெளிவான எல்லையை நிர்ணயிக்கலாம். ஒவ்வொரு மண்டலத்துக்கும் ஓர் ஆளுநரையும், ஐந்து அல்லது பத்து கிராமங்களின் தொகுப்பிற்கு ஓர் ஆவணக் காப்பாளரையும் நியமிக்கலாம்.

கிராமங்கள் சிறந்தவை, சராசரியானவை, மிகவும் மோசமானவை என்று வகைப்படுத்தப்படலாம். மேலும், அவற்றை வரி செலுத்துபவை, வரிவிலக்கு பெற்றவை, வரிக்குப் பதிலாய் வீரர்களை அனுப்புபவை, அதிக அளவிலான தானியம், கால்நடை, தங்கம், வனவிளைப் பொருள்கள், கூலியாட்கள், வியாபாரப் பொருள்கள் போன்றவற்றை அனுப்புதல் இவற்றைப் பொறுத்தும் வகைப்படுத்தலாம். ஒவ்வொரு நிலமும் எண்ணிடப்பட்டு அவற்றின் உபயோகத்தை அதன் வகையைப் பொறுத்து குறித்து வைத்தல் வேண்டும். விவசாயம் (நீர்ப்பதமிக்கது, உலர் நிலை), பூங்கா, காய்கறித்தோட்டம், வனம், சரணாலயம், கோயில், சுடுகாடு, பொது குடிநீர் வசதி, புனிதத்தலம், சாலை இவற்றின் அடிப்படையில் கிராமங்களை வகைப் படுத்தலாம். இத்தகைய குறிப்பேடுகள் அந்நிலப்பகுதி அமைந்திருக்கும் இடம், காடுகள், சாலைகள் ஆகிய

வற்றையும், பரிசளிக்கப்பட்டதா? விற்கப்பட்டதா? தானமாய் வழங்கப்பட்டதா? வரிவிலக்கு பெற்றதா என்கிற விவரங்களைக் கொண்டிருக்க வேண்டும். எல்லைத் தகராறுகள் ஏற்படும் போது அவற்றைத் தீர்த்து வைக்க இது உதவும்.

ஒவ்வொரு வீட்டுக்கும் இலக்கம் அளித்து அவை வரிசெலுத்துவதா, வரிவிலக்கு பெற்றதா என வகைப் படுத்த வேண்டும். அவ்விடங்களில் வசிப்போரின் விவரங்களை குலம், தொழில் (விவசாயம், கால்நடை மேய்த்தல், நெசவுக் கூலி அல்லது அடிமை), குடும்ப உறுப்பினர்களின் எண்ணிக்கை (முதியவர்களையும் சேர்த்து), குடும்ப வரலாறு - தொழில் வருமானம், மற்றும் செலவு, கிடங்கு மற்றும் கோழிப் பண்ணையின் விவரம், வரிக்கட்டண விவரம், சுங்கம் மற்றும் அபராதத்தின் பாக்கி போன்ற வகையில் குறித்து வைக்க வேண்டும்.

குறிப்பெடுப்பவர் மற்றும் ஆளுநர் இருக்கும் இடங்களிலெல்லாம் வரிவசூலைக் கண்காணிப்ப தற்காக குறிப்பாக அவசர கால வரிபாக்கியை முறைப் படுத்த நீதிபதிகள் நியமிக்கப்படலாம்.

3. அதிகாரம் :

எப்பொழுதும் மக்கள் நிர்வாகத்தில் ஊக்கமுடன் உழைக்க வேண்டும். மேலும், மாகாணங்களின் சேவகர் களின் கடமை உணர்வை அறிய இரகசிய உளவாளி களை நியமிக்கும் அதிகாரம் பெற்றவர் இவர்.

4. சமூக விரோதிகளை வேரறுத்தல் :

மக்களுக்குத் தீங்கு விளைவித்து செல்வம் திரட்டக் கூடிய சமூக விரோதிகள் 13 வகையினராவர்.

ஊழல் மிக்க நியாயாதிபதிகள், கிராமங்களின் தலைவர்கள், துறைத் தலைவர்கள், பொய்சாட்சி கூறுபவர்கள், மாந்திரிகம் பயில்வோர், சூனியக்காரர், விஷப் பொருள்களை விற்போர், விலையுயர்ந்த உலோகங்களில் கலப்படம் செய்வோர், போதை மருந்து வியாபாரிகள், போலிப் பொருள்களை விற்பனை செய்வோர் போன்றோர் சமூக விரோதிகள். அத்தகைய வர்கள் உளவாளிகளால் பிடிபடுவார்களெனில் அவர்களை நாடு கடத்தவோ தவறுக்கு ஈடான தொகையை அபராதமாய் பெறவோ செய்யலாம்.

திருடர்கள், கொள்ளைக்காரர்கள் பிடிபடுவார்களெனில் அவர்களை மக்கள் முன் ஊர்வலமாய் அழைத்துச் சென்று மிகுந்த திறமையுடையவர்களின் மூலம் அத்திருடர்கள் பிடிபட்டதை அறிவித்து, அவர்களைப் போலவே குற்றமிழைக்கிற யாரும் பிடிபடுவார்களென எச்சரிக்க வேண்டும்.

விளையாட்டுத்தனமாய் நுகத்தடி அல்லது அங்குசத்தை யாரேனும் திருடியிருந்தால் அத்திருடர்களை மக்கள் முன் ஊர்வலமாய் அழைத்து வரலாம். அதே போன்று திருடி அகப்பட்டுக் கொண்ட பழங்குடியினர் மற்றும் காட்டுவாசிகளை ஊரார் முன் ஊர்வலமாய் அழைத்து வருவதன் மூலம் மன்னன் தன்னுடைய வல்லமையை நிரூபிக்கலாம்.

அரசு சேவகர்களின் மீதான அதிகாரம் :

நியாயாதிபதிகளின் மூலம் பணியாற்றும் தலைமை யதிகாரி, துறைத்தலைவர்கள், வழக்கறிஞர்கள் அவர்களுடன் பணியாற்றுவோர் ஆகியோரைக் கண்காணிக்கும் பொறுப்புக்குரியவர்.

24

நகர ஆளுநர்

ஊதியம்: வருடத்திற்கு 12000 பணம்.

ஆளுநர் எனப்படும் நகர நிர்வாக அதிகாரியும் தலைமை அதிகாரிக்குரியது போன்ற தகுதிகளைப் பெற்றிருக்க வேண்டும். ஆனால் ஊதியம் தலைமை அதிகாரியின் ஊதியத்தில் பாதி அளவேயாகும்.

பொறுப்புகள்

குறிப்பேடுகளின் பராமரிப்பு : கிராமப்புறங்களுக்குத் தலைமை அதிகாரி பொறுப்பாய் இருப்பது போன்று நகர்ப்புறங்களின் பொறுப்பு ஆளுநரைச் சார்ந்ததாகும். அவர் ஒவ்வொரு நகரத்தையும் நான்கு பிரிவுகளாய் பிரித்து நகரத்திற்கொன்று வீதம் ஆளுநர்களை நியமிக்கலாம். (ஆளுநர்களுக்குக்கீழ் பத்து இருபது அல்லது நாற்பது குடும்பங்களுக்கொருவராக கோபர்களை நியமிக்கலாம். குறிப்பேடுகளைப் பராமரிப்பவர்களும், ஆளுநருமாகச் சேர்ந்து குடும்பத்திலுள்ள நபர்களின் எண்ணிக்கை பால், ஜாதி, குடும்பப் பெயர், தொழில் வரவு மற்றும் செலவு பற்றிக் குறிப்பெடுத்துக் கொள்ளலாம்.)

இதர கடமைகள் : ஆளுநரின் இதர கடமைகள் கிராமப்புற மக்களின் பண்புகள், மக்கள் தொகை நெருக்கம், வணிகப் பொருள்களை பங்கீடு செய்வது, கிராமப்புற குற்றங்கள், தீ விபத்துக்கள், சுகாதாரம், உள்நாட்டு பாதுகாப்பு, சிறைச்சாலை நிர்வாகம் ஆகும்.

நகர ஆளுநர் பெறுப்பேற்க வேண்டிய செயல்கள் பின்வருமாறு :

- சத்திரங்களின் மீது கவனம் வைத்து நகரத்திற்கு வரும் பார்வையாளர்கள் உரிய இடங்களில் தங்குகிறார்களா எனக் கண்காணித்தல்.
- வியாபாரத்தில் அதிகாரத்தைச் செலுத்தி சந்தை விலைகளை கண்காணித்து, திருட்டுப் பொருள்களை வாங்கி விற்பதையும் தடை செய்ய வேண்டும்.
- சட்டம் ஒழுங்கு பராமரிப்பில் குறிப்பாக ஊரடங்கு உத்தரவு நடவடிக்கைகளில் கவனம் செலுத்த வேண்டும்.
- தீ விபத்திலிருந்து தப்ப முன்னெச்சரிக்கை நடவடிக்கை மேற்கொள்வதுடன், தீ விபத்தைத் தடுக்கவும் வேண்டும்.
- தூய்மை மற்றும் சுகாதாரத்துக்கான நடைமுறைகளை அமல்படுத்துவது.
- சிறைகளைக் கண்காணித்தல்.
- இழந்த பொருள்களை மீட்டுத் தருதல்.

தீ விபத்து வருமுன் காத்தல் :

நெருப்பில் பணியாற்றக்கூடிய (கொல்லர்கள்) அனைத்துத் தொழிலாளர்களையும் ஆளுநர் ஓரிடத்தில் வசிக்கச் செய்து அவ்விடத்திலிருந்து வைக்கோல் முதலிய தீப்பற்றுகிற பொருள்களை அகற்றிவிட வேண்டும்.

சாலைகள், குறுக்குச் சாலைகள், நகரவாயில்கள், அரசுக் கட்டடங்கள் (கருவூலம், வியாபாரக் கிடங்குகள்

அரசியல் நெறிமுறைகள் (அர்த்த சாஸ்திரம்)

உள்ளிட்டது) என்று அனைத்து இடங்களிலும் நீர்த் தொட்டிகள் அமைக்கலாம்.

அதிகாரம் :

அணைக்கட்டுகள், சாலைகள், சாக்கடைகள், சுரங்கப் பாதைகள், கொத்தளங்கள், போன்றவற்றில் தினமும் ஆய்வு நடத்துதல்.

நகரக் காவலர்கள் மீது அதிகாரம் செலுத்தி ஏதேனும் தவறு செய்தால் தண்டனை அளித்தல்.

■■■

25

தணிக்கையாளர்

பொறுப்புகள்

1. நிர்மாணம் :

தணிக்கையாளர் பதிவேடுகளின் அலுவலக நிர்மாணத் துக்குப் பொறுப்புடையவராவார். அவ்வலுவலகம் வடக்கு அல்லது கிழக்குத் திசையை நோக்கியவண்ணம் கணக்காளர்களுக்குத் தனி இருக்கைகள், கணக்குப் பதிவேடுகளுக்கென அலமாரிகள் கொண்டிருக்க வேண்டும்.

2. பதிவேடுகளை நிர்வகித்தல் :

கீழ்க்காணும் விஷயங்கள் நிர்வகிக்கப்பட வேண்டும்.

● ஒவ்வொரு துறையின் செயல்படும் தன்மை, அத் துறையிலிருந்து பெறப்படும் வருமானம் ஆகியவை.

- உற்பத்தியைப் பொறுத்தவரை - கச்சாப் பொருள்களின் விவரங்கள் (கொண்டு வரப்பட்ட அல்லது பெறப்பட்ட), உற்பத்தியில் பயன்படுத்தப்பட்ட கச்சாப் பொருள்களின் அளவு, வியாபார வரி, பல்வேறு எடை, அளவுகளின் பயன்பாடு மற்றும் பொருள்களின் கலவையால் சரக்குகளில் ஏற்படும் மாற்றம் இவற்றைக் காட்டும் சரக்குப் பதிவுப் புத்தகம். வேலையாட்களுக்கு கூலி கொடுப்பதற்கான செலவைக் காட்டும் குறிப்பேடு.

- அனைத்து வகைப் பொருள்களையும் (ஆபரணம், உயர்ந்த மற்றும் குறைந்த விலையுள்ள பொருள்கள், வனவிளைப் பொருள்கள்) சேமிக்கும் பட்சத்தில் அவற்றின் விலை, தரம், அளவு, (எடை கொள்ளளவும்) அவற்றைச் சேமிக்கப் பயன்படும் கலன்கள் பற்றிய விவரங்கள் குறிக்கப்பட வேண்டும்.

- ஒவ்வொரு மண்டலம், கிராமம், ஜாதி, குடும்பம் மற்றும் மாநகரங்களுடன் தொடர்புடைய சமூக பழக்க வழக்கங்கள் பொருளாதார கொடுக்கல் வாங்கல் சம்பந்தமான சட்ட புத்தகங்கள்.

- அரசாங்க ஊழியர்களின் சலுகைகள், நிலங்கள், பரிசுகள், வரிவிலக்குகள், ஊதியம் மற்றும் மேல் வருமானம்.

- அரச குடும்பங்களைச் சேர்ந்தவர்களுக்கு (அரசிகள், இளவரசிகள்) பரிசளிக்கப்பட்ட ஆபரணம், நிலங்கள், திடீரென்று ஏற்படும் அபாயங்களுக்கு வழங்கப்படும் நிதிகள் மற்றும் வசதிகள்.

- வெளிநாட்டு விவகாரங்களுக்கு, எதிரிகள் மற்றும் தோழமை நாடுகளுடன் போர் அல்லது சமாதானம் ஏற்படுத்த மேற்கொள்ளும் வரவு செலவு கணக்குகள்.

அந்தந்த ஆண்டின் கணக்கு முடியும்நாள் ஆஷாட (ஜுன் - ஜுலை) மாதத்தின் பவுர்ணமி நாளாகும். 354 நாட்களைக் கொண்ட வருடத்தில் 13-ஆவது மாதம் சேர்க்கப்பட்ட ஒரு தனி புத்தகம் அவ்வருடக் கணக்கை ஒழுங்கு செய்ய உபயோகிக்கப்படும்.

3. நியதிகளின் தொகுப்பு :

அனைத்து நியதிகளைத் தொகுத்தலுக்கும் (மாநில நிர்வாகத்துக்கேற்ற வகையில்) அவற்றில் மாற்றங்களை ஏற்படுத்துதலுக்கும் தலைமைக் கட்டுப்பாடு அதிகாரியே பொறுப்பாவார்.

4. வருவாய் ஈட்டும் திறனைப் பொறுத்து உயர், நடு, மற்றும் கீழ்மட்ட சோதனையாளர்களை கணக்குத் தணிக்கையாளர் நியமிக்கலாம்.

வருவாயில் இழப்பு உண்டாகும்போது தயக்கமின்றி அரசனால் தண்டிக்கப்படும் நிலையில் இருப்பவர்களே சோதனையாளர்களாய் நியமிக்கப்பட வேண்டும்.

கணக்குத் தணிக்கையாளர் பல்வேறு துறைகளின் செயல்பாடுகளை ஒற்றர்கள் மூலம் கண்காணிக்க வேண்டும்.

5. தணிக்கை :

கணக்குகள் முடிவடையும் இறுதி நாளில் அனைத்து அதிகாரிகளும் முத்திரையிடப்பட்ட கணக்குப் புத்தகங்கள் (வரவு, செலவு) மற்றும் மொத்த இருப்பையும் ஒரு முத்திரையிடப்பட்ட கலனில் அடைத்துவர வேண்டும். அவ்வதிகாரிகள் ஒருவருக்கொருவர் பேசிக் கொள்ள இயலாதபடி தனித்து வைக்கப்படுவர்.

எல்லைப்புற அதிகாரிகள்

காவல் : எல்லைப்புற அதிகாரிகள் நாட்டின் ஒவ்வொரு நுழைவுப் பகுதியிலும் கோட்டைகள் கட்டும் பொறுப்புக்குரியவர்களாவர்.

வருவாய் : எல்லைப்புற அதிகாரிகள் சாலைகளுக்கு வரிவிதித்து பின்வருமாறு வரி வசூல் செய்யலாம்.

தலைச்சுமை	- 1/16
சிறு விலங்குகள்	- ¼
கால்நடைகள்	- ½
ஒற்றைக் குளம்புடைய விலங்குகள்	- 1
வண்டியில் ஏற்றிச் செல்லும் சுமைகள்	- 1¼

நாடோடிகளைக் கட்டுப்படுத்துதல் :

வெளிநாட்டு வியாபாரிகள், பயணிகள், நாடோடிகளின் உடைமைகளைப் பரிசோதித்து அப்பொருள்கள் விலை உயர்ந்தவையா, குறைந்தவையா எனத் தீர்மானித்தல், அப்பொருள்களில் அரசாங்க முத்திரையிடுதல், வியாபாரிகளுக்கு அனுமதிச்சீட்டு வழங்குதல் போன்றவை எல்லைப்புற அதிகாரிகளின் பொறுப்பு ஆகும். பிறகு அவர் அந்நியர்கள் பற்றிய தேவையான செய்திகளை தலைமைச் சுங்க அதிகாரிக்கு அனுப்ப வேண்டும்

சாலைகளில் செல்லும் வியாபாரிகளின் பாதுகாப்பிற்கு எல்லைப்புற அதிகாரியே பொறுப்பாவார்.

■■■

IV

பொருளாதாரத்தின் அம்சங்கள்

26

வேளாண்மை

மழை : ஆண்டு மழையளவு சராசரி 25 அங்குலமாய் இருக்க வேண்டும். மழையளவு 1½ மடங்கு அதிகமாய் அதாவது 37½ அங்குலமாய் இருக்கும் பட்சத்தில் ஈர நிலத்துக்குரிய பயிர் வகைகளை சாகுபடி செய்யலாம்.

கால்வாய்ப் பாசனம் நடைபெறும் இடங்களான தக்காணம் 21 அங்குல மழைப்பொழிவும், அவந்தி 36 அங்குல மழைப்பொழிவும் உடையதாயிருக்கும். கொங்கண் மற்றும் பனிப்பிரதேசங்களில் அனைத்துப் பருவங்களிலும் மழை அதிகமாயிருக்கும்.

நல்ல மழைக்காலம் என்பது வருடத்தின் மொத்த மழைப் பொழிவில் மூன்றில் ஒரு பகுதியை தொடக்கத்திலும் (ஜூலை / ஆகஸ்ட்) இறுதியிலும்

(அக்டோபர் / நவம்பர்), இரண்டில் ஒரு பகுதியை இடைப்பட்ட பருவத்திலும் (ஆகஸ்டு / செப்டம்பர், செப்டம்பர் / அக்டோபர்) கொடுக்கும்.

குருவின் நிலை, இயக்கம், மேகமூட்டம், சுக்கிரனின் உயர்வு, அமைப்பு இயக்கம், சூரியனின் தோற்றத்தில் உண்டாகும் மாற்றங்கள் ஆகியவற்றைக் கொண்டே மழை முன்னறிவிப்பு அளிக்க இயலும்.

குருவைக் கண்காணிப்பதன் மூலம் மழைப் பொழிவையும், சூரியனை உற்று நோக்குவதன் மூலம் விதைகள் துளிர்விடுதலையும், சுக்கிரனின் கண்காணிப்பு மூலம் தாவரங்களின் ஆரோக்கியமான வளர்ச்சியையும் பற்றி முடிவெடுக்க இயலும்.

மழை, காற்று, சூரிய ஒளி சீராய் பங்கிடப்பட்டு மூன்று வறண்ட காலம் நிலவும்பொழுதே அறுவடை நன்முறையில் நடைபெறும்.

விதை மற்றும் தாவரங்களைத் தயார்படுத்துதல்

தானியங்கள் : இரவில் பனியில் நனையச்செய்து பகலில் சூரிய ஒளியில் உலர்த்தப்பட வேண்டும். இவ்வாறு ஏழு பகல் மற்றும் இரவுகள் செய்யப்பட வேண்டும்.

அவரை மற்றும் பருப்புகள் : மேற்கூறியவாறு மூன்று அல்லது ஐந்து பகல் இரவுகள் செய்யப்பட வேண்டும்.

தண்டிலிருந்து வளருபவை : வெட்டப்பட்ட இடத்தில் தேன் - நெய் கலவை பூசி பசுஞ்சாணத்தால் மூடப்பட வேண்டும்.

வேரிலிருந்து வளருபவை : நெய் - தேன் கலவை பூச வேண்டும்.

அரசியல் நெறிமுறைகள் (அர்த்த சாஸ்திரம்)

பருத்தி விதை : பசுஞ்சாணத்தைப் பூசவேண்டும்.

மரங்கள் : இலைகள், புற்கள் மற்றும் இதரப் பொருள்கள் எரிக்கப்பட்ட எலும்புகள் மற்றும் பசுஞ்சாணத்தால் உரமிடப்பட்ட குழிகளில் பயிரிடப்பட வேண்டும்.

ஆற்றங்கரை கொடிவகைத் தாவரங்களுக்கும், வெள்ளப் பகுதிகள் மிளகு, திராட்சை, கரும்பு போன்ற வற்றுக்கும், கிணற்று வசதி உள்ள இடங்கள் காய்கறி கிழங்கு வகைகள் பயிரிடவும், ஏரி கால்வாய்ப் பகுதிகள் பசுமைத் தாவரங்களுக்கும், மற்ற தாவரங்களுக்கிடைப் பட்ட உழவு நிலம் வாசனை, மூலிகைப் பயிர்களுக்கும் பொருத்தமான இடங்களாகும்.

தாவரங்களின் பாதுகாப்பு

உரமிடுதல் : புதிதாய் பிடித்து வரப்பட்ட மீன் மற்றும் தாவரச் சாறு சிறந்தவை.

பாம்புகள் : பருத்தி விதையை எரிப்பதனால் ஏற்படும் புகை பாம்புகளை அண்டவிடாமல் விரட்டும்.

வேளாண்மைக்காகப் புதிதாய் உபயோகிக்கப்படும் நிலங்களுக்கு இரண்டு வருட காலத்துக்கு விவசாய வரி செலுத்துவதில் இருந்து விலக்கு அளிக்கப்படும்.

அபாயம்

சிறு பருவத்திலேயே அழியும் தாவரங்களைக் காட்டிலும் வளர்ந்து அழுகும் நிலையில் ஏற்படும் நஷ்டமே மிகவும் மோசமானது. ஏனெனில் வளரும் கட்டத்தில் அதற்காக எடுத்துக் கொண்ட உழைப்பும் வீணாகும்.

நீர்ப்பாசனம்

நீர்ப்பாசன வசதியை ஏற்படுத்தவும், மேம்படுத்தவும் நீருக்காக விதிக்கப்படும் வரியில் இருந்து விலக்குகள் அளிக்கப்படலாம்.

புதிய தொட்டிகள் அணைகள்	–	ஐந்து வருடம்
கைவிடப்பட்ட அல்லது சீரழிந்த நீர்த்தேக்கங்களைப் புதுப்பித்தல்	–	நான்கு வருடம்
அதிக களைகள் கொண்ட நீரைத் தூய்மைப்படுத்துதல்	–	மூன்று வருடம்

நீர்த்தேக்கங்கள், அணைகள், தொட்டிகள் தனியாருக்குச் சொந்தமானதாய் இருக்கலாம். அவர்கள் அவற்றை விற்கவோ அடகு வைக்கவோ உரிமை உண்டு.

ஐந்து வருட காலத்துக்கு உபயோகத்திலில்லாத நீர்த் தொட்டிகளின் உரிமை பறிமுதல் செய்யப்படும்.

நீர்நிலைகளை குத்தகைக்கோ, வாடகைக்கோ, பங்காகவோ பெறுகிறவர் அவற்றை நல்ல நிலையில் வைத்திருக்க வேண்டும்.

உரிமையாளர்கள் பிறருக்கு நீர் வழங்கி அதற்குப் பதிலாக அவர்களது நிலங்கள் அல்லது தோட்டங்களின் விளைச்சலில் பங்கு பெறலாம்.

உரிமையாளர்கள் இல்லாத நிலையில் நீர்நிலைகள் தர்ம சிந்தனை உடைய தனிப்பட்டவர்களாலோ, ஒன்றி

ணைந்து செயல்படும் கிராம மக்களாலோ நிர்வகிக்கப் படலாம்.

அறுவடைக்கென்று பயன்படுத்தப்படும் நீருக்குச் செலுத்தப்பட வேண்டிய வரிகள் பின்வருமாறு:

அரசனால் உருவாக்கப்பட்ட நீர்நிலைகளிலிருந்து :

மனிதர்களால் கொண்டு செல்லப்பட்டது	–	விளைச்சலில் ஐந்தில் ஒரு பங்கு
எருதுகளால் சுமக்கப் பட்டது	–	விளைச்சலில் நாலில் ஒரு பங்கு
இயந்திரங்களைப் பயன் படுத்தி வாய்க்கால் வழி கொண்டு சென்றது	–	மூன்றில் ஒரு பங்கு

இயற்கை நீர்த்தேக்கங்களிலிருந்து :

ஏரிகள், ஆறுகள், தொட்டிகள், ஊற்றுகளில் இருந்து நீர்ப்பாசனம் செய்யப்பட்டது	–	விளைச்சலில் நான்கிலொரு பங்கு

இடையூறு செய்தல்

அணைகள் அல்லது தொட்டிகளிலிருந்து நீர்ப்பாசனம் மேற்கொள்பவர்கள் மற்றவரது உழுத அல்லது விதைக் கப்பட்ட நிலங்களுக்கு ஊறு விளைவிக்கக் கூடாது.

கீழ்மட்ட நீர்நிலையிலிருந்து வரும் நீர் மேல் மட்ட நீர் நிலையிலிருந்து நீர் வசதி பெறும் நிலத்தை மூழ்கடித்தல் கூடாது.

எவரும் -

- முறையற்ற நேரத்தில் அணைகளிலிருந்து, நீரை வெளியேற்றுதல் கூடாது.
- மற்றவர்களுக்கு உரிமையான நேரத்தில் நீர் அளிக்காமல் புறக்கணித்து இடையூறு செய்தல் கூடாது.
- வழக்கமான நீர்ப்பயன்பாட்டைத் தடை செய்தல் கூடாது.
- வழக்கமான முறையை (வழியை மாற்றி அமைத்து) உபயோகமற்றதாக்கக் கூடாது.
- மற்றவருக்குச் சொந்தமான நிலத்தில் அணை அல்லது கிணறு கட்டுதல் கூடாது.
- பொதுமக்களுக்கு உபயோகப்படும் தருமம் செய்யப்பட்ட நீர்தேக்கம் அல்லது அணை கைவிடப்பட்ட, சீரழியும் நிலையைத் தவிர மற்ற நேரங்களில் நேரடியாகவோ அல்லது மறைமுகமாகவோ விற்கக் கூடாது, அடகு வைக்கக்கூடாது.

தண்டனைகள்

நீர்த்தேக்கத்திலிருந்து அளவுக் கதிகமாய் நீரை வெயேற்றி மற்றவரது உழுது, பயிரிட்ட நிலங்களுக்குச் சேதத்தை உண்டாக்குதல்	–	சேதத்திற்கு ஏற்றவாறு நஷ்ட ஈடு அளித்தல்
தோட்டங்கள், பூங்காக்கள் மற்றும் அணைகளுக்குச் சேதம் உண்டாக்குதல்	–	எதிராக இரு மடங்கு சேதம் விளைவித்தல்
நீர்ப்பாசன வசதியை நிர்வகிக்கத் தவறுதல்	–	விளைந்த நஷ்டத்தைப் போல் இரு மடங்காக்குதல்

அரசியல் நெறிமுறைகள் (அர்த்த சாஸ்திரம்)

மூன்று வருடத்துக்கு உபயோகப்படுத்தப்படும் கீழ்மட்ட நீர்த்தேக்கத்தை நிறைய விடாமல் மேல்மட்ட நீர்த்தேக்கம் தடுத்தல்	– குறைந்தபட்ச அபராதம் மற்றும் மேல் தொட்டியைக் காலி செய்தல்
முறையின்றி அணைத்தேக்க நீரை வெளியேற்றுதல், மற்றவரது முறை வரும்போது நீர்வரத்தைத் தேக்கம் செய்தல்	– 6 பணம்
வழக்கமான நீர்வரத்தைத் தடைசெய்தல் அல்லது நீரின் பாதையை மாற்றுதல்	– குறைந்தபட்ச அபராதம்
மற்றவரது நிலத்தில் கிணறு அல்லது அணை கட்டுதல்	– குறைந்த பட்ச அபராதம்
தர்மத்திற்கு விடப்பட்ட நீர் நிலைகளை விற்றல், அடகு வைத்தல்	– நடுத்தர அபராதம்

உரிமையாளர்கள் இல்லாதநிலையில் நீர்நிலைகள் தர்ம சிந்தனை உள்ள தனிப்பட்டவர்களாலோ, ஒன்றாக இணைந்து செயல்படும் கிராம மக்களாலோ நிர்வகிக்கப் படலாம்.

அறுவடைக்கென்று பயன்படுத்தப்படும் நீருக்குச் செலுத்தவேண்டிய வரிகள் பின்வருமாறு:

அரசனால் உருவாக்கப்பட்ட நீர்நிலைகளில் இருந்து:

மனிதர்களால் கொண்டு செல்லப்பட்டது	– விளைவில் ஐந்தில் ஒரு பங்கு

எருதுகளால் சுமக்கப் பட்டது	– நாலில் ஒரு பங்கு
இயந்திரங்களால் வாய்க்கால் வழி சென்றது	– மூன்றில் ஒரு பங்கு

இயற்கை நீர்த்தேக்கங்களிலிருந்து :

ஆறுகள் ஏரிகள் தொட்டிகள் ஊற்றுகளிலிருந்து நீர்ப் பாசனம் செய்யப்பட்டது	– விளைச்சலில் நான்கிலொரு பங்கு

இடையூறு

அணைகள் அல்லது தொட்டிகளிலிருந்து நீர்ப்பாசனம் மேற்கொள்பவர்கள் மற்றவரது உழுத அல்லது விதைக்கப்பட்ட நிலங்களுக்கு ஊறு விளைவிக்கக் கூடாது.

கீழ்மட்ட நீர்நிலையிலிருந்து வரும் நீர் மேல்மட்ட நீர்நிலையில் இருந்து நீர்வசதி பெறும் நிலத்தை மூழ் கடித்தல் கூடாது. கீழ்மட்ட நீர்த்தேக்கம் மூன்று வருட காலத்துக்கு உபயோகத்தில் இருக்கும் நிலையைத் தவிர மற்ற நேரங்களில் கீழ்மட்ட நீர்த்தேக்கத்தில் நீர் நிறை வதை மேல்மட்டம் தடை செய்ய இயலாது.

- யாரும் முறையற்ற நேரங்களில் அணையிலிருந்து நீரை வெளியேற்றக்கூடாது.
- மற்றவர்களுக்கு உரிமையான நேரத்தில் நீர் வழங்காமல் புறக்கணித்து இடையூறு செய்யக் கூடாது.
- வழக்கமான நீர்ப் பயனீட்டைத் தடை செய்யக்கூடது.
- வழக்கமான முறையை (வழியை மாற்றி அமைத்து) உபயோகமற்றதாக்கக்கூடாது.

அரசியல் நெறிமுறைகள் (அர்த்த சாஸ்திரம்) ▎139

● மற்றவருக்குச் சொந்தமான நிலத்தில் அணை அல்லது கிணறு கட்டுவது கூடாது.

அணையை உடைத்தல் :

அணையில் நீர் இருப்பின்	– அதே இடத்தில் மூழ்கடித்தல்
நீர் இல்லாத நிலையில்	– உயர்ந்தபட்ச அபராதம்
சீரழிந்த நிலையில் இருப்பின்	– நடுத்தர அபராதம்

தொழில்

நெசவுத்தொழில், ஊக்கத்தொகை

சிறந்த செயல்பாடு அல்லது அதிக உற்பத்திக்காக நெசவுத் தொழிலில் ஈடுபடும் பெண்களுக்கு எண்ணெய், பலகாரம் போன்றவற்றை சிறப்புச் சலுகைகளாய் அளிக்கலாம். அவர்களுக்குப் பரிசுகள் அளிப்பதன் மூலம் விடுமுறை பண்டிகை நாட்களிலும் வேலை செய்யத் தூண்டலாம்.

சணல், பட்டு, பருத்தி மற்றும் மான் தோல் போன்ற வற்றில் கைதேர்ந்த நெசவாளிகளுக்கு வாசனைத் திரவியங்கள், மலர்கள் போன்ற பரிசுகள் தந்து ஊக்கு விக்கலாம்.

நெசவுக் கட்டணங்கள்

பருத்தி	– நூலின் விலை
பட்டு	– நூலின் விலையைக் காட்டிலும் ஒன்றரை மடங்கு

கம்பளி உடைகள் — நூலின் விலையில்
விரிப்புகள்   இரு மடங்கு

பருத்தி ஆடைகள் பயன்படுத்தப்பட்ட நூலைக் காட்டிலும் பத்து சதவிகிதம் அதிக எடையுடையது.

கம்பளி நெய்யும்போது ஏற்படும் இழப்புக்காக ஐந்து சதவிகிதம் பண உதவி அளிக்கப்படலாம்.

உப்புத் தொழில்

உள்நாட்டிலேயே தயாரான உப்பு :

செலுத்த வேண்டிய வரிகள் - சுங்க வரி ஆறிலொரு பகுதி (அரசாங்கக் கடைகளுக்கு எடுத்துச் செல்லப்பட்டது) + சம மதிப்புடைய வரி (5 சதவிகித வியாபார வரி + உற்பத்தி + ஆய்வுக் கட்டணம்).

இறக்குமதி செய்யப்பட்ட உப்புக்களை வாங்குபவர்களே அவற்றுக்குரிய வரிகளைச் செலுத்தி அரசனின் பொருள்களுக்கு ஏற்பட்ட இழப்பை ஈடுகட்டும் பொறுப்புக்குரியவர்களாவர். சுங்கவரி மற்றும் சம மதிப்புடைய (Counter vailing) வரி செலுத்தாமல் இறக்குமதி செய்யப்பட்ட உப்பை விற்கக்கூடாது.

மனிதர்களின் உபயோகத்துக்கில்லாத உப்பு :

செலுத்த வேண்டிய வரி — அடிப்படை வரி
(ஆறிலொரு பங்கு)
சம மதிப்பு வரி இல்லை

தண்டனைகள்

உப்பில் கலப்படம் — உயர்ந்தபட்ச
                  தண்டனை

இறக்குமதி செய்த உப்புக்கு வரி செலுத்தாமை	– 600 பணம்
சுங்க இலாகாவில் உப்பைப் பெறாமல் மற்ற இடங்களிலிருந்து பெறுதல்	– 600 பணம்
உரிமம் இல்லாமல் உப்பு உற்பத்தி செய்தல்	– உயர்ந்த பட்ச தண்டனை

உலோகத் தொழில்

அடிப்படை உலோகங்கள் கூலி, தாமிரம், எஃகு, பித்தளை, வெண்கலம்	– உலோகத்தின் விலையில் ஐந்து சதவிகிதம்

ஏற்படக்கூடிய இழப்பு
(அனுமதிக்கப்பட்ட அளவு)

தாமிரம், எஃகு, பித்தளை, வெண்கலம்	– 10 சதவிகிதம்
காரீயம், தகரம்	– 5 சதவிகிதம்
இரும்பு	– 20 சதவிகிதம்

தண்டனைகள்

அடிப்படை உலோகங்களில் அனுமதிக்கப்பட்ட அளைவைக் காட்டிலும் இழப்பு	– அளவுக்கதிகமான இழப்பைக் காட்டிலும் இரு மடங்கு

■■■

27

வர்த்தகம்

அரசன் நிலம் மற்றும் நீர் வழியில் வர்த்தகத்தை மேம்படுத்தலாம். துறைமுகங்களை அமைத்தும், சந்தைகள் மூலமும் வியாபாரத்தை அபிவிருத்தி செய்யலாம்.

வர்த்தகத்தைப் பாதுகாத்தல்

சாலைகளைக் கடந்து செல்லும் வியாபாரிகளின் பாதுகாப்பிற்கு எல்லைப்புற அதிகாரியே பொறுப்பாவார்.

வணிகர்கள் தமது வியாபாரப் பொருள்களின் மதிப்பை கிராம அதிகாரிகளுக்குத் தெரிவித்த பிறகு கிராமத்திற்குள்ளேயே தங்கலாம். அவர்களுடைய உடைமைகளில் ஏதேனும் இழக்கப்பட்டாலோ, கடத்திச் செல்லப்பட்டாலோ (அடிமைகள், விலங்குகள்) கிராமத் தலைவர் வியாபாரியின் இழப்பை ஈடுகட்ட வேண்டும்.

கிராமத்திற்குட்பட்ட பகுதியில் வியாபாரியின் பொருள்கள் இழக்கப்படுமெனில் அப்பொறுப்பு மேய்ச்சல் நிலங்களின் தலைமை அதிகாரியையே சாரும். அவரது கட்டுப்பாட்டுக்குட்படாத பகுதிகள் சோரராஜு (Choraraju) எனப்படும் திருடர்களைப் பிடிக்கும் பொறுப்புடைய அதிகாரிகளைச் சார்ந்ததாகும். எந்த அதிகாரியின் பொறுப்புக்கும் உட்படாத நிலையில், கிராம மக்களில் எவருடைய எல்லையில் இழப்பு ஏற்பட்டதோ அவரே வணிகரின் இழப்பை ஈடு செய்ய வேண்டும். குறிப்பிட்ட எல்லையை வரையறுக்க இயலாத நிலையில் (ஐந்து அல்லது பத்து கிராமங்களைப்

அரசியல் நெறிமுறைகள் (அர்த்த சாஸ்திரம்)

பற்றி குறிப்புகளை நிர்வகிக்கும்) 'கோபா'க்களே பொறுப்பேற்க வேண்டும்.

விற்பனை முறை
வணிகக் கட்டுப்பாடு

வியாபாரச் சரக்குகள் மற்றும் கிராமப்புறங்களில் தயாராகும் பொருள்கள் உருவாகும் இடங்களிலேயே விற்கப்படாமல் அவற்றுக்கென உருவாக்கப்பட்ட சந்தைகளிலோ அல்லது வரி செலுத்தி நகர்ப் புறங்களுக்கு எடுத்து வந்தோ விற்க வேண்டும்.

உள்நாட்டில் தயாராகும் பொருள்கள்

அரசு சார்ந்த வியாபாரப் பொருள்கள் :

அரசு சார்ந்த வியாபாரச் சரக்குகள் (அரசு உடைமையில் தயாரானது அல்லது கருவூலத்தினால் ஏற்றுக் கொள்ளப்பட்டது) பொதுவுடைமையாக்கப்பட வேண்டும்.

நேரடி விற்பனை :

அரசுச் சரக்குகளின் விற்பனை பொறுப்பேற்ற அதிகாரிகள் கிடைத்த வருமானத்தை ஒற்றைத் துவார மிட்ட மூடியினால் மூடப்பட்ட மரப்பெட்டி ஒன்றில் இடவேண்டும். நாளின் முடிவில் முழுமையாய் கணக்கைச் சரிபார்த்து பணப்பெட்டி, எஞ்சிய பொருள்கள், எடை மற்றும் அளவைக் கருவிகள் ஆகியவற்றுடன் ஒப்படைக்க வேண்டும்.

வியாபாரிகள் மூலம் விற்பனை :

பல்வேறு இடங்களிலுள்ள வியாபாரிகள் மாநிலத் தலைமை வர்த்தகக் கட்டுப்பாட்டு அதிகாரியால்

தீர்மானிக்கப்பட்ட விலையில் அரசுச் சரக்குகளை விற்கும் உரிமை பெற்றவராவர். அவர்கள் அரசுக்கு ஏற்படும் இழப்பை ஈடு செய்ய வேண்டும்.

இறக்குமதி செய்யப்பட்ட பொருள்கள்

இப்பொருள்கள் இயன்ற அளவு அதிக இடங்களில் விற்கப்படலாம்.

(அவற்றை கிராம, நகர மக்களுக்கு உடனடியாய் கிடைக்கச் செய்ய முடியும்)

அந்நியப் பொருள்களின் இறக்குமதியை ஊக்குவிக்கும் வகையில் பின்வரும் ஊக்கத் தொகைகள் அளிக்கப்படலாம்.

(i) நாடோடிகள் அல்லது நீர்வழிகள் மூலம் அந்நியப் பொருள்களைக் கொண்டு வரும் உள்ளூர் வியாபாரிகள் இலாபம் அடையும் வகையில் வரிவிலக்கு அளிக்கப் படலாம்.

(ii) அந்நிய வியாபாரிகள் முறையற்றவர்களாக இல்லாதவரை பணவிஷயங்களில் அவர்களுடன் வழக்காடுதல் கூடாது. ஆனால், அவர்களது உள்ளூர் பங்குதாரர்களுடன் விவாதம் செய்யலாம்.

விற்பனை சம்பந்தமான சட்டம்

முகவர் / சில்லறை வியாபாரிகள் மூலம் விற்பனை

முகவர் என்பவர் (agent) சரியான நேரத்தில் சரியான இடத்தில் மற்றொருவருக்காகப் பொருள்களை விற்று, விற்பனை மூலம் கிடைத்தத் தொகையை (கொள்விலை + இலாபம்) உரியவரிடம் ஒப்படைப்பார். தரகினைக் குறைத்துக் கொள்வார். சிறந்த சந்தர்ப்பத்தை நழுவ

அரசியல் நெறிமுறைகள் (அர்த்த சாஸ்திரம்) **❙ 145**

விட்டதனால் வசூலான பணம் குறைவாயிருக்குமெனில் முகவர் தான் பொருள்களைப் பெற்ற நேரத்தில் அவற்றுக் குரிய விலையையும், சரியான இலாபத்தையும் உரிமை யாளருக்குச் செலுத்துவார்.

இருவருக்குமிடையில் முன்னரே ஒப்பந்தம் செய்யப் பட்டிருக்குமெனில் இலாபம் கிட்டாத நேரங்களில் சில்லறை வியாபாரிகள் மொத்த வியாபாரிகளுக்குப் பொருள்களின் விலையை மட்டும் செலுத்துவர்.

பொருளின் விலையில் சரிவு ஏற்படுமெனில் (ஒப்ப டைப்பு விற்பனை இவற்றுக்கு இடைபட்ட காலம்) குறைவான விலை மட்டுமே செலுத்தப்படும்.

நற்பெயருள்ள வியாபாரிகள் பொருளின் தரக்கேடு, அல்லது எதிர்பாராத விபத்தில் பொருள்கள் அழியும் போது (அரசுப் பொருள்களின் விற்பனையில்) பொருள் களுக்கான கொள்முதல் விலையைக்கூட செலுத்தத் தேவையில்லை.

வெளிநாடுகளுக்கு விற்கப்பட வேண்டிய பொருள்கள் அதற்கான நேரம் முடிந்தபின் விற்கப்படுமெனில் செலுத்த வேண்டிய தொகை (கொள்முதல், இலாபம்) அதற்குரிய செலவு மற்றும் இழப்பினால் குறைக்கப் படும்.

ஒவ்வொரு வகைப்பட்ட பொருள்களுக்கும் தனிக் கணக்கு அளிக்கப்பட வேண்டும்.

தண்டனைகள்

குறிப்பிட்ட அளவுக்கு
மேல் வியாபாரிகள் இலாபம்
சம்பாதித்தால்   – 200 பணம்

நாடோடி, வியாபாரிகளின் பாதுகாப்பு :

நாடோடிகளின் தலைவர் ஒருவரை
விட்டுச் செல்லுதல்:

பழக்கமில்லாத இடங்களில்	– குறைந்தபட்ச தண்டனையில் பாதியளவு
காடுகளில்	– நடுத்தர தண்டனையில் பாதியளவு
ஏதேனும் ஒருவரால் தீங்கு ஏற்படும்போது	– உயர்ந்தபட்ச தண்டையில் பாதியளவு
ஏற்கனவே ஒருவருக்கு விற்கப்பட்ட பொருளை மற்றொருவருக்கு விற்றல்	– 48 பணம்

நுகர்வோர் பாதுகாப்பு

மக்கள் நலனைப் பாதுகாப்பதில் ஒரு முக்கிய அம்சம் நுகர்வோர் பாதுகாப்பு ஆகும்.

மக்களால் தம்மிடம் நம்பிக்கையோடு ஒப்படைக்கப் பட்ட ஆபரணங்களிலிருந்து விலையுயர்ந்த உலோகங் களை சிறு அளவில் திருடுதல் ஆபரணம் செய்பவர் களிடம் காணப்படும் வழக்கம்.

வியாபாரிகள், தொழில் நிபுணர்கள், கைவினைஞர் கள், நாடோடியாய் செல்பவர்கள், கலைஞர்கள் போன் றோர் பெயரளவில் இல்லாவிடினும் ஏமாற்றக் கூடியவர் களே. அவர்கள் ஏற்படுத்தும் பாதிப்புகளிலிருந்து மக்கள் காக்கப்பட வேண்டும்.

பொற்கொல்லர் மற்றும் வெள்ளிநகை செய்வோரின் கூலிகள் (வேலை செய்யப்படும் உலோகத்தின் மதிப்பைப் பொறுத்து)

விலையுயர்ந்த உலோகங்கள் :

வெள்ளி	-	16-இல் ஒரு பங்கு 1/16 திறன்மிக்க வேலைக்கு 8-இல் ஒரு பங்கு
தங்கம்	-	8-இல் ஒரு பங்கு திறன்பாட்டிற்கு 4-இல் ஒரு பங்கு

குறித்த நேரத்தில் வேலையை நிறைவு செய்தல் :

பொற்கொல்லர் நிர்ணயிக்கப்பட்ட கால அளவிற்குள் ஒப்புக் கொண்ட வேலையை முடித்துத் தரவேண்டும். சிறப்புத்தன்மை கொண்ட வேலைகளுக்கு நேரக் கணக்குத் தேவையில்லை. ஒப்படைக்கப்பட்ட பொருளைத் திருப்பியளித்தல்: பொற்கொல்லர் தம்மிடம் பிறரால் நம்பிக்கையுடன் ஒப்படைக்கப்பட்ட ஆபரணத்தை அதே தரம், அளவு ஆகியவற்றுடன் (நேரம் கடந்தாலும்) திருப்பியளிக்க வேண்டும். சாதாரண சேதங்களுக்கு தள்ளுபடி அளிக்கப்படலாம்.

தள்ளுபடி :

தங்கம், வெள்ளிப் பொருள்கள்	- 1/64
மேற்பூச்சு (Enamel)- பயன்படுத்தப் பட்ட நிறத்தின்	- 1/6 பங்கு

பயன்படுத்தப்பட வேண்டிய நிறங்கள் :

தங்கத்திற்கு	-	1/64 பகுதி
வெள்ளிக்கு	-	1/32 பகுதி

எடைகள் தராசுகள் :

அனைத்து எடைகள் தராசுகள் இவற்றுக்குப் பொறுப்புடைய, தலைமை அதிகாரியிடமிருந்து கொண்டுவரப்பட வேண்டும்.

திண்மையுடைய அல்லது உள்ளீடற்ற பொருள்களைச் செய்தல், இலேசான அல்லது கனமான தகடுகளால் மூடுதல், கற்கள் பதித்தல், பொன்முலாம் பூசுதல் போன்றவை கைவினைஞர் (பொன், வெள்ளி வேலை செய்பவர்)களால் செய்யப்படும் வேலைகள் ஆகும்.

ஏமாற்றுகள்

(i) நிறுவையில் ஏமாற்றுதல் :

எளிதில் வளையக்கூடிய முள்ளை உடைய தராசு, உள்ளே வெற்றிடமாக்கப்பட்ட குறிமுள் உடையவை. பிளவுபட்ட மேற்பகுதி காரணமாய் ஒருபக்கம் அதிகம் சாய்பவை, தவறான ஆதாரத்தை உடையவை, சமமற்ற நூல்பாகத்தைக் கொண்டவை, குறைபாடுடைய தட்டுகள், சமமற்ற நிலையிலும் கீழே செல்லும் வகையில் அடிப்புறத்தில் காந்தம் பொருத்தப்பட்ட தட்டுகள் போன்றவை தங்கத்தைத் திருடப் பயன்படுத்துவதாகும்.

இவ்வனைத்து வகை தராசுகளிலுமே ஒரு தட்டு எளிதில் கீழிறங்கி விடும். வாடிக்கையாளர்களிடத்தில் நகைககள் விற்கப்படும்போதோ, திருப்பியளிக்கப்படும் போதோ எடையிடப்பட வேண்டிய பொருள் குறைபாடுள்ள தட்டில் வைக்கப்படும். பொருளை வாங்கும்போதோ எடுத்துக் கொள்ளும்போதோ (வாடிக்கையாளர்களிடமிருந்து) நிலையான எடை அத்தட்டில் குறைபாடுடைய தட்டில் வைக்கப்படும்).

(ii) மாற்று ஏற்பாடு :

தங்கத்துக்குப் பதிலாய் மூன்றில் இரண்டு பங்கு வெள்ளி, மூன்றில் ஒரு பங்கு தாமிரம் கலந்த உலோகக் கலவை, முழுவதும் தாமிரம் அல்லது பாதி தங்கம், பாதி தாமிரம் கலக்கப்படலாம். பொய்யான அடிப்பாகம் உடைய புடக்குகை, உள்ளீடற்ற குறடுகள், ஊது குழல் கள் அல்லது ஓரிணை இடுக்கிகள் இவற்றை உபயோ கித்தோ நீர்க்குவளை உபயோகித்து (மறைத்து) தங்கங்கள் நீக்கப்படலாம். அல்லது திருடப்பட்ட தங்கம் புடக் குகையில் உள்ள மண்ணோடு கலக்கப்பட்டு பிறகு அப் புடக்குகை உடைத்து எடுக்கப்படலாம்.

(iii) மாற்றுதல் :

தங்கத்தையோ பூசப்பட்ட முலாமையோ சோதிக்கும் போது உள்ளிருக்கும் தங்கத்திற்குப் பதிலாய் வெள்ளியை மாற்றிவிடலாம். அல்லது, தங்கத்துகள்களுக்குப் பதிலாக இரும்புத்துகள்கள் வைக்கப்படலாம்.

(iv) ஒன்றுபோல் தோற்றமளிக்கும் திண்மங்களை மாற்றுதல் :

சிறுகாரீயத்துண்டு தங்க இழையினால் மூடப்பட்டு அரக்கினால் இணைக்கப்படும், இதன் மூலம் தங்கம் நன்கு ஒட்டப்படும். காரீயத்தை நீக்கிவிட்டு பொருளை உள்ளீடற்றதாய் ஆக்கும் நோக்கத்துடன் காரீயம் தங்க இழையினால் இலேசாய் மூடப்படலாம். ஒரு கனமான தங்கத்தகடு வெளிப்புறத்திலும் உட்புறத்திலும் பளபளப் பாக்கப்பட்டு தாமிரம் அல்லது வெள்ளியிலான அடிப் புறத்தையுடைய தகட்டின் மேற்பகுதியில் பொருத்தப் படும்.

இப்போலிகள் சூடேற்றுவதன் மூலமோ அவற்றின்

ஒலியைக் கொண்டோ அல்லது சுரண்டியோ கண்டறியப் படும். தளர்வாக பொதியப்பட்ட போலிகள் (காரீயம்), உப்புநீர் அல்லது வேதிப்பொருள்களில் அமிழ்த்துவதன் மூலம் கண்டறியப்படும்.

(v) பொதிந்து வைத்தல் :

அந்நியப் பொருள்கள் தங்கத்தில் பின்வரும் முறையில் பொதிந்து வைக்கப்படும்.

- தங்கத்துடன் சிந்தூரத்தைச் சூடேற்றுவது
- திண்மங்களை உருவாக்கும்போது அரக்கு அல்லது சிவப்புக் காரீயத்தைக் குழைத்துச் சூடேற்றுவது
- தங்க இழையை உருவாக்கும்போது உப்பு மற்றும் மணல் சேர்த்துச் சூடேற்றுதல்
- தங்க இழையின் தடிமனை ஈடு செய்யும் வகையில் அரக்கு அல்லது 'மைகா' (mica) என்கிற காக்கைப் பொன்னைப் பயன்படுத்துதல்
- விதை மதிப்பற்ற கற்களுக்குப் பதிலாய் அதிகப் பொலிவுடைய போலிக் கற்களைப் பயன்படுத்துதல்.

முதல் மூன்று வகையைக் கண்டறிய சூடேற்றுதலுக் குப்பின் அப்பொருளை உடைக்க வேண்டும். நான்காம் வகையைக் கண்டறிய பொருளை ஆவியில் வைத்தல் வேண்டும். ஐந்தாம் வகையைக் கண்டறிய பொருளின் அடர்த்தியையோ அல்லது துளையிட்டோ சோதிக்க லாம்.

(vi) அடித்துச் செல்லுதல் :

தங்கத்தைப் பரிசோதிப்பதாய் கூறி பொற்கொல்லர் கள் அப்பொருளின் ஒரு சிறு பகுதியை வெட்டி எடுத்துக் கொள்வார்கள்.

(vii) வெட்டி எடுத்தல் :

இம்முறையில் வெற்றிடமுள்ள தங்க ஆபரணத்தைத் தங்கத்தால் மூடப்பட்ட காரீயத் துண்டினால் மாற்றி வைக்கப்படும்.

(viii) சுரண்டி எடுத்தல் :

கூர்மையான ஆயுதத்தால் தங்கத்தைச் சுரண்டுதல்.

(ix) அழித்து எடுத்தல் :

சரியான வேதிப் பொருளில் (சிவப்பு ஆர்ஸெனிக்) நனைக்கப்பட்ட துணியால் தங்கத்தைத் துடைத்து எடுத்தல்.

தொழில் மீதான அதிகாரம்

(நெசவாளர்கள், சலவைத் தொழிலாளிகள், தையற்காரர்கள், மருத்துவர்கள் மற்றும் கலைஞர்கள் உள்ள டக்கியது)

தொழில் நிபுணர்கள், கைவினைஞர்கள்

தொழில் நிபுணர்கள், கைவினைஞர்கள், சுயதொழில் செய்பவர்கள் போன்றோரிடம் ஒப்படைக்கப்படும் பொருள்களுக்கு அவர்களது சங்கங்கள் மூலம் உத்தரவாதமளிக்கப்படும். அப்பொருள்களைப் பெற்றுக்கொண்ட தொழிலாளி இறக்க நேரிடுமெனில் உரிமையாளருக்கு ஏற்படும் இழப்பை ஈடுசெய்யும் பொறுப்பு அச்சங்கத்தினுடையது.

தொழில் நிபுணர்கள் ஒப்பந்த காலத்துக்குள் வேலையைச் செய்து முடிக்க வேண்டும். வேலை சிறப்புத் தன்மை உடையதாயிருப்பின் (நுட்பம்) கால வரம்பு தேவையில்லை.

எதிர்பாராத விதத்திலோ எதிர்பார்க்கும் சேதாரத்திலோ அன்றி வேறு வழிகளில் பொருள்களைத் தொலைக்கவோ அழிக்கவோ நேருமாயின் அதனைப் பெற்றுக் கொண்ட ஒவ்வொரு தொழில் நிபுணர் அல்லது கைவினைஞரே அவற்றுக்குப் பொறுப்பேற்க வேண்டும்.

நெசவாளர்கள்

நெசவாளர்கள் தாங்கள் பெற்றுக் கொண்ட ஒவ்வொரு பத்து பலம் நூலிற்கும் பதினொரு பலம் ஆடை திருப்பி யளிக்க வேண்டும். நெய்யப்படும் துணி சரியான நூலில் சரியான நீளம், எடை கொண்டதாய் நெய்யப்பட வேண்டும்.

கூலிகள் :

பருத்தி ஆடைகள்	-	நூலின் மதிப்பு
லினன் அல்லது பட்டு	-	நூலின் மதிப்பில் ஒன்றரை மடங்கு
கம்பளி ஆடைகள் விரிப்புகள் மற்றும்பல	-	நூலின் மதிப்பில் இரு மடங்கு

சலவைத் தொழிலாளிகள், தையற்காரர்கள்

இவர்கள் வாடிக்கையாளரின் துணியை உடுத்தவோ, வாடகைக்கு விடவோ, அடகு வைக்கவோ, தொலைக்கவோ அல்லது மாற்றவோ கூடாது. குறித்த நேரத்தில் ஆடைகளைத் திருப்பியளிக்க வேண்டும்.

சாயந் தோய்த்தலில் ஏற்படும் விவாதங்களுக்கு நிபுணர்களால் தீர்ப்பளிக்கப்படும்.

தோய்த்தலால் ஏற்படும் இழப்பு (சுருக்கம், சாயம் போதல்)க்கு துணியின் மதிப்பில் நான்கில் ஒரு பங்கும்

அரசியல் நெறிமுறைகள் (அர்த்த சாஸ்திரம்)

(முதல் சலவை), இரண்டாம் சலவையில் ஐந்தில் ஒரு பங்கும் அனுமதிக்கப்பட்டது.

சலவையாளர்கள் துணியை மரப்பலகை அல்லது மிருதுவான கல்லின்மீது வைத்துத் தோய்க்க வேண்டும். மாறாக சொரசொரப்பான தரையில் தோய்த்துச் சேதம் ஏற்படுத்துவார்களாயின் அதற்கான ஈடு அல்லது அபராதம் செலுத்த வேண்டும்.

தோய்க்க அனுமதிக்கப்பட்ட கால அவகாசம் :

வெண்துணிகள்	-	சலவையற்றது	- 1 நாள்
		பாதியளவு சலவை	- 3 நாள்
		முழுதும் சலவை செய்ய	- 4 நாள்
நிறமுடையவை	-	வெளிர் சிவப்பு	- 5 நாள்
		நீலம்	- 6 நாள்
		காவி அரக்கு அல்லது ஆழ்ந்த சிவப்பு	- 7 நாள்

அதிக கவனம் தேவைப்படும் மிருதுவான பொருள்கள் - 7 நாள்

துணிகள் சலவைக்குப்பின் குறிப்பிட்ட கால அவகாசம் கடந்தபின் அளிக்கப்படுமெனில் வாடிக்கை யாளர்கள் பணம் செலுத்தத் தேவையில்லை.

சலவைக்கான கூலி :

குறைந்த தரமுடையது	-	¼ பணம்
நடுத்தரமானது	-	½ பணம்
உயர்ந்த ரகம்	-	1 பணம்

நிறமுடையது - குறிப்பிட்டதற்கு மேல் இருமடங்கு

மருத்துவர்கள்

நோயாளியின் உயிருக்கு ஆபத்து விளைவிக்கக்கூடிய நோய்களுக்கான சிகிச்சையைத் தொடங்குமுன் மருத்துவர்கள் அவர்களுக்குப் பொறுப்பானவரின் ஒப்புதலைப் பெறவேண்டும். சிகிச்சை பலனின்றி நோயாளிக்கு மரணமோ உடல்குறைபாடோ ஏற்படுமெனில் மருத்துவர் தண்டிக்கப்படுவார்.

கலைஞர்கள்

விவசாய வேலைகளுக்குத் தடங்கல் ஏற்படாதிருக்க, கலைஞர்கள் மழைக்காலத்தில் இடம் விட்டு இடம் செல்லுதல் கூடாது.

அவர்கள் விரும்பினால் அவர்களது நடிப்பில் ஒரு பகுதியிலுள்ள மக்களின் பழக்கவழக்கம் சாதி அல்லது குடும்பங்கள் மற்றும் தனிப்பட்ட ஒருவரின் காதல் விவகாரங்களை எடுத்துக் கூறலாம். ஆனால், எவரையும் அளவுக்கு மீறி புகழ்வதோ, அளவுக்கதிகமான பரிசுகளைப் பெறுவதோ கூடாது.

கைவினைஞர்கள் மற்றும் கலைஞர்களுக்கென்று குறிப்பிட்ட ஊதியம் எதுவுமில்லை. அவர்கள் வேலைக் கேற்றவாறு ஊதியம் பெறுவர்.

■■■

அரசியல் நெறிமுறைகள் (அர்த்த சாஸ்திரம்) 155

28
கருவூலம்

கருவூலம் என்னும் சொல் மாநிலத்தின் செல்வத்தைக் குறிக்கிறது. செல்வமின்றி எவ்வித உற்பத்தியுமில்லை எனக்கூறும் வகையில் கௌடில்யர் அனைத்துச் செயல்பாடுகளும் கருவூலத்தைச் சார்ந்தவையே என்கிறார்.

கருவூலத்திலிருந்தே அரசாங்கத்தின் திறன் கணக்கிடப் படுகிறது. கருவூலமும், படைகளும் அரசனுடைய வெற்றியை நிச்சயிக்கிறது. (கருவூலம் மற்றும் படை களுக்கிடையேயான தொடர்பு, கருவூலத்தின் முக்கியத் துவம் வேறொரு பகுதியில் விளக்கப்பட்டிருக்கிறது)

கருவூலத்தின் முக்கியத்துவத்தைக் கருதியே ஓர் அரசன் தனது படைகள் கருவூலம் இவற்றைத் தன்னு டைய கட்டுப்பாட்டிற்குள் வைக்க வேண்டும் என்கிறார் கௌடில்யர். அதேபோல் ஓர் அரசன் இறக்கும்போது நம்பிக்கை மிகுந்தவர்களின் கட்டுப்பாட்டில் கருவூலத்தை படைகளை ஒப்படைப்பது ஆலோசகர் மேற்கொள்ள வேண்டிய முன்னெச்சரிக்கை ஏற்பாடாகும்.

செல்வம் சேர்த்தலின் முக்கியத்துவம் இந்நூல் முழுதும் கூறப்பட்டுள்ளது. உதாரணமாய், நாட்டிற்கு இழப்பு ஏற்படும்போது அதற்குப் பொறுப்பானவர்கள் அவ்விழப்பையோ அதன் பல மடங்கையோ செலுத்தி இழப்பை ஈடு செய்ய வேண்டும். அதுவே அதற்குரிய தண்டனை, வரி செலுத்துபவர்கள், வரிவிலக்கு பெற்ற வர்கள் மற்றும் வரி செலுத்தும் கிராமங்கள், வரிவிலக்கு

பெற்ற கிராமங்களுக்கிடையே ஒரு தெளிவான வேறு பாடு பராமரிக்கப்பட வேண்டும். வரிசெலுத்துபவர்கள், வரி விலக்கு பெற்ற கிராமங்களில் குடிபுக அனுமதிக்கப் படக்கூடாது.

நடிகர்கள், கலைஞர்கள் நிரந்தரமாய் தங்குவதிலிருந்து தடை செய்யப்படுவதன் மூலம் மக்கள் கவனச் சிதைவின்றி உற்பத்தி, ஆக்கப்பணிகளில் தங்களை முழுமையாய் அர்ப்பணிக்க இயலும்.

கருவூலத்தின் தலைமை அதிகாரி பொன் வெள்ளி மற்றும் விலையுயர்ந்த பொருள்களுக்கு மட்டுமன்றி அனைத்து உற்பத்திகளுக்கும் பொறுப்பாவார். அர்த்த சாஸ்திரத்தில் கூறப்பட்டுள்ள கருவூலக் கட்டடத்தின் அமைப்பு விலையுயர்ந்த பொருள்களைச் சேமிப்பதற்கு மட்டுமே. மற்ற தானியக் கிடங்குகள் பாசறைகள் போன்றவை பிற பொருள்களின் பாதுகாப்பிற்காகும்.

நாட்டின் செல்வ வளத்தை அதிகரிக்கும் வழிமுறைகள்

- நாட்டின் செழிப்பை நிலைநாட்டுதல்
- சிறந்த முயற்சிகளையும், வெற்றிமிக்க கொள்கைகளையும் தொடர்தல்
- அரசு அலுவலர்கள் மீதான கட்டுப்பாட்டை நிலை நிறுத்துதல்
- வேளாண்மை உற்பத்தியைப் பெருக்குதல்
- வணிகத்தை மேம்படுத்துதல்
- பிரச்சினைகள் மற்றும் அபாயங்களைத் தவிர்த்தல்
- வரிவிலக்கு மற்றும் சலுகைகளைக் குறைத்தல்
- பணவரவை அதிகரித்தல்

அரசாங்க உடைமைகளைத் தவறாகப் பயன்படுத்துதல், அரசாங்க அலுவலர்களால் எழுதப்படும் பொய்க் கணக்கு போன்றவை செல்வம் குறைய வழிவகுக்கும்.

எவ்விதக் கவனச் சிதைவும் இல்லாத நிலையில் மக்கள் வேலைகளில் முழுமையாய் ஈடுபடுவர். அதன் விளைவாய் பணம், வணிகப்பொருள்கள், தானியங்கள், மற்றும் வேலையாட்களின் வரவு கருவூலத்தில் அதிகரிக்கும்.

கருவூலத்திற்கு ஏற்படும் அபாயம்

கௌடில்யர், கோட்டைக்கு ஏற்படும் ஆபத்து கருவூலத்துக்கு ஏற்படும் ஆபத்தைக் காட்டிலும் தீவிரமானது என்கிறார். கருவூலத்தைப் பாதுகாப்பதே கோட்டை என்பது அவருடைய கருத்து. எனினும், கருவூலத்துக்கு ஏற்படும் அபாயம் படைகளுக்கு ஏற்படுவதைக் காட்டிலும் அதிகம். செல்வம் இருந்தால் படைகள் உட்பட அனைத்தையும் பெற இயலும்.

உட்புற அல்லது வெளிப்புறச் செயல்பாடுகளினால் கருவூலத்துக்கு ஏற்படும் ஆபத்து வருவாயைக் குறைக்கும் திறனுடையதாகும். அதிகாரிகளின் முறையற்ற செயல்பாடு, வரிவிலக்குகள், சிதறிய வருமானம், பொய்க் கணக்குகள் மற்றும் வருவாய் கருவூலத்தை அடையும் முன்பே எதிரிகளால் சூறையாடப்படுவது போன்றவற்றால் பொருளாதாரம் சீரழியும்.

ஆபத்திலிருந்து தப்பும் விதமாய் கூடுதல் கருவூலம் ஒன்று எல்லைப்புறத்தில் தூக்கு தண்டனைக்கு ஆளான கைதிகள் மூலம் கட்டப்படும். அவ்வேலை முடிந்ததும் அவர்கள் சிரச்சேதம் செய்யப்படுவர். (இதனால், அக்கருவூலம் பற்றி எவர்க்கும் தெரிய வராது)

ஒவ்வொருவரும் உரிமம் பெற்று தானியங்களை, வணிகப் பொருள்களை வீட்டில் சேமிக்கலாம். ஆபத்துக் காலங்களில் அவை மற்றவர்களுக்கு உபயோகப்படும்.

வரவு மற்றும் செலவுகள் முறையாகக் கவனிக்கப்படு மெனில் மன்னன் பொருளாதார நெருக்கடியால் அவதிப் படத் தேவையில்லை.

■■■

29

வருவாயின் மூலங்கள்

- அரசாங்க உடைமைகளிலிருந்து கிட்டும் வருமானம்
- அரசாங்க நிலங்களிலிருந்து பெறும் வருமானம்.

ஒரு நாடு அதன் வருமானத்தை நேரடி வேளாண்மை அல்லது குத்தகை முறையின் மூலம் பெருக்கலாம். இந்நிலங்களில் விளையும் தாவரங்கள் (தானியங்கள், பீன்ஸ், எண்ணெய் வித்துக்கள், கரும்பு, ஆடை இழைகள்) வருமானத்தில் பெரும் பங்கு வகிக்கின்றன.

நேரடி வேளாண்மை :

அரசு நிலங்களில் வளரும் தாவரங்கள். நாட்டின் மொத்த வருமானம் விதைகள், கூலிகள், இதர செலவுகள் போக மொத்த விளைச்சலின் மதிப்பாகும்.

குத்தகை முறை :

குத்தகைக்காரர் கூலிக்கு மட்டும் செலவு செய்திருப்பா ரெனில் அரசின் பங்கு ¾ அல்லது 4/5 ஆகும். மாறாக, குத்தகைக்காரர் விதைகள் மற்றும் கூலிகளையும் சேர்த்து அளித்திருப்பாரெனில் அரசுக்குரியது ½ பங்கு மட்டுமே.

அரசியல் நெறிமுறைகள் (அர்த்த சாஸ்திரம்)

அரசனால் கட்டப்பட்ட நீர்த்தேக்கங்களிலிருந்து நீர்பெற்றதற்கான கட்டணம் :

மனிதர்களால் சுமக்கப்பட்ட தெனில்	-	ஐந்தில் 1 பங்கு
எருதுகளால் கொண்டு செல்லப் பட்டதெனில்	-	¼ பங்கு
இயந்திரங்களால் சுமக்கப் பட்டால்	-	1/3 பங்கு

இயற்கையான அணைகளிலிருந்து நீர் எடுக்கப் பட்டாலோ, ஏரிகள் ஆறுகள் மற்றும் தொட்டிகளி லிருந்து நீர்ப்பாசனம் செய்தாலோ ¼ பங்கு ஆகும்.

சுரங்கங்கள், உருக்காலைகள் வருவாய்

நாட்டின் செல்வம் சுரங்கங்கள் மற்றும் உருக்காலை களையே சார்ந்தது. இவற்றிலிருந்து நாடு ஆற்றலைப் பெறும். அதிகச் செல்வம் மற்றும் பலமிக்க படைகளால் அதிகப் பகுதிகளைக் கைப்பற்ற இயலும். அதன் விளைவாய் மேலும் வளங்கள் பெருகும்.

(உலோகங்களின் முக்கியத்துவம் மக்களிடம் மேற்கொள்ளப்படும் விற்பனையால் மட்டுமன்றி மன்னனின் உடைமைகள் குறிப்பாக ஆயுதங்கள் தயாரிக்கப் பயன்படும் தாதுக்களாலும் அதிகரிக்கின்றது. மிகவும் விலை குறைந்த, எளிதான சுரங்கங்கள் அரசனது நேரடிக் கண்காணிப்பில் இருக்கும். எஞ்சியவை குத்தகைக்கு விடப்படும். தாதுக்களை உருக்கி உலோ கத்தைப் பிரித்தல் மாநில அரசிற்கும் உலோகங்களின் விற்பனை மத்திய அரசிற்கும் உரியதாகும். சுரங்கங்கள் மற்றும் உருக்காலைகளின் தலைமைக் கட்டுப்பாட்டு

அதிகாரி, சுரங்கங்களின் தலைமை அலுவலர், நாணயம் தயாரிக்கும் இடத்தின் தலைமை அதிகாரி, நாணயப் பரிசோதகர் போன்ற உயர் அதிகாரிகள், உலோகங்கள் மற்றும் விலையுயர்ந்த கற்களிலிருந்து கிட்டும் வருமானத்தை அதிகரிப்பதில் பங்கு கொண்டவர்களாவர்.)

அரசாங்கத்தின் நேரடிப் பராமரிப்பில் உள்ள சுரங்கங்கள் :

வருமானம் அளிப்பவை - விலையுயர்ந்த கற்களின் விற்பனை, சுரங்கத்தின் குறைவான விலை, உலோகங்களின் விற்பனை, தாதுக்களை குறைவான விலையில் தோண்டுதல், உருக்கிப் பிரித்தல், குறைந்த விலையில் உலோகக் கலவை தயாரித்து விற்பனை செய்தல் போன்றவை.

குத்தகைக்கு விடப்பட்ட சுரங்கங்கள் :

வருவாய் : குத்தகைப் பணம் தாதுக்களில் பங்கு அல்லது நிரந்தர உரிமைப் பங்கு, கால்நடை வளர்ப்பிலிருந்து கிட்டும் வருவாய்.

அரசுக் கால்நடைகள் :

கூலித்தொழிலாளிகளைக் கொண்டு நேரடியாய் பராமரிக்கப்படுபவை	நெய், விளைவுப் பொருள்கள்
ஒப்பந்தக்காரரால் பராமரிக்கப்படுபவை	ஒரு விலங்கிற்கு ஆண்டொன்றிற்கு ஒரு பணம். 100 விலங்குகளுக்கு ஆண்டுக்கு 8 வராகன், நெய்,

	இறந்த கால்நடை களின் தோல்
இனப்பெருக்கமற்றவை	திறனுக்கேற்றவை
தனியார் கால்நடைகள் :	
விற்பனை வரி	ஒரு விலங்கிற்கு ¼ பணம்
இதர வருவாய் :	
விலங்கு விளை பொருள்கள்	உரோமம், தோல், நரம்புகள், பற்கள், கொம்புகள், ஆடுகள், செம்மறியாடு களிலிருந்து கம்பளி

நீர்ப்பாசனத்தில் இருந்து பெறும் வருவாய்

நாட்டின் எல்லைப் பகுதிகளில் கிட்டும் மீன், வாத்து, காய்கறிகள் போன்றவை அரசின் உடைமைகளாகும்.

காடுகளால் கிடைக்கும் வருவாய்

காட்டின் விளைப் பொருள்களை எடுத்ததற்கான அபராதம், காட்டின் விளைப் பொருள்கள், துணை விளைப் பொருள்களின் விற்பனை, காடுகளைச் சார்ந்த தொழிற் சாலைகளின் உற்பத்தி, விற்பனை போன்றவை.

அரசுக்குட்பட்ட துறைகளில் வருமானம்

ஆடை நெசவு :

மூலப்பொருள்கள், கூலி நீங்கலாய் துணி விற்பனை யில் கிட்டும் தொகை.

சிறப்பு வரிகள்

பின்வரும் அனைத்தும் ஒரே ஒருமுறை மட்டுமே விதிக்கப்பட வேண்டிய வரிகளாகும்.

(i) விவசாயிகளிடமிருந்து பெறக் கூடியவை :

- மழையைச் சார்ந்திராத அமோக விளைச்சலை அளிக்கும் நிலங்கள் - சிறியதோ பெரியதோ மூன்றில் ஒரு பங்கோ அல்லது நான்கிலொரு பங்கு தானியமோ வரியாய் வசூலிக்கப்படலாம்.
- நிலத்தின் தரம் அல்லது விளைச்சல் சுமாராகவோ, மோசமாகவோ இருப்பின் விளைச்சலுக்குக்கேற்ப வரி வசூலிக்கப்படலாம்.
- கோட்டைகள், அணைகள், வியாபார வழிகள், குடியேறறங்கள், சுரங்கங்கள் மற்றும் இருவகைக் காடுகள் (வணிகப் பொருள்களை அளிப்பவை, யானையின் மேய்ச்சலுக்கு உதவுபவை) போன்ற பயனுள்ள பகுதிகளிலும் அல்லது (மக்களை எதிரிகளின் கைகளில் ஒப்படைக்கும் அபாயத்தைத் தவிர்க்க) எல்லைக்கருகிலுள்ள சில பகுதிகளிலும் எவ்வித வரியும் வசூலிக்கப்பட்டக்கூடாது.
- புதிய குடியேற்றங்களுக்கு - அனைத்தையும் இழந்தவர்களுக்கு, தானியங்கள் கால்நடைகள் பணம் போன்ற வடிவில் உதவி அளிக்கலாம்.

(ii) கட்டாய விற்பனை :

அறுவடைக்குப் பிறகு விளைச்சலின் கால்பகுதி ஜீவனம் மற்றும் விதைகளுக்காய் காயவைத்தது போக மீதியைக் கட்டாயமாய் பணம் கொடுத்துப் பெற்றுக் கொள்ளலாம்.

வனவிளைப் பொருள்கள் மற்றும் வேதங்களைக் கற்ற பிராமணர்கள் போன்றோரின் சம்மதமின்றி அவர்களது தான்யங்களை வாங்கக்கூடாது.

(iii) இதர வாணிபப் பொருள்கள் :

பல்வேறு வாணிபப் பொருள்களுக்கான சிறப்புவரி அல்லது கட்டாய விற்பனையின் விகிதம் பின்வருமாறு-

ஆறில் ஒரு பங்கு	- பட்டு, பருத்தி, அரக்கு, கம்பளி, மூலிகைகள், வாசனைத் திரவியங்கள், பூக்கள், பழங்கள், காய்கறிகள், எரிகட்டைகள், மூங்கில்கள், இறைச்சி, கருவாடு.
இரண்டில் ஒரு பங்கு	- தந்தம் மற்றும் தோல்

மேற்கூறிய பொருள்களில் ஏதேனும் ஒன்றை எவரேனும் அனுமதியின்றி விற்பார்களேயானால் குறைந்த அளவு அபராதம் வசூலிக்கப்படும்.

(iv) வியாபாரிகள், கைவினைஞர்கள், தொழில்நுட்ப வல்லுநர்கள் மீதான வரி :

பலவகை வாணிபப் பொருள்களுடன் தொடர்புடைய வியாபாரிகள், தொழில் வல்லுநர்கள் மீதான சிறப்பு வரிகள் :

பொருள்	வரி
தங்கம், வெள்ளி, வைரம், கற்கள், முத்து, பவளம், குதிரை மற்றும் யானைகள்	- 50 பணம்

நூல், ஆடை, தாமிரம், பித்தளை,
வெண்கலம், வாசனைப் பொருள்கள்,
மருந்துகள், மதுபானங்கள் - 40 பணம்

தானியங்கள், பானங்கள், மேலே
குறிப்பிடாத உலோகங்கள், கண்ணாடித்
தொழிலாளர்கள் மற்றும் திறமையுள்ள
கைவினைஞர்கள் - 30 பணம்

மரம், மூங்கில், கற்கள்,
மண்பாண்டங்கள், சமைத்த உணவுகள்,
காய்கறி விற்பனை - 5 பணம்

(v) நடிகர்கள் மற்றும் தாசிகள் :

தமது தொழிலில் சிறப்பறிவு, திறனுடைய அனைவரிடமும் வரி பணமாய் பெறப்படும்.

(vi) உயிருள்ளவற்றின்
உரிமையாளர்கள் மீதான வரி:

சேவல்கள், புறா, - பாதி

சிறிய விலங்ககள் - ஆறில் ஒரு பகுதி

பசு, எருது, கழுதைகள்,
ஒட்டகம், கோவேறு
கழுதைகள் - பத்தில் ஒரு பகுதி

(vii) இதர வகைகள் :

விபசார விடுதி நடத்துபவர்கள் அரசனால் அனுப்பப்படும் அழகிய இளம் பெண்களைப் பயன்படுத்திக் கொள்ளலாம்.

நேரடி வேளாண்மை

சிறப்பு வரிகளும் விற்பனைகளும் போதுமான தானியங்களை உருவாக்காத நிலையில் நிதியமைச்சரின் கீழ் பணியாற்றும் அதிகாரிகள் விவசாயிகளை கோடைச் சாகுபடிக்கு நிலத்தைத் தயார் செய்யும்படி கூறலாம். எவரேனும் நிலங்களைச் சரியாய் கவனிக்கத் தவறினால் இழப்பிற்கு ஈடாக இரு மடங்கு அபராதம் செலுத்த வேண்டும் என்ற நிபந்தனையோடு விதைகள் பகிர்ந்தளிக்கப்பட வேண்டும்.

நன்கு விளைந்த தானியங்களை விவசாயிகள் எடுத்துக் கொள்ளாதபடிக்கு அதிகாரிகள் தடை விதிக்கலாம். ஆனால், அத்தாவரங்களை கடவுள் அல்லது முன்னோர்களின் ஆராதனைக்காகவோ, தானங்கள் அல்லது பசுக்களுக்கு அளிக்கவோ அனுமதிக்கலாம்.

ஸ்தாபனங்கள் - பொருளாதார நியதிகள்

ஓர் அரசை நெறியோடு செலுத்துவதற்கு மூன்று முக்கிய கொள்கைகள் உள்ளன.

முதலாவது – அரசுப் பணியில் உள்ளவர்கள் கட்டுப்படுத்தப்படாவிடில் முறையற்ற வழிகளில் பணம் தேடுவர்.

இரண்டாவது – நல்ல அரசு ஊழியர்கள் கவுரவிக்கப்பட வேண்டும்.

மூன்றாவது – அரசு அலுவலர்களைக் கொண்டு அதிக செலவின்றி வரவு கூடுதலாகும் வகையில் வருவாயைத் திரட்டச் செய்யவேண்டும்.

இப்பகுதி ஸ்தாபனம், பொருளாதாரக் கட்டுப்பாடு, அடுத்தவர் உடைமையைப் பறித்துக் கொள்ளுதல் போன்றவை சம்பந்தமான கருத்துகளைக் கூறுகிறது. பல

இடங்களில் வருவாய் சேகரிப்பாளர்கள், சுரங்கக் கண்காணிப்பாளர்கள், கணக்காயர்கள், தணிக்கை அதிகாரிகள் ஆகியோரின் கடமைகள், திரும்பத் திரும்பக் கூறப்பட்டுள்ளது. காரணம், ஒவ்வொரு துறைத் தலைவர்களும் தமது கடமைகளை மனதில் பதித்துக் கொள்ளவே அவ்வாறு வலியுறுத்தியது.

அரசு அலுவலர்களுக்கு தகுதியான ஒருவரைத் தேர்ந்தெடுப்பதில் கவனம் அவசியம். அவ்வாறு நியமிக்கப் படும் ஒருவரது உற்சாகம், அறிவுத்திறன், சொல்வன்மை போன்றவற்றை ஒற்றர்கள், துறவிகள் போன்று வேடமிட்டவர்களைக் கொண்டு அறியலாம். பின்னர், அவர்களுடைய பெயர்களை உரிய பதவிக்கு அமைச்சர்களிடம் இரகசியமாய் பரிந்துரைக்கலாம்.

பொதுவானவை

பறவைகளின் பாதையைக்கூட அறிவது எளிது. ஆனால், தமது வருமானத்தை மறைக்கும் அதிகாரிகளின் பாதையை அறிதல் கடினமாகும்.

அரசன் அற்பமான குற்றங்களை மன்னித்து வருவாய் குறைவாயிருப்பினும் திருப்தியாய் இருப்பான்.

நாட்டிற்குப் பயனேற்படும் வகையில் செயல்படும் அதிகாரிகளுக்குப் பரிசளித்து ஊக்குவிக்கலாம்.

தவறான வழியில் பணம் சேர்த்த அதிகாரிகளைப் பணத்தைத் திருப்பிச் செலுத்தும்படி செய்யலாம். அவர்கள் மீண்டும் தவறு செய்யத் தூண்டப்படாத வகையில் வேறு பணிக்கு மாற்றலாம்.

இராணுவத்தை நிலைப்படுத்துதல்

துறைத்தலைவர்கள் தமது கடமைகளை கணக்காயர் கள், எழுத்தர், நாணயப் பரிசோதகர், கண்காணிப்பாளர்

அரசியல் நெறிமுறைகள் (அர்த்த சாஸ்திரம்)

கள் ஆகியோரின் துணையோடு நிறைவேற்றலாம். அறிவாற்றல் பெற்ற விசுவாசமான உதவியாளர்களைக் கொண்டு (இராணுவக் கண்காணிப்பாளர்கள்) கணக்கர்கள், எழுத்தர்கள் போன்ற உடன் பணிபுரியும் அலுவலர்களின் செயல்பாடுகளைக் கண்காணிக்கலாம்.

பரிசோதனை :

வேலையில் அமர்த்தப்பட்டவர்கள் சலனபுத்தியால் மாறும் வாய்ப்பு உண்டு. எனவே, துறைத்தலைவர்களைத் தினமும் கண்காணிக்கும் பொறுப்பு அரசனுக்குரியதாகும். எனவே, ஓர் அரசன் அதிகாரி பற்றியும், அவரது வேலையின் தன்மை, வேலை செய்யும் இடம், எடுத்துக் கொள்ளும் நேரம், வேலையில் விளைந்த பயன் போன்றவற்றைத் தெளிவாக அறிந்திருக்க வேண்டும்.

வேலைகள் பற்றிய பொதுக் குறிப்புகள்

அவசர காலங்கள் தவிர மற்ற நேரங்களில் அனுமதியின்றி எந்த வேலையும் தொடங்கப்படக்கூடாது.

அதிகாரிகள் தமக்கிட்ட ஆணையின்படி ஒருவருக்கொருவர் சண்டையின்றித் தமது கடமைகளை நிறைவேற்றி வரவேண்டும். அவர்களுக்குள் இரகசியமாய் கூடுதலும் கூடாது. ஏனெனில், இரகசிய உடன்படிக்கை செய்வார்களெனில் வருவாயை விழுங்கி விடுவர், சண்டையிட்டுக் கொள்வார்களெனில் வேலைகளைப் பாழடித்து விடுவார்கள்.

தனது வேலையில் கவனமில்லாத அதிகாரிகளுக்கு அவர்களது ஊதியம், அவர்களால் ஏற்பட்ட செலவு இவற்றின் இருமடங்காய் அபராதம் விதிக்கலாம்.

விதிக்கப்பட்ட பணியை விதித்தவாறு அல்லது அதைவிடச் சிறப்பாகச் செய்து முடிக்கும் அதிகாரி

களுக்குப் பரிசு, பதவி உயர்வுகள் கொடுத்து கவுரவிக்க லாம்.

ஒவ்வொரு பணிக்கும் நியமிக்கப்பட்ட அதிகாரிகள் மற்றும் துறைத்தலைவர்கள் அரசனைத் தொடர்பு கொண்டு வேலையின் தன்மை, வரவு செலவு ஆகிய வற்றை விவரமாயும் முழுமையாயும் உண்மைகளை எடுத்துரைக்கலாம்.

சரியான வருவாயைச் சேகரித்தல்

வருவாயை வசூல் செய்வதில் மூன்று வகையான தவறுகள் ஏற்படலாம். கவனமின்றி இழப்பினை ஏற்படுத்துதல், அதிக ஆர்வத்தின் காரணமாய் உரிய அளவிலும் கூடுதலாய் வசூலித்தல், செலவு செய்வதில் கவனமின்மை போன்றவையாகும்.

வருவாயில் இழப்பை ஏற்படுத்துபவன் அரசனின் செல்வத்தை கொள்ளையடிப்பவனாவான். அவ்விழப்பு அவனது கவனக்குறைவால் ஏற்படுமெனில் அதற்கு ஈடாய் பல மடங்கு தொகையை அபராதமாய் செலுத்தச் செய்யலாம்.

மக்களை தவிப்புக்குள்ளாக்கி வருவாயை இரட்டிப் பாக்கும் அதிகாரிகளுக்கு சிறு தண்டனை அளிக்கப் படலாம். மக்களின் ஜீவனத்திற்கும் மேற்படி விளைச்ச லுக்கும் ஊறு ஏற்படும். குற்றம் மிகவும் மோசமான தெனில் (அதிக வருவாயை அதிகாரி தனது சொந்தச் செலவுக்கு உபயோகிப்பாரெனில்) அத்தொகைக்கு ஏற்றவாறு தண்டனை அளிக்கப்படவேண்டும்.

இலாபம் எதுவும் கிட்டாத வகையில் அனைத்து வருவாயையும் செலவு செய்பவன் தொழிலாளிகளின் உழைப்பை சூறையாடுபவனாவான். இலாபம் சீரழிக்கப்

பட்டதா இல்லையா என அறிந்து குற்றத்துக்கேற்றவாறு அதிகாரி தண்டிக்கப்படலாம். செய்யப்பட்ட வேலை, வேலை செய்த நாட்கள், செலவழித்த தொகை, பொருள் களின் உற்பத்திக்காகப் பெறப்பட்ட தொகை, தொழி லாளர்களின் எண்ணிக்கை, கூலி இவற்றைக் கருத்தில் கொண்டு இழந்த தொகையைக் கணக்கிடலாம்.

குறைந்த வருமானமும், அதிகச் செலவும் செய்யும் அதிகாரிகள் ஊழல்காரர்களாய் விளங்குவார்கள். மாறாக வரவுக்கேற்ப செலவைக் சரிக்கட்டுகிறவர்கள் முறையாய் செயல்படுவார்கள்.

வருவாயில் இழப்பு ஏற்படுவதை ஒற்றர்கள் மூலம் கண்டறிய வேண்டும் என்கிறார் கௌடில்யர்.

தவறு செய்யும் அதிகாரிகள்

பரம்பரையாய் பெற்றிருந்த சொத்துக்களை ஒழுக்க மற்ற முறையில் ஊதாரித்தனமாய் செலவிடும் அதிகாரி களை, சம்பாதிக்கிற அனைத்தையும் உடனடியாய் செலவு செய்பவர்களை, கஞ்சத்தனமாய் பணம் சேர்க்கும் (தன்னைச் சார்ந்தவர்கள் துன்புறும் வகையில்) அதிகாரி களை அரசன் கண்காணிக்கலாம்.

அரசின் வருவாய்க்கு இழப்பு ஏற்படுத்திய அதிகாரி யைச் சார்ந்தவர்கள் அதிக எண்ணிக்கையில் இருந்தால் அவரது சொத்துக்கள் பறிக்கப்படாமல், பணியிலிருந்து அவரை நீக்கிவிடலாம். அவ்வாறு இல்லையெனில் சொத்துக்களைப் பறிமுதல் செய்யலாம்.

அரசனின் சொத்துக்களைத் தனது சொந்த உபயோகத் திற்குப் பயன்படுத்திக் கொள்ளும் கஞ்சத்தனமான அதிகாரிகள் பற்றிய உண்மைகளை (தனது சொந்த

வீட்டில் சேகரித்தல், மற்றவர்கள் பெயரில் வைப்புநிதி வைத்தல் அல்லது வெளிநாட்டுக்காரர்களுடன் வாணிகம் செய்தல்) உளவாளிகள் மூலம் உறுதி செய்து கொள்ளலாம்.

உளவாளிகள் - தருவிக்கப்பட்ட மற்றும் அனுப்பப் பட்ட பொருள்கள், அதிகாரியின் ஆலோசகர்கள், நண்பர்கள், உறவினர்கள், ஆதரவாளர்கள் போன்ற விவரங்களைக் கண்டறியலாம். வெளிநாட்டுக்காரர் களுடன் வணிகம் நடைபெறுமெனில் அந்நிய வியாபாரிகளைப் பற்றிய விவரங்களைக் கண்டறிந்து மறைக்கப்பட்ட உண்மைகளை வெளிக் கொணரலாம். அனைத்து உண்மைகளும் உறுதி செய்யப்பட்ட நிலை யில் தண்டனைக்குக் காரணம் தெரிவிப்பதுபோல் ஒரு கடிதம் அனுப்பி, பின் அவ்வதிகாரி கொல்லப்படலாம்.

பொருளாதாரக் கட்டுப்பாடு பரிசோதகர்கள்

பரிசோதகர்களின் போதிய கண்காணிப்பின்றி ஏற்படும் வருவாய் இழப்பை பின்வருபவர்களைக் கொண்டு ஈடு செய்யலாம். அதிகாரியின் கூட்டாளிகள், உத்தரவாதிகள், மகன்கள், மகள்கள், சகோதரர்கள், மனைவி மற்றும் சேவகர்கள். அதிகாரி ஈடுசெய்யத் தவறும் இழப்பை அவரைச் சார்ந்தவர்கள் செலுத்தக் கடமைப்பட்டவர்களாவர்.

துறைகளுக்குப் பொறுப்புடைய அதிகாரிகள்

அதிகாரிகள் வருவாயை சேகரிக்கத் தவறுவதால் கருவூலத்துக்கு ஏற்படும் இழப்பிற்கான காரணங்கள் பின்வருமாறு:

- அலட்சியம் - செய்ய வேண்டிய வேலைகள் அல்லது நியதிகள், பழக்கவழக்கங்கள், ஒழுங்குகள் போன்றவற்றில் அலட்சியமாயிருத்தல்.
- சோம்பல் மற்றும் கடின உழைப்பில் விருப்பமின்மை.
- சிற்றின்பங்களில் கொண்ட விருப்பத்தால் கடமையைப் புறக்கணித்தல்.
- பொதுமக்களின் அதிருப்தி, கலகம், தீயவர்கள் அல்லது விரும்பத்தகாத விளைவுகளால் ஏற்படும் அச்சம்.
- ஊழல் - அதிகாரி தன்னுடன் தொடர்புடைய சுயநல மிக்கவர்களுக்கு சலுகை அளித்தல்.
- கொடூரமாயும், மிகுந்த கோபத்துடனும் செயல் படுதல்.
- தனது கல்வி, செல்வம், உயர்ந்தவர்களிடமிருந்து கிட்டும் ஆதரவின் பேரில் கொள்ளும் கர்வம்.
- பொய்யான இருப்புகள் எடை அல்லது அளவைகள் காட்டுதல் அல்லது பொய்க்கணக்கு எழுதும் வகையில் ஏற்படும் பேராசை.

குற்றத்துக்கு ஏற்ற வகையில் தண்டனைகள் வழங்கப் பட வேண்டும். (அதாவது ஒரே விதமான தண்டனைய வழங்காமல் குற்றத்தின் தன்மையைப் பொறுத்துத் தீர்ப்பளிக்கப்பட வேண்டும்) என்கிறார் கௌடில்யர்.

தண்டனைகள்

அரசு வேலையில் சரியான
நேரத்தில் சரியான இடத்தில்
இல்லாதிருப்பது - 12 பணம்

வேலையில் அலட்சியம்	ஊதியம் மற்றும் செலவைப்போல் இருமடங்கு
கவனமின்மை போன்ற ஏதேனும் ஒரு காரணத்தால் ஏற்படும் வருவாய் இழப்பு	இழப்பைப் போல் பல மடங்கு
அதிக வருவாய் கொணர்தல்	சிறிய அளவிலான தண்டனை
முழுமையாகவோ பகுதியளவோ அனுபவிக்கப்பட்டது	குற்றத்திற்கேற்ற தண்டனை
அனைத்து வருவாயும் செலவழிக்கப்பட்டு மொத்த வருவாயிழப்பு	குற்றத்திற்கேற்ற தண்டனை
ஊதாரி, வீண் செலவு, கஞ்சத்தனமான அதிகாரிகள்	வேலையில் இருந்து நீக்குதல்
அரசு சொத்தை சொந்த உபயோகத்துக்குப் பயன்படுத்தும் அதிகாரிகள்	குற்றம் சாட்டி மரண தண்டனை விதித்தல்

அரசு அலுவலர்களின் ஊதியங்கள்

ஊதியங்கள் பொதுவாய் பணமாகவே இருக்கும். ஆனால் பணம் மற்றும் தானியங்களின் கலவையாயும் ஊதியம் வழங்கலாம். ஓர் அலுவலருக்கு அவருடைய ஊதியத்துக்குப் பதிலாய் சொந்த உபயோகத்துக்குப் பயன்படும் வகையில் நிலம் வழங்கப்படலாம். அந்நிலத்தை அவ்வதிகாரி அடகு வைக்கவோ,

அரசியல் நெறிமுறைகள் (அர்த்த சாஸ்திரம்) | 173

விற்கவோ இயலாது. பதவியில் இருக்கும்வரை அனுபவிக்கலாம்.

ஊதிய நிர்ணயக் கொள்கைகள்

நாட்டின் மொத்த வருவாயில் நான்கிலொரு பாகம் ஊதியமாய் வழங்கப்படலாம். நகர மற்றும் கிராமப் புறத்தின் திறனும் கருத்தில் கொள்ளப்படும்.

ஊதிய விகிதம் நாட்டின் செயல்பாடுகளை நடை முறைப்படுத்தும் வகையிலும், சேவகர்களின் தேவையைப் பூர்த்தி செய்யும் விதமாயும் அமைய வேண்டும். தர்மம் மற்றும் பொருளாதாரக் கொள்கைகளுக்கு முரண்பட்டதாயிருக்கக்கூடாது.

கருவூலத்தில் நிதி குறைவாயிருக்குமெனில் ஊதியம் வனவிளைப் பொருள்களாகவோ, கால்நடை அல்லது நில மாகவோ, சிறிது பணத்துடன் சேர்த்து அளிக்கப்படலாம். புதிய குடியேற்றங்களில் அனைவருக்கும் ஊதியம் முழுதும் பணமாகவே வழங்கப்பட வேண்டும். அக் குடியேற்றங்கள் நிலைபெறும் வரை எவ்வித நிலமும் பணத்திற்குப் பதிலாய் அளிக்கப்படக் கூடாது.

பணத்திற்குப் பதிலாய் தானியங்களைப் பின்வரும் வகையில் அளிக்கலாம். 60 பணம் என்பது ஓர் ஆரிய ஆடவன் நான்கு வேளை உண்ணும் தானியத்துக்குச் சமமாகும்.

ஒவ்வோர் அலுவலருக்கும் (நிரந்தரம் அல்லது தற்காலிகம்) ஊதியம், கல்வி அவர்களது அறிவு, திறமை (வேலை தொடர்பானது) இவற்றைப் பொறுத்தே நிர்ணயிக்கப்படும்.

ஊதியங்கள்

உயர் பதவி :

ஆண்டு ஊதியம்	நிலை	குறிப்புகள்
48000	மதகுரு, அரசகுரு, புரோகிதர், பட்டத்து இளவரசன், அரசி, அரசனின் தாய், ஆலோசகர்கள், படைத்தலைவர்கள்	இவர்கள் எதிரிகளின் ஆசைக்கு இணங்காமல் தடுக்க, புரட்சி ஏற்படாமல் தடுக்க இத்தொகை போதுமானது
24000	நிர்வாகத்தலைவர் கருவூல அதிகாரி	திறமையுடன் அவர்கள் பணி செய்ய போதுமானது
12000	இளவரசன் (பட்டத்து இளவரசன் தவிர்த்து), அரசி (பட்டத்தரசி தவிர்த்து), அமைச்சர், நகர ஆளுநர், உற்பத்தி நிறுவனத் தலைவர், மாகாண, எல்லைப்புற ஆளுநர்கள்	மன்னனின் விசுவாசமுள்ள ஆதரவாளராயிருக்கச் செய்யப் போதுமானது
8000	நீதிபதிகள், காலாட்படை, யானைப்படை, குதிரைப்படை, தேர்ப்படை போன்ற வற்றின் தலைமை அதிகாரிகள்	தமது உடனிருப்போரை அவர்கள் பராமரிக்க போதுமானது

அரசியல் நெறிமுறைகள் (அர்த்த சாஸ்திரம்) █ 175

4000	தலைமை வன அதிகாரி, படையின் சில பிரிவுகளின் அதிகாரிகள்	தமது உடனிருப் போரை அவர்கள் பராமரிக்க போதுமானது

இடைநிலைப் பதவிகள் :

3000	முதல்நிலை தாசி
2000	இரண்டாம் நிலை தாசி, அரசனின் தேரோட்டி, மருத்துவர், யானைப்பாகன், குதிரைப் பயிற்சியாளர், தலைமைப் பொறியாளர், விலங்கு வளர்ப்போர், பாசறைத் தலைவர்கள்
1000	மூன்றாம் நிலை தாசி குறி சொல்வோன், சகுனம் கூறுவோன், சோதிடர், புராணக் கதைகள் கூறுபவர், அரசவைக் கவிஞர்கள், புரோகிதர்கள், துறைத்தலைவர்கள், உளவாளிகள், வியாபாரிகள், துறவிகள்.
500	இசைக்கருவி இசைப்பவர்கள் கணக்கர், எழுத்தர், அதே படித்தரத்தில் உள்ளவர்கள், கிராமப்புற இரகசிய உளவாளிகள், இரகசியக் கொலையாளிகள், சந்நியாசி போல் வேடமிட்டு உலவும் பெண் உளவாளிகள்.

250	இசைவாணர்கள், நடிகர்கள், இரகசிய உளவாளிகள்	வேலைக்கேற்ப இரகசிய உளவாளியின் ஊதியம் அதிகரிக்கப்படும்.

கீழ்நிலைப் பதவிகள் :

120	சிற்பிகள் கைவினைஞர்கள்.
60	விலங்குகள், பறவைகளைக் கண்காணிக்கும் சேவகர்கள், கூலி வேலைசெய்யும் மேஸ்திரி, அரண்மனை மெய்க்காவலன், யானைப்பாகன், வேறு எப்பிரிவிலும் குறிப்பிடப்படாத அரசனின் சேவகர்கள்.

கருவூல அதிகாரிகள்

கருவூல அதிகாரியின் கீழ் கருவூல மேற்பார்வை யாளர், பாசறைக் கண்காணிப்பாளர் என இரு அதிகாரி கள் பணியாற்றுவர். பாசறை அதிகாரி என்பவர் விலை மதிப்பற்ற பொருள்கள், வனவிளை பொருள்கள், உயர் விலை மற்றும் குறைவிலைப் பொருள்கள் அடங்கிய கருவூலத்தின் அதிகாரிக்குக் கீழ்ப்பட்டவராவார்.

தலைநகரிலமைந்த கருவூலம், விலையுயர்ந்த கற்கள், நாணயங்கள், தங்க ஆபரணங்கள் மற்றும் விலை மிக்க பொருள்களைச் சேகரித்து வைப்பதற்கானதாகும்.

தானியக் கிடங்குகள் மற்றும் பாசறைகள் போன்றவை பல்வேறு வாணிபப் பொருள்களின் சேமிப்புக்குரிய தாகும். ஒவ்வொரு கிடங்குக்கும் கண்காணிப்பாளர் தேவை. இராணுவ ஊடுருவலின் போது தற்காலிகமாய் ஏற்படுத்தப்படும் கருவூலம் மற்றும் வாணிபக் கிடங்கு கள் நிரந்தரமானவற்றையே ஒத்திருக்கும்.

■■■

V

துறை சார்ந்த அதிகாரிகள்

30

தலைமைக் கருவூலக் கண்காணிப்பாளர்

தகுதிகள்

தலைமைக் கருவூலக் கண்காணிப்பாளர் என்பவர் விலையுயர்ந்த கற்கள், ஆபரணங்கள் மற்றும் உலோகங்கள் நிறைந்த கருவூலம், உயர்ந்த மதிப்புடைய பொருள்களின் சேமிப்பிடங்கள், குறைந்த மதிப்புடைய பொருள்களின் கிடங்குகள், வனவிளைப் பொருள்களின் கிடங்குகள் இவற்றுக்குப் பொறுப்புடையவராவார். அவர் அனைத்துப் பொருள்களின் தரத்திலும் பரிச்சய முடையவராய் இருப்பார். மேலும், ஒவ்வொரு பொருளின் தரவேறுபாடு, அவை பெறப்படும் இடம் போன்ற ஞானம் மிக்கவராயிருப்பதோடு கலப்படமிக்க பொருள்களைக் கண்டறியும் திறனுடையவராயும் திகழ்வார். இவை மட்டுமின்றி ஒவ்வொரு பொருளையும் எவ்வாறு

சேமிப்பது, சேகரிக்கும் போது ஏற்படும் இழப்பை எவ்வாறு தடுப்பது போன்றவற்றையும் நன்கறிந் திருப்பார்.

பொறுப்புகள்

கருவூலத் தலைமைக் கண்காணிப்பாளர் :

(i) கருவூலத்தில் விலையுயர்ந்த கற்களை மதிப்புமிக்க வணிகப் பொருள்களையும், மற்ற கிடங்குகளில் மதிப்புக் குறைவான பொருள்களை, வனவிளைப் பொருள்களைச் சேகரித்து வைக்கலாம்.

(ii) ஒவ்வொரு துறையிலும் தேர்ந்தவர்களைக் கொண்டு குழு அமைக்க வேண்டும். பொருள்களை மதிப்பீடு செய்வதில் அக்குழு உதவியாயிருக்கும்.

(iii) ஒவ்வொரு பொருள்களின் தொகுதி, வடி வமைப்பு, தரம், விலை, தொகை, சேமிக்கும் இடம் போன்ற விவரங்களைக் காட்டும் ஒரு குறிப்பேடு வைத்துக் கொள்ள வேண்டும்.

(iv) சேமிக்கப்பட்ட பொருள்களைப் பழுது பார்த்தல், புனர் நிர்மாணம் செய்தல் போன்ற பொறுப்புகளை உடையவராவார்.

பின்வரும் பொருள்களின் தரம், மூலம் பற்றிய விவரங்கள் அடங்கியுள்ளன:

- *விலையுயர்ந்த கற்கள் (வைரம், முத்துக்கள், மரகதம், நீலக்கல் மற்றும் பவழம்).*
- *வாசனைப் பொருள்கள் (சந்தனக் கட்டை, கற்றாழை, கற்பூரம், சாம்பிராணி).*
- *தயாரிக்கப்பட்ட ஆபரணங்கள், கம்பளி ஆடைகள், பட்டு மற்றும் பருத்தி ஆடைகள்.*

அரசியல் நெறிமுறைகள் (அர்த்த சாஸ்திரம்)

31

பண்டகசாலைத் தலைமைக் கண்காணிப்பாளர்

பொறுப்புகள்

(i) தானியக்கிடங்குகள், கொழுப்பு, எண்ணெய், சர்க்கரை, தேன், உப்பு, பழச்சாறு, புளித்த பானங்கள், வாசனைப் பொருள்கள், கருவாடு, உலர்ந்த இறைச்சி, காய்கறிகள், பருத்தி, சணல் போன்றவை சேமித்து வைக்கப்படும் இடத்துக்குப் பொறுப்பாவார்.

(ii) பண்டக சாலைக்கு வந்து சேரும் அனைத்துப் பொருள்களையும் பின்வருமாறு வகைப்படுத்தி கணக்கு வைத்துக் கொள்ளவேண்டும்.

● தலைமைக் கண்காணிப்பாளரால் கொண்டுவரப் பட்டது.

● கிராமப்புறத்திலிருந்து பெறப்பட்ட வருமானம்

அதாவது கிராமத்தார் முழுதாகவோ குத்தகையில் 1/6 பகுதியாகவோ அளிப்பது. இராணுவ நிர்வாகத்திற்கு மக்களின் பங்காய் அளிக்கப்படுவது, சிறப்பு வேளாண்மை வரி, பணமாகச் செலுத்தப்பட்ட வரி, விழாக் காலங்களில் மக்கள் அளிக்கும் பரிசு (உ.ம் இளவரசனின் பிறந்த நாள்), ஈடு செய்ய செலுத்தப்படும் தொகை, அரசனுக்கு அளிக்கப்படும் பரிசுகள் மற்றும் நீர்த்தேக்கங்கள், பூங்காக்களிலிருந்து பெறப்படும் வருமானம் போன்றவை.

- கடனை வட்டியோடு திருப்பியளித்தல்.
- பண்டமாற்று முறையில் பெறப்பட்டது.
- உதவியாய் பெறப்பட்டது.
- வெளிநாட்டு அரசனிடமிருந்து கடனாய் பெற்றது.
- வரிக்குப் பதிலாய் கூலியின்றி செய்யப்படும் வேலை.

இதர வரவுகள் :

- திட்டமிடப்பட்ட செலவுகளிலிருந்து கிட்டும் சேமிப்பு (உ.ம். இராணுவத்தின் ஒரு பகுதி இயங்காமை, முழுமையடைவதற்கு முன்பே கைவிடப்பட்ட வேலை).

- வியாபார வரி - பொருள்களைப் பெறவும், அளிக்கவும் பல வகையான எடைகள், அளவைகளைப் பயன்படுத்துதல், பொருள்களின் சேமிப்பு அல்லது கையிருப்பினால் ஏற்படும் இலாபம் (அல்லது நஷ்டம்) போன்றவற்றால் இருப்பில் உண்டாகும் மாற்றம்.

- தானியங்கள் மற்றும் பருப்பு வகைகளில் மாற்றம் (உ.ம். உமி நீக்குதல், அரைத்தல், வறுத்தல் அல்லது சமைத்தல்), எண்ணெய் பிழிதல், சர்க்கரை சுத்திகரிப்பு, பருத்தி சணல் நெசவு போன்றவற்றை நேரடியாய் சோதனையிடுவதோடு இவை ஒவ்வொன்றிலும் மாற்றத்தின் விகிதத்தை நன்கு அறிந்திருக்க வேண்டும்.

- இராணுவம், பொதுமக்கள் மற்றும் விலங்குகளின் தேவைகளைப் பற்றிய ஞானம் உடையவராயிருத்தல் வேண்டும். (தேவையறிந்து அதற்கேற்ப பொருள்களை அளிக்க வேண்டும்).

- துணை விளைப் பொருள்களான புண்ணாக்கு, தவிடு (மாடுகளுக்கு), கரி மற்றும் உமி, மிஞ்சிய தானியங்கள், (தொழிலாளிகளுக்கு விற்கப்படலாம் அல்லது சமையற்காரர்களுக்குக் கொடுக்கப்படலாம்) ஆகியவற்றின் உபயோகத்துககுப் பொறுப்புள்ளவராய் இருத்தல் வேணடும்.
- தரமான எடைகள், அளவைகள், அரவைக்கல், உமியைப் பிரித்தெடுக்கும் இயந்திரங்கள், செக்குகள், முறம், கூடைகள், பெட்டிகள் என்று பலவற்றுக்கும் பொறுப்புடையவராவார்.
- சுத்தம் செய்பவர்கள், காவலாளிகள், எடை பார்ப்பவர், விற்பனைக் கண்காணிப்பாளர், கணக்கர் மற்றும் தொழிலாளிகளுக்குப் பொறுப்புடையவராவார்.

தலைமைக் கண்காணிப்பாளர் எப்பொழுதும் வணிகப் பொருள்களில் பாதியை ஆபத்துக் காலங்களில் உபயோகிக்கும் வகையில் சேமித்தும், மீதியை நடைமுறை உபயோகத்துக்கும் பயன்படுத்தலாம். எப்போதும் புதிய பொருள்களைச் சேமித்து பழைய பொருள்களைச் செலவழித்துவிட வேண்டும்.

■■■

32

வேளாண்மை வனச்சரகம் மற்றும் கால்நடை அதிகாரிகள்

அரசு நிலங்களின் தலைமைக் கண்காணிப்பாளர், விளைச்சல் மிக்க வனங்களின் தலைமைக் கண்காணிப் பாளர், அரசு கால்நடைகளின் தலைமைக் கண்காணிப் பாளர், விலங்குகளின் தலைமைக் காவலர் மற்றும் இறைச்சிக் கட்டுப்பாட்டு அதிகாரி போன்றவர்களின் பொறுப்புகள் பற்றி இப்பகுதியில் விவரிக்கப்படுகிறது.

அரசாங்க நிலங்களின் தலைமைக் கண்காணிப்பாளர் மாநிலத்துக்குச் சொந்தமான நேரடி வேளாண்மை அல்லது குத்தகைக்கு உட்பட்ட நிலங்களுடன் தொடர் புடையவராவார். தனியார் நிலங்களின் விளைச்சல் மீதான வேளாண்மை வரி நிதித்துறைத் தலைவரின் பொறுப்புக்குட்டபட்டதாகும்.

கௌடில்யர் காலத்து மாநிலங்களில் காட்டு யானை களின் மேய்ச்சலுக்கென்று விடப்பட்ட நிலங்களில் நன்கு வளர்ந்த அல்லது பல்வேறு வனவிளைப் பொருள் களின் சேகரிப்பிற்குப் பயன்படும் வகையில் யானைகள் பிடிக்கப்படும்.

தனியார் கால்நடைகளுக்கான வரி வசூலிப்பு, திருட்டுப்போன கால்நடைகளை மீட்டல் போன்ற வற்றோடு, வளர்ப்புப் பிராணிகளுக்கும் தலைமைக் கால்நடைக் கண்காணிப்பாளரே பொறுப்பாவார்.

விலங்குகளின் தலைமைக் காவலர், இறைச்சிகளின் கட்டுப்பாடு அதிகாரி என்பவர்களின் முக்கியப்

பொறுப்பு விலங்குகளைப் பாதுகாப்பது, கசாப்புக்காரர், இறைச்சி விற்பனை இவற்றின் கட்டுப்பாடு போன்றவை யாகும்.

அரசு நிலங்களின் தலைமை மேற்பார்வையாளர் தகுதிகள்

அரசு நிலங்களின் தலைமைக் கண்காணிப்பாளர் வேளாண்மை அறிவியல், நீர் மற்றும் தாவரங்களின் முறையான கவனிப்பு போன்றவற்றில் தெளிவு பெற்றவ ராயிருத்தல் வேண்டும்.

பொறுப்புகள்

அரசு நிலங்களில் இலாபம் தரும் வகையில் பயிர் செய்யவும், பின்வரும் விவசாயச் செயல்களைக் கண் காணிக்கவும், தேர்ந்தவர்களைத் தலைமைக் கண்காணிப் பாளர் பணியில் நியமிக்கலாம்.

விதை சேகரிப்பு :

அனைத்து வகை தானியங்கள், மலர்கள், கனிகள், காய்கறிகள், கிழங்குகள், கொடிகள், சணல் மற்றும் பருத்தி விதைகள் சரியான சமயங்களில் சேகரிக்கப்பட வேண்டும்.

நிலத்தைத் தயார் செய்தல் :

ஒவ்வொரு தாவர வகைக்கும் ஏற்றவாறு நிலம் உழுது பண்படுத்தப்பட வேண்டும். கொல்லர்கள், தச்சர்கள், கூடைமுடைபவர்கள், கயிறு திரிப்பவர்கள், பாம்பாட்டி கள் போன்றவர்களில் எவரேனும் ஒருவர் கடமை தவறுவதால் ஏர் மற்றும் எருதுகளின்றி உழவு தாமதப் படாதவாறு தலைமைக் கண்காணிப்பாளர் பார்த்துக் கொள்ள வேண்டும்.

விதை தயார் செய்து விதைத்தல் :

நீரின் அளவு, நிலத்தின் தன்மை மற்றும் பருவ காலத்துக்கு ஏற்றவாறு ஈர நிலத் தாவரங்கள், உலர்நிலத் தாவரங்கள் அல்லது கோடைகாலத் தாவரங்கள் இவற்றுள் எவை விதைக்கப்படவேண்டியது என்பதைத் தலைமைக் கண்காணிப்பாளர் தீர்மானிக்கலாம்.

முதல் முறையாய் விதைக்கும்போது தங்கம் அடங்கிய நீரில் கைநிறைய விதையை நனைத்துப் பின் வரும் மந்திரத்தை உச்சரித்தவாறு விதைக்க வேண்டும். அம்மந்திரமாவது

"மக்களின் அதிபதியான காசியபரைத் துதித்தோம்
தாவரங்கள் எப்போதும் செழித்து வளரட்டும்
தாயே! விதைகளிலும் தானியங்களிலும் நீ
எப்போதும் நிறைந்திருக்க வேண்டும்"

என்கிற பொருள்படும்.

உரமிட்டுப் பாதுகாத்தல் :

விதைகள் துளிர் விட்டவுடன் உரங்கள் மற்றும் புதிதாய் பிடிக்கப்பட்ட சிறிய மீன் போன்றவற்றை இடலாம்.

புகைச் சூழ்ந்த இடங்களில் பாம்புகள் இருக்க இயலாது. எனவே, வயலைச் சுற்றிப் பருத்தி விதைகளையும் பாம்புத் தோல்களையும் எரிக்கலாம்.

அறுவடை :

தானியங்கள் சரியான காலத்தில் அறுவடை செய்யப்பட வேண்டும்.

அறுவடை செய்யப்பட்ட தானியங்கள் அதே வகைப் பொருளாலான கூரைக்குக் கீழ் குவித்து வைக்கப்பட

அரசியல் நெறிமுறைகள் (அர்த்த சாஸ்திரம்)

வேண்டும். பிறகு அத்தானியங்களைத் தூற்றிச் சுத்தம் செய்ய வேண்டும். அருகில் நீர் இருக்கலாம். ஆனால், வேலை நடக்கிற இடத்தில் நெருப்பு சம்பந்தப்பட்ட எதுவும் இருக்கக்கூடாது.

துறவிகள் மற்றும் வேதங்களைக் கற்றவர்கள் மதச் சடங்குகளுக்காக அரிசி, பார்லி, கடவுளைத் துதிக்கப் பழங்கள், பூக்கள் எடுத்துக் கொள்ளலாம்.

சேகரிப்புக்குத் தேவையான தானியங்கள் போக மீதியை கதிர் பொறுக்குபவர்கள் எடுத்துக் கொள்ளலாம்.

தலைமைக் கண்காணிப்பாளரின் பொறுப்புகள் பின்வருவனவற்றையும் உள்ளடக்கியதாகும்.

வேலைத்திறன் :

அடிமைகள், தொழிலாளிகள் போன்றோரை அரசு நிலங்களில் தலைமை அதிகாரி நியமனம் செய்யலாம்.

அடிமைகள், தோட்டக் காவலாளிகள், எருதுகளைப் பராமரிப்பவர்களுக்கு அவர்களது குடும்ப உறுப்பினர்களின் எண்ணிக்கைக்கு ஏற்றவாறு உணவு வழங்கப்படும். மேலும், கூலியாய் மாதத்துக்கு 1¼ பணம் வழங்கப்படும்.

கைவினைஞர்கள் அவர்களது வேலையைப் பொறுத்து கூலி பெறுவர்.

குத்தகை வேளாண்மை :

நேரடி வேளாண்மை செய்ய இயலாத இடங்களில் குத்தகை முறையைப் பின்பற்றலாம்.

தங்கள் உழைப்பைக் கொடுக்கும் குத்தகைக்காரர்கள் (விதைகள் ஆயுதங்களை அரசன் வழங்குவார்) அறு

வடையில் நான்கிலொரு பகுதி அல்லது ஐந்திலொரு பகுதியைப் பெறலாம்.

வேளாண்மைக்கான அனைத்து முதலீட்டையும் வழங்கும் குத்தகைக்காரர் விளைச்சலில் பாதியைப் பெறலாம்.

நீர்க்கட்டணம் :

தலைமைக் கண்காணிப்பாளர் தனது உட்பட்ட நிலங்களைச் சார்ந்த விவசாயிகளிடமிருந்து நீர்க் கட்டணத்தை வசூலிக்கும் பொறுப்புடையவராவார்.

தண்டனைகள்

விதைத்தல் அல்லது அறுவடையின் போது ஏற்படும் இழப்புக்குச் சமமான பணம், கருவிகளுடன் வேலை யாட்கள் தந்து ஈடுகட்ட வேண்டும்.

விளைச்சல்மிக்க வனங்களின் தலைமை மேற்பார்வையாளர்

(i) பலவகை பயனுள்ள மரங்கள், தாவரங்களைக் கண்டறியத் தெரிய வேண்டும்.

(ii) விளைபொருள்கள் உட்பட அனைத்துத் தாவரங் களையும் அறிந்திருக்க வேண்டும்.

(iii) வனவிலங்குகளிடமிருந்து பெறப்படும் (விஷம் உட்பட) பல பயனுள்ள பொருள்கள் பற்றி அறிந்திருக்க வேண்டும்.

(iv) வனங்களிலிருந்து பெறப்படும் உலோகங்களைப் பற்றியும் அறிந்தவராயிருக்க வேண்டும்.

பொறுப்புகள்

(i) பல்வேறு வனச்சரக அதிகாரிகள் மூலம் வனவிளைப் பொருள்களை சேகரித்து ஒன்று திரட்டுதல்.

(ii) பல்வேறு உபயோகமான பொருள்களைத் தயாரிக்கும் (அன்றாட உபயோகத்துக்கும், இராணுவத்திற்கும் தேவைப்படுவது) வகையில் காட்டிற்குள்ளேயும் வெளியேயும் தொழிற்சாலைகள் அமைத்தல்.

(iii) வனவிளைப் பொருள்களைச் சேமிக்கும் உரிமை பெற கட்டணம் நிர்ணயித்தல்.

(iv) உரிமம் பெறாமல் வனப் பொருள்களைச் சேகரிப்பவர்களுக்கு அபராதத் தொகை நிர்ணயித்தல், மிகுந்த சிரமத்தில் சேகரிப்பு நிகழ்ந்திருக்குமெனில் அபராதத்தைத் தள்ளுபடி செய்தல் போன்றவற்றுக்கு தலைமைக் கண்காணிப்பாளர் பொறுப்புடையவராவார்.

சேமிப்பு :

(i) மான் இதர செல்லப் பிராணிகள், பறவைகள், காட்டு விலங்குகளுக்கு வேலியால் அடைக்கப்பட்ட இடத்தை அமைக்கலாம்.

(ii) இறுதிப் பொருள்களையும், துணைவிளைப் பொருள்களையும் விற்றல்.

கட்டுப்பாடு :

பல்வேறு பொருள்களின் தேவைகள் பற்றிய கணக்கு விவரம், கையிருப்பு, பொருள்கள் கிடைக்கும் இடங்கள், வருவாய், செலவு, மொத்த இலாபம், இழப்புகள், ஏமாற்றங்களால் ஏற்படும் இழப்புகள் போன்ற விவரங்களைக் கட்டுப்பாட்டில் வைத்துக் கொள்ள வேண்டும்.

அரசாங்க கால்நடைகளின் தலைமைக் கண்காணிப்பாளர் பொறுப்புகள்

பொதுவானவை :

பசு, எருது போன்றவற்றுக்கும், ஆடுகள், குதிரைகள், கழுதைகள், ஒட்டகம், பன்றி போன்ற மிருகங்களுக்கும் தலைமைக் கண்காணிப்பாளர் பொறுப்புடையவராவார்.

பல்வேறு மந்தைகளிலுள்ள வேறுபட்ட மிருகங்கள் பற்றிய குறிப்புகளையும் அவற்றின் மொத்த எண்ணிக்கை இறந்த அல்லது தொலைந்தவற்றின் எண்ணிக்கை பால் மற்றும் நெய்யின் அளவு அடங்கிய குறிப்பேடுகளையும் வைத்திருப்பார்.

இனப்பெருக்கம் :

இனப் பெருக்கத்துக்காக ஒவ்வொரு மந்தையிலும் பின்வரும் விகிதத்தில் (100 விலங்குகள் கொண்டது) ஆண் விலங்குகள் விடப்பட்டிருக்கும்.

கழுதைகள் மற்றும் குதிரைகள்	-	5 ஆண் குதிரைகள்
வெள்ளாடு, செம்மறியாடு	-	10 கடாக்கள்
பசு, எருது, ஒட்டகங்கள்	-	4 எண்ணிக்கையில்

மந்தைகளின் வகைகள் :

கூலியாட்கள் மூலம் கவனிக்கப்பட வேண்டியவை:

100 விலங்குகள் கொண்ட ஒவ்வொரு மந்தைக்கும் ஒரு மேய்ப்பர், வேட்டையிலிருந்து காப்பவர், பால் கறப்பவர், தயிர் கடைபவர் போன்றோரைத் தலைமைக் கண்காணிப்பாளர் நியமிக்கலாம்.

அரசியல் நெறிமுறைகள் (அர்த்த சாஸ்திரம்) | 189

அவர்களது கூலி பணமாக மட்டுமே அளிக்கப்பட வேண்டும். காரண், பால் அல்லது தயிராக அளிக்கப்படு மெனில் கன்றுகளுக்கு மிச்சமில்லாத வகையில் அவர்களே அனைத்தையும் எடுத்துக் கொள்வர்.

ஒப்பந்த அடிப்படையில் பராமரித்தல் :

எஞ்சிய மந்தைகள் (100 விலங்குகள் கொண்டவை) ஒருவரிடம் ஒப்பந்த அடிப்படையில் அளிக்கப்படலாம்.

உற்பத்தியற்ற விலங்குகள் :

மீதமுள்ள 100 விலங்குகளைக் கொண்ட மந்தை (பழகியவர்களுக்கு மட்டுமே பால் கொடுக்கக்கூடிய உடல் நலமற்ற பசுக்கள் நிறைந்தது). அம்மந்தையின் உற்பத்திக்கேற்ப தொகையை அளித்து ஒருவரிடம் ஒப்படைக்கலாம்.

தனியார் கால்நடைகள் பங்கிற்காகக் கண்காணிக்கப் படுதல் :

தனியார் கால்நடை உரிமையாளர்கள் ஒரு பங்கை அளித்துத் தமது கால்நடைகளை அரசனின் கண்காணிப் பில் விடலாம்.

விலங்குகளின் கணக்கெடுப்பு :

பின்வரும் வகையில் விலங்குகளைத் தலைமைக் கண்காணிப்பாளர் கணக்கிட்டு வைத்துக் கொள்ளலாம்.

அனைத்து கன்றுகளும் பிறந்து ஓரிரு மாதங்களிலேயே காதுகளில் வளையமிட்டோ வேறு அடையாளங்களிடப் பட்டோ கண்டறியப்படலாம். வழி தவறிய அனைத்து கால்நடைகளும் இரு மாதத்திற்கு மேல் எவராலும் தேடப்படவில்லையானால் அவையும் அடையாளமிடப் படலாம்.

ஒவ்வொரு விலங்கின் இயற்கையாக அமைந்த குறி, நிறம், கொம்பின் தனித்தன்மை போன்றவற்றை அடையாளமாய் குறித்துக் கொள்ளலாம்.

தொலைந்த கால்நடைகள் (வழி தவறி வேறு மந்தைகளுக்குச் செல்லுதல், திருட்டு அல்லது காணாது போதல்), இறந்து போனவை இவற்றுக்கான கணக்கு நிர்வகிக்கப்படலாம்.

மந்தைக்குப் பொறுப்பானவர்கள் விலங்குகளின் இழப்பு மற்றும் அதற்கான காரணத்தைத் தலைமைக் கண்காணிப்பாளருக்கு தெரிவிக்கலாம். இயற்கையான காரணங்களால் இறப்பு ஏற்படுமெனில் அதிகாரி இறப்புக்கு சான்று அளிக்கலாம்.

விளைப் பொருள்கள் :

கடைந்த மோர், நாய்கள், பன்றிகளுக்கு உணவாய் அளிக்கப்படலாம்.

இராணுவத்தினருக்குப் பாலாடைக்கட்டி வழங்கப் படலாம். தயிரின் நீர்த்தப் பகுதியை புண்ணாக்குடன் கலந்து விலங்குகளுக்குக் கொடுக்கலாம்.

இயற்கையாய் இறக்கும் மிருகங்களின் உரோமம், தோல், கல்லீரல், தசை நாண், பற்கள், கொம்புகள், குளம்புகளைத் தலைமைக் கண்காணிப்பாளரிடம் ஒப்படைக்க வேண்டும். இறைச்சியைக் கால்நடை மேய்ப்பாளர் புதிதாகவோ, உலர்த்தியோ விற்பனை செய்யலாம்.

கால்நடை மேய்ப்பவரின் பொறுப்புகள் :

கால்நடை மேய்ப்பவர் தனது கால்நடைகளை திருடர்கள், புலிகள், இதர கொள்ளையர்கள் இல்லாத

அரசியல் நெறிமுறைகள் (அர்த்த சாஸ்திரம்)

இடத்தில் மேய்ச்சலுக்கு விடலாம். கால்நடையின் இயக்கம் அவற்றின் வலு மற்றும் பாதுகாப்பைக் கருத்தில் கொண்டு பருவ காலத்துக்கேற்றவாறு மேய்ச்சல் நிலத்தைத் தேர்ந்தெடுக்கலாம்.

விலங்குகள் அவற்றின் வகைக்கேற்றவாறு சிறு தொகுதிகளாய் (பத்து எண்ணிக்கையில்) ஒரு பாதுகாவலரின் கீழ் மேயவிடப்படலாம். சாதுவான மிருகங்களுக்கு பாம்பை விரட்டும் வகையிலும், அவை இருக்கும் இடத்தை எளிதில் கண்டறியும் வகையிலும் கழுத்தில் மணி கட்டப்படலாம். முதலைகளின் அபாய மற்ற பாதுகாப்பான நீர்நிலைகளுக்கு விலங்குகளைக் கொண்டு செல்லலாம். நீர் அருந்தும்போது அபாயத்திலிருந்து பாதுகாப்பு அளிக்க வேண்டும்.

மழைக்காலம், இலையுதிர்காலம், மற்றும் முன்பனிக் காலத்தில் பசுக்கள் மற்றும் பெண் எருதுகளுக்கு ஒரு நாளில் இருமுறை பால் அளிக்கப்பட வேண்டும். பின் பனிக்காலம், இளவேனில் மற்றும் கோடைக் காலத்தில் ஒரு நாளில் ஒரு முறை பால் அளித்தலே போதுமானது.

கால்நடை மேய்ப்பவர் குட்டிகள், வயதான மற்றும் நோய்வாய்ப்பட்ட விலங்குகளின் மேல் தனிக்கவனம் செலுத்த வேண்டும்.

வருவாய்

கூலிக்காகக் கால்நடைகளைப் பராமரித்தல்	-	நிபந்தனைகளுக் கேற்ப நெய், விளைப்பொருள்கள் வழங்கப் பட வேண்டும்

ஒப்பந்தத்தின் படி கால்நடைகள் பராமரிக்கப்படுதல்	- ஒரு வருடத்துக்கு ஒரு விலங்குக்கு 1 பணம். 100 விலங்குகளுக்கு 8 வராகன், நெய், இறந்த விலங்குகளின் தோல்
உற்பத்தியற்ற விலங்குகள்	- கால்நடையின் திறனுக்கேற்றது
அரசின் பாதுகாப்பில் விடப்பட்ட தனியார் விலங்குகள்	- உற்பத்தியில் பத்தில் ஒரு பங்கு
தனியார் கால்நடைகளின் விற்வனை வரி	- ¼ பணம், கம்பளி

கட்டுப்பாடு :

கால்நடைகளைப் பராமரிப்பவர்கள் அஜாக்கிரதையால் விலங்குகளை வழி தவறிவிடவோ, திருட்டுப் போகவோ, தொலையவோ அனுமதிக்கக்கூடாது.

அரசின் விலங்குகளைத் திருடுதல், திருடுவதற்குத் தூண்டுதல், கொல்லுதல், கொல்லுதற்குத் தூண்டுதல் ஆகியவை தண்டனைக்குரிய குற்றங்களாகும்.

உயர்ரக விலங்கிற்குப் பதிலாய் மற்றொரு விலங்கை மாற்றி வைத்தலும் தண்டனைக்குரிய குற்றமே.

தனியார் மந்தையிலுள்ள விலங்குகள் :

நாட்டிற்குள்ளேயே திருடப்பட்ட கால்நடையை மீட்கும் ஒருவர் தகுந்த பரிசைப் பெறுவார்.

அரசியல் நெறிமுறைகள் (அர்த்த சாஸ்திரம்)

திருட்டுப் போன கால்நடையை வெளிநாட்டிலிருந்து மீட்கும் ஒருவர் அதன் மதிப்பில் பாதியை பரிசாய் பெறுவார்.

தனியார் விலங்குகளின் விற்பனையில் ஒவ்வொன்றுக்கும் ¼ பணம் வீதம் விற்பவர் வரி செலுத்துவார்.

தண்டனைகள்

கால்நடை நிர்வாகம்

பசுக்களுக்கு சரியான நேரத்தில் தீவனம் கொடுக்காமை	இழந்த பாலின் மதிப்பு
எருதுகளுக்கு சரியான சமயத்தில் பயிற்சியளிக்கத் தவறுதல்	தாமதத்தின் காரணமாய் வேலையில் ஏற்படும் இழப்பின் மதிப்பு
திருட்டு, வனவிலங்குகள் அல்லது பாம்பு, முதலைகளால் ஏற்படும் கால்நடை இழப்பு பற்றி புகார் செய்யாதிருத்தல்	இழந்த விலங்கின் மதிப்பு
அரசு மந்தையில் உள்ள ஒரு விலங்கிற்குப் பதிலாய் தனியார் விலங்கை வைத்தல்	குறைந்த தர அபராதம்
இரு எருதுகளைச் சண்டையிட வைத்தல்	குறைந்த தர அபராதம்

எருதுகளின் சண்டையில் ஒன்று இறக்குமாறு செய்தல்	உயர்தர அபராதம்
பசுக்களிடமிருந்து ஒரு நேரம் மட்டுமே பால் கறக்கவேண்டிய பருவங்களில் (இளவேனில், கோடை, பின்பனிக்காலம்) இருவேளை பால் கறத்தல்	கட்டை விரலை வெட்டுதல்
விலங்குகளைக் கொல்லுதல், கொல்லத் தூண்டுதல் அல்லது திருடத் தூண்டுதல்	மரண தண்டனை

கால்நடை மருத்துவர்களுக்கான தண்டனைகள் :

கவனிப்பின்மை, தவறான சிகிச்சை காரணமாய் விலங்கின் நிலை மோசமடைதல்	சிகிச்சை செலவு போல் இரு மடங்கு அபராதம்
அந்த விலங்கு இறந்து விடுமெனில்	விலங்கின் மதிப்பு

விலங்குகளின் தலைமைப் பாதுகாவலர் (இறைச்சி கட்டுப்பாட்டு அதிகாரி) பொறுப்புகள்

பின்வரும் அனைத்தும் பாதுகாக்கப் படவேண்டிய உயிரினங்களாகும்.

அரசியல் நெறிமுறைகள் (அர்த்த சாஸ்திரம்) | 195

- வித்தியாசமான வடிவமுடைய கடல் மீன்கள்
- ஏரிகள், ஆறுகள், குளங்கள் அல்லது கால்வாய்களிலிருந்து கிடைக்கும் மீன்கள்
- மகிழ்ச்சியூட்டக்கூடிய பறவைகளான அன்னம், சேவல், கிளி, மைனா மற்றும்,
- விரும்பத்தக்க அனைத்துப் பறவைகள், விலங்குகள்.

தலைமைப் பாதுகாவலர் இவை அனைத்தையும் காயங்களிலிருந்தும் இதர அபாயங்களிலிருந்தும் காக்கும் கடமையுடையவராவார். அவர் மீன் பிடிக்கவோ, விலங்கு பறவைகளைப் பொறி வைத்துப் பிடிக்கவோ, கொல்லவோ அனுமதிப்பதில்லை.

பூங்காக்களில் விலங்குகளின் இறைச்சியை அனுமதிப்பதில்லை. விலங்குகளின் வழக்கமான இறைச்சிக்கு நடுவே கன்றுகள், காளைகள், கறவைப் பசு ஆகியவற்றைக் கொல்ல அனுமதிப்பதில்லை.

வரியாக பெறப்பட்ட உயிருள்ள பறவை, மான் போன்றவை சரணாலயங்களில் சுதந்திரமாய் விடப்படும்.

ஏதேனும் ஒரு விலங்கு (காட்டு அல்லது வீட்டு விலங்குகள்) அபாயகரமாக மாறுமெனில் சரணாலயத்துக்கு வெளியில் எடுத்துச் சென்று கொல்லலாம்.

வருவாய் :

பின்வரும் வகையில் கசாப்புக்காரர்கள் வரி செலுத்தலாம்.

சரணாலயங்களில்லாத, இறைச்சியாய்
ஏற்க அனுமதிக்கப்பட்ட
விலங்குகள்   - 1/6 பங்கு

மீன், பறவைகள்	-	*11/60 பங்கு*
மான், கால்நடைகள்	-	*11/60 பங்கு + 4 சதவிகிதம் ஸல்கா* (Sulka)

கசாப்புக்காரர்களைக் கட்டுப்படுத்துதல் :

புதிதாய் கொல்லப்பட்ட விலங்குகளின் இறைச்சி மட்டுமே விற்கப்பட வேண்டும். வீங்கிய அல்லது அழுகிய இறைச்சியின் விற்பனை தடை செய்யப்பட்ட தாகும். தலை, எலும்புகள் இல்லாத மீன்கள் விற்பனைக்குகந்ததல்ல.

இறைச்சிகள் எலும்புகளுடனோ எலும்பில்லாமலோ விற்கப்படலாம்.

பிராணிகளின் நலன்

பிராணிகளுக்கெதிரான வதையைத் தடுக்கும் பொறுப்பு கிராமத் தலைமைக் கால்நடைப் பாதுகாவலரைச் சார்ந்ததாகும். வழி தவறிய மற்றும் குறிப்பிட்ட நிலங்களைச் சார்ந்த கால்நடைகள் அனுமதியற்ற நிலங்களில் மேயுமெனில் அவற்றைத் துன்புறுத்தாமல் வெளியில் ஓட்டிவிடலாம். அவற்றிற்கு பொறுப்பானவர்களிடம் தெரிவிக்கலாம்.

வழி தவறிய கால்நடைகளைக் கயிற்றுடன் ஓட்டி விடலாம். அத்தகைய பிராணிகளை வதைப்பவரை ஏதேனும் ஒரு வழியில் தடுக்கலாம்.

தண்டனைகள்

கண்ணி வைத்துப் பிடித்தல், காயப்படுத்துதல் அல்லது கொல்லுதல் :

அரசியல் நெறிமுறைகள் (அர்த்த சாஸ்திரம்)

பாதுகாக்கப்பட்ட உயிரினங்கள் -	உயர்ந்தபட்ச அபராதம்
சரணாலயங்களிலுள்ள விலங்குகள் -	உயர்ந்த பட்ச அபராதம்
மேற்கூறிய குற்றங்கள் குடும்பஸ்தர்களால் (சொந்த உபயோகத்துக்கு) இழைக்கப் படுதல் -	நடுத்தர அபராதம்
அத்தகைய குற்றங்களை அனுமதிக்கும் சரணாலயத்தின் பாதுகாவலர்கள் -	குறைந்தபட்ச அபராதம்

பொறி வைத்தல், காயப்படுத்துதல், கொல்லுதல் :

வழக்கத்திலில்லாத மீன் மற்றும் பறவைகளைக் கொல்லுதல் -	263/4 பணம்
மான், இதர மிருகங்கள் -	53½ பணம்

மிருகங்களைக் கோல்கொண்டு துன்புறுத்துதல் :

சிறிய விலங்குகள் -	1-2 பணம்
பெரிய விலங்குகள் -	2-4 பணம் + சிகிச்சைக் கான செலவு

இரத்தம் சொட்டும் காயங்களை ஏற்படுத்துதல் :

சிறிய விலங்குகள் -	2 முதல் 4 பணம்
பெரிய விலங்குகள் -	4 முதல் 8 பணம் + சிகிச்சை செலவு
கொம்பு அல்லது தந்தம் உடைய விலங்குகள் -	உரிமையாளருக்கு இழப்பீடும்,

ஒன்றோடொன்று சண்டை யிட்டு மடிதல்	அதற்குச் சமமான அபராதத் தொகை

களவு செய்தல் :

25 பணத்துக்குக் குறைவான சிறிய விலங்குகளைத் திருடுதல், கொல்லுதல் (சேவல், பூனை, நாய், பன்றி இதர விலங்குகள்)	மூக்கின் நுனியை அறுத்தல் அல்லது 54 பணம்
பால், ரோமம், சவாரிக்குப் பயன்படும் சிறிய பிராணிகளைத் திருடுதல், கொல்லுதல்	உரிமையாளருக்கு அதே தொகை அபராதமாகும்
பிறரது வலை அல்லது பொறியில் சிக்கிய மான், பறவை, மீன் மற்றும் வனவிலங்குகளைத் திருடுதல்	விலங்கின் மதிப்பு, சமதையான தொகை அபராதம்
முதிர்ந்த பிராணிகளைத் திருடுதல்	இரண்டு பாதங்களை யும் துண்டித்தல் அல்லது 600 பணம் அபராதம்
கோயில் பிராணிகளைத் திருடுதல்	உயர்ந்தபட்ச அபராதம் அல்லது மரண தண்டனை (குற்றத்தின் கடுமையைப் பொறுத்து)
பத்துக்கு மேற்பட்ட கால்நடைகள் கொண்ட மந்தையைத் திருடுதல்	வதையில்லாத மரணதண்டனை

அரசியல் நெறிமுறைகள் (அர்த்த சாஸ்திரம்)

தொழில் சார்ந்த அதிகாரிகள்

தொழில் சார்ந்த அதிகாரிகள் என்போர் சுரங்கங்கள், உலோகங்கள், விலையுயர்ந்த உலோகம் மற்றும் ஆபரணங்கள், ஆடைகள் இவற்றுக்குத் தொடர்புடைய வர். இவற்றில் சுரங்கம், உலோகம், நாணயம் மற்றும் உப்பு போன்ற பல துறைகள் உண்டு. விலையுயர்ந்த கற்கள் மற்றும் ஆபரணங்களின் தலைமைக் கண்காணிப் பாளர் அரசாங்க ஆலைகளுக்கு மட்டுமன்றி தனியாருக்கு வேலை செய்யும் பொற்கொல்லர்களைக் கட்டுப் படுத்தும் அதிகாரி தலைமை மேற்பார்வையாளரின் துணை அதிகாரி ஆவார்.

மேற்கூறிய தொழில்களோடு தொடர்புடைய அதிகாரி களை பின்வருமாறு வகைப்படுத்தலாம்.

- *சுரங்கம் & உருக்காலை தலைமைக் கட்டுப்பாட்டு அதிகாரி*
- *சுரங்கங்களின் தலைமை மேற்பார்வையாளர்*
- *உலோகத் தலைமைக் கண்காணிப்பாளர்*
- *நாணயம் செய்யும் இடத்தின் தலைமை அதிகாரி*
- *நாணய பரிசோதகர்*
- *தலைமை உப்பு அதிகாரி*
- *விலைமதிப்பற்ற உலோகம் மற்றும் ஆபரணங்களின் தலைமைக் கண்காணிப்பாளர்*
- *வெள்ளி வேலை செய்பவர்*
- *பொற்கொல்லர்களின் தலைமைக் கட்டுப்பாட்டு அதிகாரி*
- *தலைமை ஆடைத் தொழில் அதிகாரி*

33

சுரங்கம், உருக்காலை நிர்வாக அதிகாரி

தகுதிகள்

சுரங்கத்துக்குப் பொறுப்பான தலைமை அதிகாரி தாதுக்ககள் இருக்கும் இட அமைப்பு, உலோகத்தை உருக்கிப் பிரிக்கும் முறை, கற்களைக் கண்டறியும் திறன் ஆகியவற்றைப் பெற்றிருக்க வேண்டும்.

பொறுப்புகள்

மேற்பார்வை :

(i) அவர் சுரங்கத்தலைமை மேற்பார்வையாளரின் பணி, உலோகத் தலைமைக் கண்காணிப்பாளர், நாணயம் செய்யும் இடத்தின் தலைமை அதிகாரி, நாணயப் பரிசோதகர் ஆகியோர் பணிகளைக் கண் காணிக்கும் பொறுப்புடையவராவார்.

சுரங்கங்களைத் தொடங்குதல் :

(ii) சுரங்கம் மற்றும் உலோகத்தைச் சுத்தம் செய்யும் தொழிலில் திறன் மிக்கவருடைய துணையை நாடலாம்.

(iii) அனைத்து ஆலைகளிலும் தேவையான கருவிகள் மற்றும் வேலையாட்களை அளிக்கலாம்.

(iv) பழைய சுரங்கங்கள் இருந்த இடத்தை புவியியல் அடையாளங்களைக் கொண்டு, கண்டறிந்து புதிய சுரங்கத்தை அதே இடத்தில் ஏற்படுத்தலாம். புத்தம்

புதியதாய் ஏற்படுத்தப்படும் சுரங்கங்களில் தாதுக்களின் தரம் அதாவது தாதுக்களின் நீர்மம், திண்மம், நிறம், மணம் ஆகியவை சோதிக்கப்பட வேண்டும்.

அரசு அலுவல் மற்றும் குத்தகை :

(v) தலைமை அதிகாரி அதிக செலவுண்டாக்குகிற அல்லது கண்காணிக்க மிகவும் கடினமான சுரங்கங்களை தாதுக்களில் பங்கு அல்லது பங்குவீத உரிமை (royalty) பெற்றுக் கொண்டு குத்தகைக்கு விடலாம்.

(vi) உலோகங்களை மீட்டல், உலோகங்களைப் பெறுவதற்கு உருக்காலைகளில் வைத்து தாதுக்களை உருக்கிப் பிரிக்கலாம்.

வியாபாரம் :

(vii) உலோகங்களின் விற்பனையை மையப்படுத்தி, குறிப்பிடப்படாத இடங்களில் செய்யப்படும் தயாரிப்பு, விற்பனை அல்லது கொள்முதல் ஆகியவற்றுக்கு அபராதம் விதிக்கலாம்.

கட்டுப்பாடு :

(viii) உரிமம் பெறாத சுரங்கங்கள் இல்லாதபடி பார்த்துக் கொள்ள வேண்டும்.

(ix) உலோகத் தாதுக்கள் குறிப்பாய் கற்களின் தாதுக்கள் திருடப்படாமல் பார்த்துக் கொள்ள வேண்டும்.

தண்டனைகள்

தாதுக்களைத் திருடும் சுரங்கத் தொழிலாளிகள் :

விலைமிக்க கற்களின் தாதுக்கள்	-	மரண தண்டனை

இதர தாதுக்கள்	திருடிய தொகை போன்று எட்டு மடங்கு. (அபராதத்துக்குப் பதிலாய் திருடியவர் கூலியின்றி வேலை செய்யலாம்.)
உரிமம் பெறாத சுரங்கங்கள் அல்லது சுரங்கங்களிலிருந்து திருடுதல்	இராணுவத்தில் சேர்த்தல்

சுரங்கம், உலோகச் சுத்திகரிப்பாலை அதிகாரிகள்

சுரங்கத் தலைமைக் கண்காணிப்பாளர் பொறுப்புகள் :

(i) வைரம், கற்கள், முத்துக்கள், பவழம், குவார்ட்ஸ், காக்கை பொன் (mica) இவற்றைப் பெறுதற்கான தொழிற்சாலைகளை நிறுவி நடத்துதல்.

(ii) மேற்கூறிய பொருள்களின் வியாபாரத்தை ஒருங்கிணைத்துக் கண்காணித்தல்.

■■■

34

நாணயச்சாலைத் தலைமை அதிகாரி

பொறுப்புகள்

(i) 11/16 பங்கு வெள்ளி, ¼ பங்கு தாமிரம், 1/16 பங்கு வலுவூட்டும் உலோகங்கள், (இரும்பு, ஈயம், காரீயம் அல்லது நீல நிற வெண்மையான உலோகம் - Antimony) கலந்த உலோகக் கலவையினால் ஒரு பணம், ½ பணம், ¼ பணம் 1/8 பணம் ஆகியவை தயாரித்தல்.

(ii) ¾ பங்கு தாமிரம், ¼ பங்கு உறுதி வாய்ந்த உலோகம் இவற்றின் கலவையில் தாமிர நாணயங்கள் தயாரிக்கலாம்.

(தாமிர நாணயங்களின் எடை வெள்ளியாலான நாணயங்களின் எடைக்குச் சமமாகவே இருக்கும்.)

நாணய பரிசோதகர் பொறுப்புகள்

(i) வர்த்தகம், தொழில் மற்றும் கருவூலத்துக்கு அளிக்கப்படும் தொகையில் பயன்படுத்தப்படும் நாணயங்களுக்குச் சான்றிதழ் அளித்தல்.

(ii) அனைத்து வரிகளும், கூலிகளும் செலுத்தப்படாத வரை புதிய நாணயங்கள் புழக்கத்தில் வராமல் கண் காணிக்க வேண்டும்.

(iii) முறையற்ற வழியில் தயாரிக்கப்படும் நாணயம், அதை விற்றல் அல்லது வாங்குதல், அவற்றின்

தரத்துக்குச் சான்றிதழ் வழங்குதல் போன்றவற்றுக்கு அபராதம், வரிகள் பெறுதல்.

ஒழுக்கம் :

(iv) நாணயப் பரிசோதகர் நல்ல நாணயங்களைத் தள்ளுபடி செய்யவோ, குறைபாடான ஒன்றிற்கு நற்சான்று வழங்குதலோ கூடாது. அவ்வாறு செய்வாரெனில் 12 பணம் அபராதமாய் விதிக்கப்படலாம்.

தண்டனைகள்

சட்ட விரோதமான முறையில் நாணயங்கள் செய்தல், வாங்கி விற்றல்	-	25 பணம்
போலியான நாணயங்களைத் தயாரித்து புழக்கத்தில் விடுவது அல்லது பெறுவது	-	1000 பணம்
போலி நாணயங்களைக் கருவூலத்தில் செலுத்துதல்	-	மரண தண்டனை

■■■

35

உப்புத்துறை ஆணையர்

பொறுப்புகள்

(i) பங்கு அடிப்படையிலோ அல்லது நிரந்தர அளவு உப்பைப் பெற்றோ உப்பளங்களைக் குத்தகைக்கு விடலாம்.

அரசியல் நெறிமுறைகள் (அர்த்த சாஸ்திரம்) | 205

(ii) அரசின் பங்கை சரியான நேரத்தில் சேகரித்துவிட வேண்டும்.

(iii) உற்பத்தி விலையையும் வணிக வரியையும் சேர்த்து உப்பைச் சரியான விலைக்கு விற்கும் பொறுப்புடையவர்.

(iv) இறக்குமதி செய்யப்படும் உப்புக்கு வரி விதிக்க வேண்டும்.

(v) சட்ட விரோத நடவடிக்கைகளுக்கு அபராதம் விதிக்கலாம்.

வரி விலக்குகள் :

(i) வனத்தில் சுற்றித் திரிபவர்கள் தமது சொந்த உபயோகத்துக்கு உப்புத் தயாரிக்கலாம்.

(ii) வேதங்களைக் கற்ற பிராமணர்கள், துறவிகள், தொழிலாளிகள் (உப்புத் தொழிற்சாலையில் வேலை செய்பவர்) கட்டணமின்றி உப்பை எடுத்துக் கொள்ளலாம்.

தண்டனைகள்

சரியான வரி செலுத்தாமல் உப்பை இறக்குமதி செய்தல்	-	600 பணம்
கலப்படம் செய்த உப்பை விற்றல்	-	குறைந்தபட்ச அபராதம் அதன் முழு அளவில்
உரியம் பெறாத உப்பு உற்பத்தி	-	குறைந்தபட்ச அபராதம் அதன் முழு அளவில்

36

உலோகங்கள், ஆபரணங்கள் தலைமைக் கண்காணிப்பாளர்

தகுதிகள்

இவ்வதிகாரிகள் பின்வருவனவற்றில் தேர்ந்தவராயிருக்க வேண்டும்.

(i) தங்கம், வெள்ளி, கற்கள் இவற்றின் தரம், இனம் கண்டறிதல்.

(ii) விலை மதிப்பற்ற உலோகங்களின் தூய்மை, கடினப்படுத்துதல், மிருதுவாக்குதலுக்கான முறைகள்.

(iii) தங்கத்தின் மாற்றுகளைப் பரிசோதித்தறிதல்.

(iv) ஆபரணங்களில் கற்கள் பதித்தல், திண்மமான அல்லது உள்ளீடற்ற ஆபரணங்களை உருவாக்குதல், மணிகள் தயாரித்தல்.

(v) தங்க முலாம் பூசுதல் மற்றும் பல்வேறு நிறங்களில் பூச்சு.

(vi) இரும்பு மற்றும் தாமிர உற்பத்திக்கான செய் முறைகள்.

(vii) விலை மதிப்பற்ற கற்களின் உபயோகம்.

(viii) பல்வேறு ஆபரணங்கள் செய்யத் தேவைப்படும் விலை மதிப்பற்ற உலோகங்களின் அளவு.

பொறுப்புகள்

(i) வெள்ளி வேலைக்காரர், பொற்கொல்லர் மீதான அதிகாரம் :

வெள்ளி மற்றும் பொற்கொல்லர்களைச் சந்தையின் மையப்பகுதியில் நிறுவும் அதிகாரம் தலைமைக் கண்காணிப்பாளருக்கு உண்டு.

(ii) அரசாங்கப் பட்டறை :

வெள்ளி மற்றும் தங்க ஆபரணங்கள் தயாரிப்பதற்கான தலைமைக் கண்காணிப்பாளர் ஒரேயொரு வாயிலை உடைய பட்டறையை நிர்மாணிக்கலாம். அந்த இடம் ஒன்றுக்கொன்று தொடர்பற்ற நான்கு அறைகளைக் கொண்டதாயிருக்கும்.

(iii) பரிசோதனை :

தலைமைக் கண்காணிப்பாளரின் பொறுப்புகள் ஒன்று தங்கத்தின் தரத்தைப் பரிசோதிப்பதுமாகும். சுத்தமான தங்கமே (ஸ்வர்ணம்) விதிமுறைப்படி ஏற்றுக் கொள்ளப்படுவது 1/64, 2/64 முதல் 16/64 வரை தாமிரம் சேர்க்கப்பட்டு பதினாறு வகைகளில் தங்கம் உருவாக்கப் படும்.

பட்டறைகளின் மீதான அதிகாரம் :

அத்தாட்சி பெறாத எவரும் பட்டறையை அணுக இயலாது.

அதிகாரியாய் இருப்பினும் பட்டறைக்குள் தங்கம் அல்லது வெள்ளியைக் கொண்டு செல்ல இயலாது.

அனைத்துத் தொழிலாளிகளும் (கல் பதிப்பவர், மணி கோப்பவர், ஊதுலையில் வேலை செய்பவர் மற்றும்

பணியாட்கள்) தொழிலகத்தில் நுழையும்போதும், வெளியேறும் போதும் சோதனைக்குப் பிறகே அனுப்பப் படுவர். அவர்களுடைய உடலும், உடைகளும் சோதிக்கப்படும். அவர்கள் தமது கருவிகளை வேலை செய்யும் இடத்திலேயே விட்டுச் செல்ல வேண்டும். வேலைக்குப் பெற்றுக் கொண்ட தங்கத்தையும் எஞ்சிய வற்றையும் வேலை முடிந்தவுடன் தலைமை அதிகாரி யிடம் ஒப்படைக்க வேண்டும். தங்கம் மற்றும் ஆபர ணங்களில் உயர் அதிகாரிகளின் முத்திரையிடப்படும்.

தங்கத்தில் கற்கள் பதிக்கும்போது வெள்ளியில் கால் பங்கு தாமிரம் கலப்பதையோ, தங்கத்தில் கால்பங்கு வெள்ளி கலப்பதையோ உயரதிகாரி தடை செய்ய வேண்டும்.

■■■

37

துணியாலைத் துறை தலைமை ஆணையர்

பொறுப்புகள்

உற்பத்தி :

தலைமை அதிகாரி நூல், ஆடை, விரிப்புகள், உறைகள், கயிறுகள், தோல், வார் போன்றவற்றின் தயாரிப்பு, விற்பனைக்கு பொறுப்புடையவராவார். இத்தகைய வேலைகளில் தேர்ந்த அலுவலர்களை நியமிக்கும் அதிகாரமும் அவருக்கு உண்டு.

வேலைக்குழு :

விதவைகள், மணமாகாதவர்கள், தனித்து வாழ்பவர்கள், அபராதத்துக்காக வேலை செய்பவர்கள், விபச்சாரிகளின் தாய், அரசனின் வயதான தாதிகள், கோயிலில் நடனமாடும் தொழிலில் உரிமை பறிக்கப்பட்டவர்கள் போன்ற பெண்கள் நூற்கும் பணியை மேற்கொள்ளும்படி செய்யலாம்.

நெசவுத் தொழிலில் ஆண்களை ஈடுபடுத்தலாம். கயிறுகள், பாதுகாப்பு கவசங்கள், வார்கள் போன்றவற்றை உருவாக்கலாம்.

கூலிகள் :

புரியின் (Yarn) தரம் மற்றும் நூலின் அளவைக் கொண்டு கூலி நிர்ணயிக்கப்பட வேண்டும். நூற்கப்பட்ட நூலின் அளவு மூலப் பொருளின் அளவுக்கு ஈடாக இல்லாவிடில் கூலி குறைக்கப்படலாம். சிறந்த பணி மற்றும் விழாக்காலப் பணிகளுக்குச் சிறப்பு ஊக்கத் தொகை அளிக்கப்படலாம்.

நெய்தல் :

நெய்வதற்கான கால அளவு, அதற்குரிய கூலி இவை குறித்து உயர் அதிகாரி கைவினைஞர்களுடன் முன்னரே ஓர் ஒப்பந்தம் செய்து கொள்ள வேண்டும். பட்டு நூல், மான் தோல் போன்ற சிறப்பு நெசவிற்கு ஊக்கத்தொகை அளிக்கப்படலாம்.

அதிகாரம் :

(நூல் அல்லது ஆடைகளின் திருட்டைத் தடுக்க) தலைமை அதிகாரிகளைக் கண்டிப்புடன் கண்காணிக்கலாம்.

கட்டுப்பாடு :

(பெண்களிடம் உயர் அதிகாரி தவறான முறையில் நடந்து கொள்ளக்கூடாது.)

பெண்களிடம் வேலைக்குத் தொடர்பில்லாத விஷயங்களைப் பேசினாலும் அவர்களுடைய முகத்தைக் கூர்ந்து நோக்கினாலும் குறைந்த தர அபராதம் விதிக்கப்படும்.

தண்டனைகள்

நெசவாளர்களின் வேலை சரியாக இல்லாமை	குற்றத்தின் கடுமையைப் பொறுத்து தண்டனை
பெண்கள் கூலியைப் பெற்றுக் கொண்டு வேலை செய்யாமல் இருப்பது, கச்சாப் பொருள்களைத் தவறாய் பயன்படுத்துதல், அவற்றை எடுத்துக் கொண்டு ஓடி விடுதல்	கட்டை விரல் மற்றும் இதர விரல்களை வெட்டி எறிதல்

வர்த்தகத்தில் நேர்மையான கொள்கைகள்

(i) உள்நாட்டு மற்றும் வெளிநாட்டுப் பொருள்கள் மக்களின் நன்மைக்காகவே விற்கப்பட வேண்டும்.

(ii) வியாபாரப் பொருள்கள் அதிகமாய் இருக்கும் நிலையில் அப்போதைய சந்தை விலையைக் காட்டிலும் அதிக விலைக்கு அப்பொருளை வாங்கி இருப்பில் வைத்துக் கொள்ளலாம். சந்தையில் விலை குறையும் போது சேமித்த பொருள்களின் விலையை சூழ்நிலைக்கு ஏற்றவாறு மாற்றிக் கொள்ளலாம்.

(iii) வியாபாரப் பொருள்கள் மிதமிஞ்சிக் கிடக்கும் நிலையில் அனைத்து வியாபாரிகளும் அப்பொருள்கள்

அரசியல் நெறிமுறைகள் (அர்த்த சாஸ்திரம்)

தீரும் வரை அவற்றையே தினக்கூலி முறையில் (இலாபமில்லாமல்) விற்று வரவேண்டும்.

(iv) எண்ணிக்கையிலடங்காத வியாபாரிகளின் கையில் மிஞ்சிய பொருள்கள் பொதுமக்களின் நன்மைக்காக விற்கப்பட வேண்டும்.

(v) பெரிய அளவில் இலாபம் முன்கூட்டியே தீர்மானிக்கப்படுமெனில் அதுவும் பொது மக்களுக்குத் தீங்கு விளைவிக்கக்கூடியதே.

(vi) வணிகப் பொருள்களை ஓர் இடத்தில் குவித்து செயற்கையாக பற்றாக்குறையை பஞ்சத்தை உருவாக்கக் கூடாது. விற்பனை நேரங்களில் எவ்விதக் கட்டுப் பாட்டிற்கும் உட்படக் கூடாது. (பொருள்கள் எல்லா நேரங்களிலும் கிடைக்கும்படி செய்ய வேண்டும்).

■■■

38

மாநில வர்த்தகத் தலைமைக் கட்டுப்பாட்டு அதிகாரி

தகுதிகள்

இவ்வதிகாரி பின்வரும் விவரங்களில் ஞானம் பெற்றிருக்க வேண்டும். மாநிலத்தின் பிரத்யேக உரிமை பெற்ற வியாபாரப் பொருள்கள் -

● உள்நாட்டிலேயே தயாரானதா அல்லது இறக்குமதி செய்யப்பட்டதா

- மக்களிடையே அவற்றுக்குள்ள கிராக்கி
- அவற்றின் விலையில் ஏற்படும் மாற்றம்
- உயர்ந்த மற்றும் குறைந்த விலையில் உள்ள பொருள்களின் ஒப்புமை விலைகள்
- அவற்றை வாங்க, விற்க, இருப்பில் வைப்பதற்கான உரிய நேரம் போன்ற விவரங்கள்.

பொறுப்புகள்

பொதுவாக மாநில வர்த்தகத் தலைமைக் கட்டுப்பாட்டு அதிகாரி மாநிலத்துக்கே உரித்தான பொருள்கள் மற்றும் அரசுக்குச் சொந்தமான வணிகப் பொருள்களின் விற்பனைக்குப் பொறுப்புடையவராவார். அவர் -

- பொருள்களின் விற்பனைக்கு வழி வகுக்க வேண்டும் அல்லது, அவரால் நிர்ணயிக்கப்பட்ட விலைக்கு அவற்றை விற்குமாறு வியாபாரிகளை நியமிக்க வேண்டும்.
- ஊக்கத் தொகை அளிப்பதன் மூலம் வெளிநாட்டுப் பொருள்களின் இறக்குமதியை ஊக்குவிக்கலாம்.
- விற்பனையில் கிடைக்கும் வருவாயை சரியான நேரத்தில் சேகரிப்பது, மீதமுள்ள சரக்குகளை விற்பனை அதிகாரிகள் மூலம் கணக்கெடுப்பது போன்றவற்றுக்கும் பொறுப்புடையவராவார்.
- விற்பனை வரியை வசூலிப்பதும் அவருடைய கடமையே.
- முதலீடு, அனுப்பவேண்டிய சரக்குகள், வரிகள், வட்டி, வாடகை மற்றும் இதர செலவுகளைக் கருத்தில் கொண்டு வர்த்தகத்திற்கான விலையை நிர்ணயிக்க வேண்டும்.

- விற்பனைப் பிரதிநிதிகளால் நடைபெறும் விற்பனைக்கேற்ப அவர்களுடைய ஊதியத்தை நிர்ணயிக்கலாம்.

39

தனியார் வர்த்தகத் தலைமைக் கட்டுப்பாட்டு அதிகாரி

பொறுப்புகள்

பொதுவான பொறுப்புகள் -

- புதிய மற்றும் பழைய பொருள்களை நேர்மையான முறையில் விற்கச் செய்வது
- விற்பவரோ அல்லது அடகு வைப்பவரோ அப்பொருளின் உரிமைக்கான சான்றினை முறையாய் வழங்கினால் மட்டுமே அவற்றை விற்கவோ அடகு வைக்கவோ அனுமதிப்பது
- போலியான எடை மற்றும் அளவை உபகரணங்களைச் சோதிப்பது

வியாபாரிகள் மீதான அதிகாரம் :

- இலாப வரையறை (உள்நாட்டுப் பொருள்களுக்கு 5%, இறக்குமதிப் பொருள்களுக்கு 10%) செய்வது
- நிர்ணயிக்கப்பட்ட விலையிலேயே பொருள்கள் விற்கப்படுகின்றனவா என்பதை உறுதி செய்து கொள்வது

- திருட்டுப் பொருள்களை அவர்கள் விற்காமல் பார்த்துக் கொள்வது

விற்பனையை நெறிப்படுத்துவது :

- முதலில் வாங்கப்பட்ட பொருள்கள் விற்கப்படும் வரை வியாபாரிகள் மேலும் பொருள்களை வாங்கிக் குவித்துக் கொள்ளாமல் தடை செய்ய வேண்டும்.

வியாபாரிகளுக்கு உதவி செய்தல் :

- ஒரு வியாபாரியின் பொருள்கள் எதிர்பாராமல் சேத மடைந்தால் தகுந்த வரி விலக்கு அளிக்கலாம்.

தரகர்கள் :

- வியாபாரிகள் தமக்குக் கிடைக்க வேண்டிய ஊதியத்தில் இடைத் தரகர்களுக்கு அவர்கள் அளித்த தொகையும் சேராமல் பார்த்துக் கொள்ள வேண்டும்.

- ஓரளவிற்கு தானியங்கள், இதர வணிகப் பொருள் களை இருப்பில் வைத்துக் கொள்ள தரகர்களுக்கு அனுமதி அளிக்கலாம்.

- குறிப்பிட்ட அளவுக்கு அதிகமாய் இருப்பு வைத்துக் கொள்ளும் தரகர்களிடமிருந்து பொருள்களைப் பறிமுதல் செய்யலாம். அவற்றைப் பொதுமக்களிடம் விற்கும் வகையில் மாநிலத்தின் வர்த்தகத் தலைமைக் கட்டுப்பாட்டு அதிகாரியிடம் கொண்டு சேர்க்கலாம்.

■■■

40
எடை மற்றும் அளவைகளின் தலைமைக் கட்டுப்பாட்டு அதிகாரி

பொறுப்புகள்

- தரமான எடைகள், தராசுகள், அளவைகள் தயாரிக்கும் பட்டறைகளை அமைக்கும் பொறுப்புடையவர்.

- எடைக்கற்கள் ஈரத்தில் எடை அதிகரிக்காமலும், சூடேற்றிய நிலையில் எடை குறையாமலும் இருக்கும் வகையில் அவை கற்கள் அல்லது இரும்பில் செய்யப்பட வேண்டும்.

விற்பனை :

- பல்வேறு விதமான பொருள்களை அளந்து விற்பதற்கு (வியாபாரிகளுக்கு) ஏற்ற தரமான அளவைகள் உருவாக்கப்பட வேண்டும்.

கட்டுப்பாடு :

- நான்கு மாதத்திற்கொரு முறை அனைத்து அளவைக் கருவிகளும் கட்டணம் செலுத்தி முத்திரையிடப்பட வேண்டும்.

தண்டனைகள்

முத்திரையிடப்படாத அளவைகள், தராசுகள், எடைக் கற்களைப் பயன்படுத்துதல்	27¼ பணம்

41

தலைமை சுங்கவரி வசூலிப்பாளர்

பொறுப்புகள்

பொதுவானவை :

- தலைமைச் சுங்கவரி வசூலிப்பாளர் நாட்டிற்குத் தீங்கு விளைவிக்கக் கூடிய அல்லது உபயோகமற்ற பொருள்களை இறக்குமதி செய்ய அனுமதிக்கக் கூடாது. ஆனால், நாட்டிற்கு மிகவும் உபயோகமான அரிய விதைகள் போன்ற பொருள்களை இறக்குமதி செய்ய வரிவிலக்கு அளிக்கலாம்.

சுங்கச்சாவடி :

- சுங்கக்சாவடி கிழக்கு அல்லது வடக்கு நோக்கியவாறு இருக்கும்படி கோட்டையின் வாயிலுக்குப் பக்கத்தில் அமைக்கப்படலாம். அங்கே, கம்பத்தில் அரசனின் கொடி பறக்க விடப்பட வேண்டும்.

விலை நிர்ணயம் :

- (இறக்குமதி செய்யப்படும் அனைத்துப் பொருள் களுக்கும் விலை மதிப்பிட வேண்டும்.) வரிவிலக்கு பெறும் பொருள்களைச் சோதனைக்குப் பிறகே அனுமதிக்க வேண்டும். வரி செலுத்த வேண்டிய குறைந்த விலைப் பொருள்களை நன்கு கவனித்து விலை மதிப்பிட வேண்டும். வரிக்குட்பட்ட பொருள்களை நன்கு அளந்து எடையிட்டு, அளந் தறிந்த பிறகே விற்க அனுமதிக்க வேண்டும்.

அரசியல் நெறிமுறைகள் (அர்த்த சாஸ்திரம்)

அலுவலர்கள் :

- ஒவ்வொரு சுங்கச்சாவடியிலும் நான்கு அல்லது ஐந்து அதிகாரிகள் இருக்க வேண்டும்.

குறிப்பேடுகள் :

- வியாபாரிகளைப் பற்றிய குறிப்புகள் - பெயர், பிறந்த இடம், வியாபாரப் பொருள்களின் அளவு, அடையாள அட்டை பெற்ற இடம், பொருள்கள் முத்திரை யிடப்பட்ட இடம் போன்ற விவரங்களைக் குறிப் பெடுத்துக் கொள்ளலாம்.

வருவாய் வசூல் :

- தலைமைச் சுங்க அதிகாரியே சரியான வரிகள், அபராதங்கள் போன்றவற்றை வசூலிக்கும் பொறுப் புடையவராவார். அவர் புதிய மற்றும் பழைய பொருள்களுக்கான வரியை அவற்றின் வகை, இடத்தைக் கொண்டு தீர்மானிக்கலாம். குற்றத்துக் கேற்ப அபராதங்கள் விதிக்கலாம்.

செய்தி சேகரிப்பு :

- எல்லைப்புற அதிகாரிகள் வெளிநாட்டிலிருந்து வரும் நாடோடிகளின் பொருள்களைச் சோதித்து குறைந்த அல்லது உயர்ந்த மதிப்புடைய பொருள்களா என வகைப்படுத்தி முத்திரையிட்டு சுங்க அதிகாரிக்குத் தகவல் அளிக்க வேண்டும்.

வியாபாரிகள் மற்றும் நாடோடிகளைப் பற்றிய தகவல்களை சாலையற்ற இடங்களில் செயல்படும் இரகசிய உளவாளிகள் சேகரிக்கலாம்.

இரகசிய உளவாளிகள் வியாபாரிகளைப் போல் வேடமிட்டு நாடோடிகள் பற்றிய தகவலறிந்து அரசனுக்குத் தெரிவிக்கலாம். அச்செய்தியை அரசன் சுங்கத்துறை அதிகாரிகளுக்கு அறிவித்து அதன் மூலம் பொருள்களை மறைத்தல் வரி செலுத்தாமல் ஏமாற்றுதல் போன்ற செயல்களைத் தடுக்கலாம்.

கட்டுப்பாடு :

● ஒரு வியாபாரி செய்யும் குறைக்க உதவும் வரிவசூலிப்பு அதிகாரி, அக்குற்றத்துக்காக வியாபாரி மீது விதிக்கப்படும் வரியைப் போன்று எட்டு மடங்கு அபராதம் செலுத்த வேண்டும்.

தண்டனைகள்

பத்திரங்கள் சீர்குலைவு முத்திரையற்ற பொருள்கள்	செலுத்த வேண்டிய வரியைப் போல் இரு மடங்கு அபராதம்
போலி முத்திரை உடைக்கப்பட்ட முத்திரைகள்	வரியைப்போல் எட்டு மடங்கு (உடைக்கப்பட்ட முத்திரையின் உண்மை நிரூபிக்கப்படும் வரை பொருள்கள் கிடங்கில் வைக்கப் பட வேண்டும்)
அரசாங்க முத்திரையை மாற்றுதல்	ஒவ்வொரு பொருளுக்கும் 1¼ பணம்

அரசியல் நெறிமுறைகள் (அர்த்த சாஸ்திரம்) | 219

விற்பனை விலையில் ஏமாற்றுதல், குறைந்த அளவு பொருளை அளித்தல்	-	எஞ்சியவை பறிமுதல் செய்யப்பட வேண்டும்
குறைந்த வரிசெலுத்தும் பொருட்டு குறைந்த விலையை அறிவித்தல்	-	உண்மையான விலைக்கு அறிவிக்கப்பட்ட விலைக்கும் உள்ள வித்தியாசத்தைப் போல் எட்டு மடங்கு
உயர் விலையுடைய பொருள்களை குறைந்த விலையுடைய பொருள்களுக்குக் கீழ் மறைத்து வைத்தல்	-	மேற்கூறிய தண்டனையே

ஏய்த்தல் :

வரி செலுத்தாமை	-	வரியில் 8 மடங்கு
வரி செலுத்த வேண்டிய பொருள்களுக்கு வரிவிலக்கு பெற்றதாய் அறிவிப்பது	-	திருட்டுக் குற்றத்துக்கான தண்டனை

அயல்நாட்டு நாடோடிகள் :

குறைந்த விலைப் பொருள்களில் ஏமாற்றுதல்	-	வரியில் 8 மடங்கு
உயர்விலைப் பொருள்களில் ஏமாற்றுதல்	-	பொருள்களைப் பறிமுதல் செய்தல்

ஏற்றுமதி :

சிறிதளவு வரி செலுத்தி அதிகப் பொருள்களை ஏற்றுமதி செய்தல் (அல்லது) முத்திரையிடப்பட்ட பொதியில் முத்திரையை உடைத்து அதிகப் பொருளை ஏற்றுதல்	-	பறிமுதல் செய்து அதேயளவு அபராதம் விதித்தல்
குறைந்த விலைப் பொருள்களுக்கான வரியைச் செலுத்தி உயர்விலைப் பொருள்களை ஏற்றுமதி செய்தல் (உ.ம். வைக்கோல்)	-	அதிகபட்ச அபராதம்
தடை செய்யப்பட்ட பொருள்களை ஏற்றுமதி செய்ய முயலுதல்	-	பறிமுதல் மற்றும் அதிகபட்ச அபராதம்
உருக்காலைகளிலிருந்து உலோகங்கள் சுரங்கங்களிலிருந்து தாதுக்கள்	-	600 பணம்
தோட்டங்களிலிருந்து பழங்கள், பூக்கள்	-	54 பணம்
காய்கறித் தோட்டங்களிலிருந்து காய்கறிகள், கிழங்குகள்	-	51¾ பணம்
வயலிலிருந்து தானியங்கள்	-	53 பணம்

■ ■ ■

42

கப்பல், படகு தலைமைக் கட்டுப்பாட்டு அதிகாரி

பொறுப்புகள்

பொதுவானவை:

- கடற்பயணங்கள், நதியின் முகத்துவாரத்திலுள்ள படகுகள், இயற்கை (செயற்கை) ஏரிகளிலுள்ள கப்பல்கள், தலைநகர நீர்வழிப் போக்குவரத்து இவற்றுக்கு இந்த அதிகாரி பொறுப்புடையவர்.

இவர் கடற்பயணம் பொருள்கள் சம்பந்தமான ஒழுங்கு நடவடிக்கைகள் துறைமுக அதிகாரிகளால் முறையாக மேற்கொள்ளப்படுகின்றனவா என்று கண் காணிக்கப்பட வேண்டும்.

மாநிலத்துக்குச் சொந்தமான படகுகள் :

- வருடம் முழுதும் படகுகளால் மட்டுமே கடக்க இயன்ற ஆறுகளில் பெரிய படகுகளைப் பயன் படுத்தலாம். அத்தகைய படகில் ஒரு தலைவர், மாலுமி, கயிறுகளை கொக்கிகளைக் கையாள்பவர், நடத்துநர் ஒருவர் இருக்க வேண்டும்.

பருவ கால ஆறுகளில் மழைக்காலத்துக்கு மட்டும் சிறிய படகுகளைப் பயன்படுத்தலாம்.

அரசனின் படகுகள் கூலி பெற்று போக்குவரத்துக்குப் பயன்படுத்தப்படலாம். மேலும் மீன், முத்து மற்றும் சங்கு சேகரிப்பவர்களுக்கு வாடகைக்கு விடப்படலாம்.

பாதுகாப்பு மற்றும் மீட்பு :

- மீனவர் இன்றியோ, போதிய வசதிகளின்றியோ ஒரு படகு இழக்கப்படுமெனில் அதற்கான இழப்பீட்டை தலைமை அதிகாரியே அளிக்க வேண்டும்.

- துறைமுகக் கட்டுப்பாடுகளை மீறும் எதிரிகளின் கப்பல், படகுகள் அழிக்கப்படலாம்.

- படகுகள் திசை மாறியோ அல்லது புயலில் சிக்கியோ வழி தவறும்போது தலைமை அதிகாரி தந்தை போன்று செயல்பட்டு அதனை மீட்க வேண்டும். நீரில் சேதமடைந்த பொருள்களுக்கு வரிவிலக்கு அளித்தோ வரியைப் பாதியாய் குறைத்தோ சலுகை காட்டலாம். பாதுகாப்பான நேரம் வரும்போது படகுகளை அவற்றின் இலக்கிற்கு வழி அனுப்பி வைக்கலாம்.

தோணிகள் :

- அரசனின் எதிரிகளைத் தடை செய்யும் பொருட்டு தோணிகள் ஒரு குறிப்பிட்ட இடத்தில் மட்டுமே நீர்நிலையைக் கடக்க வேண்டும். தோணியைச் செலுத்துபவருக்கு ஊதியம் பணமாகவோ, உணவாகவோ வழங்கப்படலாம். மேலும், அனுமதிச்சீட்டு பெற்றவர், கட்டுப்பாட்டு அதிகாரியின் முத்திரை பெற்றவர்கள், பிராமணர்கள், துறவிகள், குழந்தைகள், முதியவர்கள், நோயாளிகள், ராஜதூதுவர்கள், கர்ப்பிணிகள் ஆகியோர் கட்டுப்பாடின்றி தோணியில் செல்ல அனுமதிக்கப்படலாம்.

அரசியல் நெறிமுறைகள் (அர்த்த சாஸ்திரம்) 223

வருவாய் :

படகிலிருந்து பெறும் வாடகை -

மீனவர்கள்	-	பிடிபடும் மீனில் ஆறில் ஒரு பங்கு
முத்து, சங்கு எடுப்பவர்கள், கடற்பயணம் மேற்கொள்ளும் பயணிகள்	-	நிர்ணயத்திற்கு ஏற்ற வகையில் வாடகை மற்றும் படகை நம்பிப் பிழைப்பு நடத்துபவர்களுக்கான கூலிகள்

வியாபாரிகளிடமிருந்து -

சுமைகூலிகள்	-	வகைக்கேற்றவாறு
துறைமுகக்கட்டணம்	-	துறைமுக அதிகாரிகளின் நிர்ணயத்திற்கேற்ப அனைத்துப் பொருளுக்கும்

சுங்கவரி -

நீரில் சேதமடையும் பொருள் மீதான சுங்கவரி	-	நிர்ணயிக்கப்பட்ட வரியில் பாதி அல்லது முழுமையான வரிவிலக்கு

தோணிகள் -

பராமரிப்பு(நிர்வாகம்)	-	தோணியால் போக்குவரத்து பெறும் நதிக்கரை கிராமங்கள்

படகோட்டிகளுக்கு நிரந்தர வரி, பிழைப்பிற்கான கூலியை அளிக்கலாம்

சிறிய நதியில் தோணியின் கட்டணங்கள் :

சிறிய விலங்குகள், சுமையோடு கூடிய மனிதர்கள்	1 மஷாகா (mashaka)
தலைச்சுமை, முதுகுச் சுமையோடு கூடிய பயணிகள்	2 மஷாகா
பசு, குதிரை, ஒட்டகம், எருது	4 மஷாகா
சிறிய வண்டிகள்	5 மஷாகா
காளை பூட்டிய வண்டிகள்	6 மஷாகா
பெரிய வண்டிகள்	7 மஷாகா

பெரிய நதிகளில் செல்லும் தோணியில் கட்டணங்கள் மேற்கூறியவற்றைப் போன்று இரு மடங்காகும்.

எல்லை :

எல்லைப்புற தோணிக்காரர்கள் சுங்கவரி, பாதுகாப்புக் கட்டணம், சாலைவரி இவற்றை வசூல் செய்யலாம்.

சட்டம் ஒழுங்கு :

வெளிநாட்டு வியாபாரிகள் அடிக்கடி வந்து செல்பவர்களாய் இருந்தாலோ, உள்நாட்டு வியாபாரிகள் அவர்களுக்கு உத்தரவாதம் அளித்தாலோ நாட்டுக்குள் வர அனுமதிக்கலாம்.

படகின் மூலம் முறையற்ற விதத்தில் கடக்க முயலும் கீழ்க்கண்டவர்களைக் கைது செய்யலாம்.

- பிறரது உடைமைகள் பெண் அல்லது மனைவியைக் கவர்ந்து செல்பவர்கள்.
- சந்தேகத்துக்கிடமாகவோ கிளர்ச்சியுற்ற விதத்திலோ செயல்படுபவர்கள்.
- அளவுக்கதிகமான சுமையேற்றிச் செல்பவர்கள்.
- துறவிபோல் வேடமிட்டுச் செல்பவர்கள்.
- துறவிக்கான அடையாளமிழந்த துறவிகள்.
- உடல்நிலை சரியில்லாதது போல் நடிப்பவர்கள்.
- இரகசிமாய் விலையுயர்ந்த பொருள்கள், விஷம் போன்றவற்றை கொண்டு செல்பவர்கள்.
- அனுமதிச் சீட்டின்றி நீண்ட தூரம் பயணம் செய்தவர்கள்.

தண்டனைகள்

அனுமதி சீட்டின்றி அல்லது அதிக சுமையுடன் நாட்டிற்குள் நுழையும் வியாபாரிகள், அல்லது அனுமதியளிக்கப்பட்ட இடத்தைத் தவிர்த்து பிற இடத்தில் படகில் கடப்பது	-	கொண்டு செல்லும் பொருள்களை பறிமுதல் செய்தல்
உரிமம் பெறாத (அதிகாரப் பூர்வ அத்தாட்சி) இடத்தில், நேரத்தில் பயணிக்கும் பயணிகள்	-	குறைந்த தர அபராதம்

சரியான இடம் அல்லது நேரமாய் இருப்பினும் முறையான உரிமம் பெறாமல் நதியைக் கடக்கும் பயணிகள்	-	26 ¼ பணம்
பிராமணர்களைத் தோணிக்குப் பணம் செலுத்தச் செய்தல்	-	12 பணம்

தண்டனையிலிருந்து விலக்கு :

உரிமம் பெறாமல் கடப்பினும் தண்டனையிலிருந்து விலக்கு பெறுவோரின் பட்டியல் பின்வருமாறு :

மீனவர்கள், மரம் மற்றும் புல் கொண்டு செல்பவர்கள், பூந்தோட்டக் காவலாளிகள், பழம் மற்றும் காய்கறித் தோட்டக்காரர்கள், பசுமந்தை கவனிப்பாளர்கள், கிராமங்களுக்கு விதை உணவு மற்றும் அத்தியாவசியப் பொருள்களை அளிப்பவர்கள், சொந்தப் படகுக்காரர்கள், இராணுவ உதவியாளர்கள் ஆகியோர் ஆவர்.

■■■

43

கேளிக்கை செயல்பாடுகளின் தலைமைக் கட்டுப்பாட்டு அதிகாரி

மது வகைகளின் தலைமை தணிக்கை (Controller) அதிகாரி, கலைஞர்களின் (அவைக்கலைஞர், விலை மாதர்கள், இதரர்) தலைமை அதிகாரி ஆகியோர் இத் தலைப்பின் கீழ் அடங்குவர்.

மதுபானத் தயாரிப்பு, விற்பனை இவை அரசின் பிரத்யேக உரிமையாகும். மது விற்பனை செய்பவர்கள்,

அரசியல் நெறிமுறைகள் (அர்த்த சாஸ்திரம்) | 227

மதுவருந்தும் இடங்கள் இவை சட்டம் ஒழுங்கு பராமரிப்பை முன்னிட்டு நன்கு கண்காணிக்கப்பட வேண்டும். தலைமை அதிகாரியின் துறை பெரும்பான்மையான வருவாய் ஈட்டித் தரக்கூடியதாகும்.

கலைத்துறைத் தலைவர்கள் தாசிகளுக்கு மட்டுமன்றி நடிகர்கள், நடனக் கலைஞர்கள், பாடகர்கள், இசை வாணர்கள் ஆகியோருக்கும் பொறுப்புடையவராவர்.

■■■

44

மதுபான வகை தலைமைத் தணிக்கை அதிகாரி

பொறுப்புகள்

அரசு உற்பத்தி :

- தலைமை அதிகாரி வடித்துப்பகுத்தல் மற்றும் நொதித்தலில் தேர்ச்சி பெற்றவர்களைக் கொண்டு நகரம், கிராமம், போர் நடக்கும் இடங்களில் மதுபானத் தயாரிப்புக்கு ஏற்பாடுகள் செய்யலாம்.

- குழந்தைகளும், பெண்களும் மது தயாரிப்பதற்கான பொருள்களைச் சேகரிப்பதிலும், தயாரிப்பிலும் ஈடுபடுத்தப்படலாம்.

தனியார் உற்பத்தி :

- மருத்துவர்கள் பல்வேறு உடல்நலக் குறைபாடுகளுக்கான மருந்து (ஆல்கஹால் கலந்த) தயாரிக்கலாம்.

- மது வகைகள், நொதிக்கப்பட்ட பழச்சாறுகள் ஆகிய அரசு தயாரிக்காத பொருள்களை தனியார் நிறுவனங்கள் தயாரிக்க 5% பங்குவீத (Royalty) அடிப்படையில் உரிமை அளிக்கலாம்.

- திருவிழாக்கள், சந்தைகள், புனித யாத்திரைகள் போன்ற நேரங்களில் நான்கு நாட்களுக்கு கள் தயாரிக்கும் உரிமை அளிக்கலாம். அவ்வாறு உரிமம் பெறாமல் மது தயாரிப்பவர் திருவிழா இறுதிநாள் வரை அபராதம் செலுத்த வேண்டும்.

வர்த்தகம் :

தலைமைக் கட்டுப்பாட்டு அதிகாரி உரிய நபர்கள் மூலம் மது விற்பனையை ஒருங்கிணைத்து அனைத்து இடங்களிலும் கிடைக்குமாறு செய்ய வேண்டும்.

மது அருந்துமிடம் :

மது அருந்துமிடத்தின் நிர்மாணத்திற்குத் தலைமை அதிகாரியே பொறுப்பாவார். அவ்விடங்கள் அதிக அறைகளையும், படுக்கைகள், இருக்கைகளையும் கொண்டதாயிருக்க வேண்டும். அனைத்து பருவங்களிலும் அவ்வறைகள் வாசனைத் திரவியங்கள், மலர்கள், நீர் வசதி பெற்று மனதுக்கினியதாய் திகழ வேண்டும்.

மது விற்பனையாளர்கள் :

கடனுக்கு மது அளிக்காமல் ரொக்க வியாபாரம் செய்ய வேண்டும்.

கெட்டுப்போன மது குறைந்த விலைக்கு வேறிடங்களில் (விற்பனை அங்காடி தவிர்த்து) மட்டுமே விற்கப்பட வேண்டும். அல்லது, கெட்டுப்போன மதுவை அடிமைகளுக்கும், கூலிகளுக்கும் வழங்கலாம்.

வருவாய் :

ஒவ்வொரு நாளின் முடிவிலும் தலைமை அதிகாரி விற்பனையளவு, விற்பனை வரி சேகரிப்பு, இதர வரிகள் போக மீதியைக் கணக்கிட்டு கருவூலத்துக்கான இலாபத்தை அளிக்கலாம்.

கையிருப்பு, நடமாட்டம் :

மதுக்கடையில் மட்டுமே மது அருந்தப்பட வேண்டும். மது அருந்நிய நிலையில் எவரும் நடமாடக் கூடாது.

மதுவை அதிக அளவில் சேமித்து வைக்கவோ, கிராமத்துக்கு வெளியில் எடுத்துச் செல்லவோ அனுமதிக்கக் கூடாது. அவ்வாறு செய்ய அனுமதித்தால் தொழிலாளர்களின் வேலை பாதிக்கப்படும். ஆரியர்கள் நேர்மையின்றி செயல்படும் நிலை ஏற்படும். இரகசியமாய் கொலை செய்பவர்கள் சிந்தனையின்றி வெறித்தனமாய் செயலில் இறங்குகிற அபாயம் உண்டு.

நன்னடத்தை உடையவர்கள் சிறிய அளவில் மது எடுத்துச் செல்ல அனுமதிக்கப்படலாம்.

சட்டம்–ஒழுங்கு :

சிலர் மது அருந்துவதற்காகத் திருட்டுப் பொருளை விற்பர். மதுக்கடையில் தனக்கு உரிமையில்லாத பொருள்களுடன் நிற்பவர்களை எங்கு கண்டாலும் கைது செய்யலாம்.

ஊதாரித்தனமாகவோ, முறையான வருமானமின்றியோ செலவு செய்பவர்கள் மீது ஒரு கண் வைக்க வேண்டும்.

மதுக்கடைகளில் வாடிக்கையாளர்களின் செலவு சாதாரணமாக உள்ளதா, அசாதாரணமாய் உள்ளதா என்பதை இரகசிய உளவாளிகள் மூலம் கண்டறியலாம்.

மது அருந்திய அல்லது ஆழ்ந்த உறக்கத்திலுள்ளவர்களுக்கு ஏதேனும் இழப்பு ஏற்பட்டால் மது விற்பவர் அதற்கான இழப்பீட்டையோ அபராதத்தையோ செலுத்த வேண்டும்.

தண்டனைகள்

உரிமம் பெறாத இடங்களில் மது தயாரித்தல், வாங்குதல், விற்றல்	-	600 பணம்
வாடிக்கையாளரது இழப்பு	-	மதுக்கடைக்காரர் இழப்பீடு அல்லது அபராதம் செலுத்துதல்

■■■

45

கலைஞர்களின் தலைமைக் கட்டுப்பாட்டு அதிகாரி

பொறுப்புகள்

கண்காணிக்கப்பட வேண்டிய தொழில்கள் :

அவைக் கலைஞர்கள் விலை மாதர்களுக்கான விதி முறைகள் நடிகர்களுக்கும், நடனக் கலைஞர்களுக்கும்,

இசைக் கலைஞர்களுக்கும், கதை சொல்லிகளுக்கும், கவிகளுக்கும், கழைக் கூத்தாடிகளுக்கும் இரகசியத் தொழில் செய்யும் பெண்களுக்கும் பொருந்தும்.

நடிகர்களின் மனைவிகள் மற்றும் இதர கலைஞர் களுக்கு மொழிகளும், குறியீடுகள் சமிக்ஞைகளுக்கான அறிவியலும் கற்பிக்கலாம். அவர்களுக்குத் தமது உறவினர்களுடன் தொடர்புடைய பணி அளிக்கப்பட்டுத் தீயவர்களைக் கண்டறிந்து, கொலை செய்யப் பயன் படுத்தலாம்.

தாசிகள் மற்றும் விலை மகளிருக்கான பயிற்சி :

தாசிகள், விலைமகளிர், நடிகைகளுக்கு வாய்ப்பாட்டு, இசைக்கருவியில் பயிற்சி, பேச்சு, கேளிக்கை, நடனம், எழுத்து, ஓவியம், மனதில் உள்ளதை அறிந்து கொள்ளுதல், வாசனைத் திரவியங்கள், பூமாலைகள் தயாரித்தல் போன்றவற்றில் அரசுச் செயலில் பயிற்சி அளிக்கலாம்.

அவர்களுடைய பிள்ளைகளுக்கும் நடன, நாடகத் தயாரிப்பில் பயிற்சி அளிக்கலாம்.

விலைமகளிர் நிர்வாகம் :

அழகான இளமையும் திறமையும் மிக்க ஒரு பெண் அரசவைக் கலைஞர்களின் குடும்பத்தைச் சார்ந்தவளா யிருப்பினும் இல்லாவிடினும் தாசிகளின் தலைவியாய் நியமிக்கப்படலாம். அவளுக்கு நியமனமும், 1000 பணமும் அளிக்கப்படலாம்.

500 பணம் ஊதியத்தில் ஒரு பிரதிநிதி நியமிக்கப் படலாம்.

தாசிகளின் தலைவி இறந்து விடும் சமயத்தில் அவளது மகள் அல்லது சகோதரி அப்பதவியை

ஏற்கலாம். அல்லது, தலைவியே (பதவி நீங்குமுன்) ஒரு பிரதிநிதியை நியமிக்கலாம்.

இத்தகைய ஏற்பாடுகள் சாத்தியமில்லாத நிலையில் தலைமைத் தணிக்கை அதிகாரி வேறொருவரிடம் விலைமாதர் இல்லத்தின் பொறுப்பை ஒப்படைக்கலாம்.

அரசவைச் சேவகர்கள் :

சேவகர்கள் அவர்களுடைய தோற்றம், அழகு, ஒப்பனை, ஆபரணங்களின் சிறப்பு போன்றவற்றுக் கேற்ப மூன்று நிலைகளில் அரசனுடைய பணியாளர் களாய் நியமிக்கப்படலாம். மாதம் 1000 பணம் ஊதியம் பெறும் கடைநிலை ஊழியர்கள் அரசனுக்குக் குடை பிடிக்கலாம். மாதம் 2000 பணம் ஊதியமாய் பெறும் இடைநிலை ஊழியர்கள் அவருடைய தண்ணீர் சாடி போன்றவற்றைச் சுமந்து செல்லலாம். மாதம் 3000 பணம் பெறும் உயர்நிலை ஊழியர்கள் சாமரம் வீசுவார்கள். கடைநிலை ஊழியர்கள் அரசன் பல்லக்கில் செல்லும் போதும், இடைநிலை ஊழியர்கள் அவர் அரியணையில் வீற்றிருக்கும்போதும், உயர்நிலை ஊழியர்கள் அவர் இரதத்தில் செல்லும்போதும் உடன் செல்வர்.

அழகற்ற சேவகர்கள் இதர பணியாளர்களைக் கண் காணிக்கும் பொறுப்பில் நியமிக்கப்படுவர்.

சேவகர்கள் அரசிக்குப் பணிவிடை செய்யுமுன் குளித்து, புத்தாடை உடுத்தி தூய்மையாயிருத்தல் வேண்டும்.

பணியில் இருந்து விடுவிக்கப்படுதல், ஓய்வளித்தல்:

ஒரு சேவகர் விடுவிக்கப்படுவதற்கான தொகை 24000 பணம் ஆகும். அவரது மகனுக்கு 12000 அளிக்கப்பட வேண்டும்.

அரசியல் நெறிமுறைகள் (அர்த்த சாஸ்திரம்)

ஒரு தலைவியின் கீழ் நீண்ட காலம் தாசியாகப் பணியாற்ற இயலாதவர்களுக்குச் சமையற்கூடத்தில் பணி அளிக்கப்படலாம்.

ஒரு விலைமகளின் கடமைகள் :

விலைமகள் தனது ஆபரணங்களைத் தலைவியைத் தவிர வேறு எவரிடமும் ஒப்படைக்கவோ, விற்கவோ, அடகு வைக்கவோ கூடாது.

ஒரு வாடிக்கையாளரிடமிருந்து பணம் பெற்ற பிறகு அவரிடத்தில் தனது வெறுப்பைக் காட்டக்கூடாது. (வாடிக்கையாளரை) திட்டவோ, உருக்குலைக்கவோ அவருக்குக் காயம் ஏற்படுத்தவோ கூடாது.

அரசரின் ஆணையை மீறுதல் கூடாது.

விலைமகளிர் பாதுகாப்பு :

விலைமகளை அப்பணிக்குக் கொண்டுவர முறையான வழிமுறைகள் கையாளப்பட வேண்டும். பலவந்தப்படுத்தக்கூடாது. விலைமகளிரை (தாசிகளை) எவரும் பலாத்காரமாய் கவர்ந்து செல்லுதல் கூடாது. அவர்களுடைய விருப்பத்துக்கு மாறாய் சிறையிடுவதோ, காயப்படுத்தி அழகைக் குலைப்பதோ கூடாது.

ஒரு வாடிக்கையாளர் விலைமகளின் நகையைக் கவர்ந்து செல்லவோ, பணத்தைக் கொடுக்காமல் ஏமாற்றவோ கூடாது.

வருவாய் :

ஒவ்வொரு விலை மகளும் தனது நிகழ்ச்சியைக் காண வந்தவர்கள், அவர்களிடம் பெற்ற தொகை, மொத்த வருவாய் ஆகிய விவரங்களைத் தலைமைத் தணிக்கை அதிகாரிக்குத் தெரிவிக்க வேண்டும்.

ஒவ்வொரு தாசிக்கும் அளிக்கப்படும் தொகை, பெறப்பட்ட வருமானம், செலவு, மொத்த வருவாய் இவற்றுக்கான கணக்கைத் தலைமைத் தணிக்கை அதிகாரி வைத்திருக்க வேண்டும்.

தாசிகள் அளவுக்கு மீறி பொருள் சேர்க்கவோ, செலவழிக்கவோ செய்யவில்லை என்பதை நிச்சயித்துக் கொள்ள வேண்டும்.

அரசினைச் சார்ந்திராத தாசிகள் :

தங்கள் அழகை வைத்து ஜீவிக்கும் பெண்கள் அரசுக் கட்டுப்பாட்டில் இல்லாதவர்கள் தங்கள் வருவாயில் ஆறிலொரு பங்கை வரியாய் செலுத்திவிட வேண்டும்.

வெளிநாட்டு வித்தைக்காரர்கள் :

இவர்கள் தங்களுடைய ஒவ்வொரு நிகழ்ச்சிக்கும் உரிமக் கட்டணமாக 5 பணம் செலுத்த வேண்டும்.

தண்டனைகள்

கீழே குறிக்கப்பட்டுள்ள தண்டனைகள் முதல் முறை செய்கிற குற்றத்துக்கு அளிக்கப்படக்கூடியதாகும். இரண்டாம் முறை இரட்டிப்பாகவும், மூன்றாம் முறை மும்மடங்காகவும் அளிக்கப்படும். நான்காம் முறை அதே குற்றம் இழைக்கப்படுமெனில் அரசனின் விருப்பப்படி எந்தத் தண்டனையும் அளிக்கப்படலாம்.

விதிகளை மீறும் தாசிகள் :

உரிமையில்லாதவர்களிடத்தில் ஆபரணங்களை ஒப்படைத்தல் - 4¼ பணம்

தனது உடைமைகளை விற்றல் அல்லது அடகு வைத்தல் - 50¼ பணம்

அரசியல் நெறிமுறைகள் (அர்த்த சாஸ்திரம்) | 235

வாடிக்கையாளரைத் திட்டுதல்	- 24 பணம்
உடல் ரீதியாய் காயமேற்படுத்துதல்	- 48 பணம்
பணம் பெற்றபின் வாடிக்கையாளரிடம் வெறுப்பு காட்டுதல்	- இரு மடங்கு அபராதம்
அரசனின் ஆணையை மீறுதல்	- 1000 சவுக்கடி அல்லது 5000 பணம்
வாடிக்கையாளரைக் கொலை செய்தல்	- உயிரோடு எரித்து அல்லது நீரில் மூழ்கடித்துக் கொல்லுதல்

தாசிகளுக்கெதிரான குற்றம் :

ஒரு தாசியை ஏமாற்றுதல் அல்லது அவளது உடைமைகள், ஆபரணங்களைக் கவர்தல்	- செலுத்த வேண்டிய தொகைபோல் எட்டு மடங்கு
தாசிகளின் குடும்பத்தைச் சேர்ந்த கன்னிப் பெண்ணைப் பலவந்தப்படுத்துதல்	- உயர்ந்தபட்ச அபராதம்
தாசிகளை கடத்துதல், அடைத்து வைத்தல், உருக்குலைத்தல்	- 1000 முதல் 2000 பணம் வரை

■■■

46

சூதாட்டம் பந்தயங்களுக்கான முதன்மைத் தணிக்கை அதிகாரி

திறமை அல்லது கல்வி சம்பந்தமான பந்தயங்களைத் தவிர மற்ற அனைத்தும் சூதாட்டத்துக்குரிய விதிமுறைகளைப் பின்பற்ற வேண்டியவையே.

சூதாடிகள் பொதுவாய் ஏமாற்றுக்காரர்களாகவே இருப்பார்கள்.

பொறுப்புகள்

சூதாட்ட நிறுவனங்கள் :

சூதாட்டங்கள் அதற்கென ஏற்படுத்தப்பட்ட இடங்களில் நேர்மையான சூதாட்டத் தலைவர்கள் முன்னிலையில் நடைபெறுகிறதா என உறுதி செய்வது தலைமைக் கட்டுப்பாட்டு அதிகாரியின் பொறுப்பாகும்.

சூதாட்டத் தலைவர்கள் சூதாடுவதற்கான உபகரணங்களை (பகடைகள் போன்றவை) வாடகைக்கு விடலாம். அவர்கள் சூதாடுகிறவர்களுக்கு தண்ணீர் போன்ற தேவைகளைப் பூர்த்தி செய்ய வேண்டும்.

அவர்கள் நுழைவுக் கட்டணம் விதிக்கலாம். மேலும், சூதாட்டப் பொருள்கள், நீர், தங்குமிடம் போன்றவற்றுக்கு வாடகை பெற்றுக் கொள்வதோடு சூதாடிகள் அடகு வைக்கும் பொருள்களை விற்கவும் செய்யலாம்.

வருவாய் :

சூதாட்ட அதிகாரிகள் வெற்றியில் 5 சதவிகிதத்தை வரியாகப் பெறலாம்.

அரசியல் நெறிமுறைகள் (அர்த்த சாஸ்திரம்) | 237

தகராறுகள் :

சூதாடிகளுக்கிடையே தகராறு ஏற்படுமெனில் வெற்றி பெற்றவர்மீது குறைந்தபட்ச அபராதமும் தோற்றவர்கள் மீது நடுத்தர அபராதமும் விதிக்கலாம்.

தண்டனைகள்

பொதுவானவை :

முறையற்ற இடங்களில் சூதாடுதல்	-	12 பணம்

சூதாட்டத் தலைவர்கள் :

தானே சூதாடி ஏமாற்றுவது	-	குறைந்தபட்ச அபராதமும், வெற்றி பெற்றதை பறி முதல் செய்தலும்.
மாநில வருவாயை ஏமாற்றி திருடிய பணத்தை ஒப்படைத்தல்	-	திருட்டிற்கான அபராதம்

சூதாடிகள் :

பொய்யான பகடை அல்லது கைத்திறன் கொண்டு ஏமாற்றுதல்	-	ஒரு கையைத் துண்டித்தல் அல்லது 400 பண அபராதம்

47

கிராமத்தலைவன்

பொறுப்புகள்

எல்லைகளை நிர்ணயித்தல் :

● கிராமத்தலைவன் கிராமத்தைச் சுற்றி 600 அடி தூரத்திற்கு தூண்களுடன் கூடிய தடுப்பு வேலியை அமைக்கலாம்.

கால்நடை மேய்த்தல் :

● கால்நடைகள் விளைச்சல் நிலங்களில் வழிதவறிச் செல்லாமலோ, மேயாமலோ பார்த்துக் கொள்ள வேண்டும். சேமிப்புக் கிடங்குகளில் உள்ள தான்யங் களைத் தின்று விடாமல் காப்பதோடு, அக்கால்நடை களுக்குக் காயமேற்படாமலும், கொடூரமாய் நடத்தப் படுவதிலிருந்தும் காக்க வேண்டும். மேலும், அவர் (கிராமத் தலைவர்) தனது சவுகரியத்துக்காக மேய்ச்சல் நிலங்களிலுள்ள புற்களை வெட்டிக் கொள்ளும் உரிமை உடையவராவார்.

கிராமத்தில் உள்ள முதியவர்கள் நம்பகத்தன்மை கொண்டவர்கள். அவர்கள் கோயில் சொத்துக்களுக்கு அறங்காவலராகவும், வயதுக்கு வராதவர்களின் சொத்துக் களைக் கவனித்துக் கொள்பவராயும் இருப்பார்கள்.

கிராம வருவாய் :

● கிராமத் தலைவர் கிராமத்துக்கான வருவாயை பொது நிலங்களில் மேய்ச்சலுக்கு விதிக்கப்படும் வரிகள்,

அரசால் விதிக்கப்படும் அபராதங்களிலிருந்து பெறலாம்.

மக்கள் தொகை

● கிராமத்தில் வாழும் எவரையும் திருட்டு அல்லது கலப்படம் தவிர எந்தக் காரணத்துக்காகவும் கிராமத்தை விட்டு வெளியேற்றக்கூடாது. நியாயமற்ற முறையில் வழங்கப்படும் தீர்ப்புக்கு கிராமத்தலைவர் மட்டுமன்றி கிராம மக்களும் தண்டனைக்கு உரியவர்களாவர். வெளியேற்றப்பட்ட ஒருவர் கிராமத்தில் மீண்டும் நுழைந்தால் அத்து மீறிய குற்றத்துக் காளாவார்.

கிராமவாசிகளின் பொறுப்புகள்

கிராம ஒருங்கிணைப்பு :

● கிராமங்கள் (மக்கள்) பிராமணர்களிலிருந்து தொடங்கி பலதரப்பட்ட படிகளில் சமூகத்தை அமைத்துக் கொள்ள வேண்டும்.

பிராமணர்கள் அல்லது ஒரு சாதியை, குடும்பத்தை, பிரிவைச் சேர்ந்தவர்களை விழாக்களில் கலந்து கொள்ள (அவர்கள் விரும்பவில்லையெனில்) வற்புறுத்தக் கூடாது.

கிராம வாழ்க்கையில் பங்கேற்பு :

கிராமத்தின் அனைத்து மக்களும் விழாவுக்கான தங்கள் வேலைப்பங்கை, கேளிக்கைச் செலவுகளை அளிக்க வேண்டும்.

கேளிக்கைக்காகும் செலவில் பங்கேற்காத எவரும் அதனைக் கண்டுகளிக்க அனுமதிக்கப்படுவதில்லை.

அரவது குடும்பமும் கலந்து கொள்வது தடுக்கப்படும். நிகழ்ச்சிகளை அவர்கள் மறைந்திருந்து பார்ப்பதோ கேட்பதோ தண்டனைக்குரிய குற்றமாகும். தனது கடமையைச் செய்யாதவர்களிடமும், விழாக் காலங்களில் தன் பங்கை அளிக்காதவர்களிடமும் வசூலிக்கப்படும் அபராதம் கிராமத்தையே போய்ச் சேரும்.

அனைவருக்கும் நன்மையளிக்கும் செயலை ஒருவர் எடுத்துரைப்பாரெனில் அனைவரும் அதற்குக் கீழ்ப்படியலாம். அத்தகையவரை எதிர்த்து அவருக்குத் தீங்கு செய்யக்கூடாது.

இதர வகை :

கிராமத்தலைவர் அலுவல் சம்பந்தமாய் கிராமத்தில் பயணம் செய்ய வேண்டிய நிலையில் கிராமத்து மக்களை உடனழைத்துச் செல்லலாம்.

கிராம வருவாய்

மேய்ச்சல் கூலிகள் :

கிராம கோயில்களைச் சார்ந்த காளைகள், பத்து நாட்களுக்கு உட்பட்ட கன்று ஈன்ற பசுக்கள் இவை மேய்ச்சல் கட்டணத்திலிருந்து விடுபட்டவையாகும்.

	மேய்ச்சல் மட்டும்	மேய்ச்சலுடன் ஓய்வு	மேய்ச்சலுடன் இரவு தங்கல்
சிறிய விலங்குகள் (வெள்ளாடு, செம்மறியாடுகள்)	1/16 பணம்	1/8 பணம்	1/4 பணம்
கால்நடைகள் (குதிரை, கழுதை)	1/8 பணம்	1/4 பணம்	1/2 பணம்

எருமை, ஒட்டகங்கள்	1/4 பணம்	1/2 பணம்	1 பணம்

தண்டனைகள்

நஷ்ட ஈடு :

விளைச்சலால் மேயும் விலங்குகள்

விலங்குகளால் பாதிக்கப் - பட்டவர்களுக்குக் குறிப்பிட்ட தொகையைச் செலுத்த மறுக்கும் உரிமையாளர்	எதிர்பார்த்த அறுவடைக்கு ஏற்ப இருமடங்கு அபராதம்

அரசுக்குச் செலுத்தும் அபராதம் :

வளர்ப்புப் பிராணிகள் கிராம மேய்ச்சல் நிலங்களில் மேய்தல் (தலைவரிடம்) அனுமதி பெறாமல் மேய்தல்	-	*12* பணம்	*6* பணம்
உரிமையாளரின் கவனமின்மை	-	*24* பணம்	*12* பணம்

வழிதவறிச் செல்லும் விலங்குகள் :

தோட்டதுக்குள் செல்லுதல்	-	*24* பணம்
வேலிகளை உடைத்தல்	-	*48* பணம்
கிடங்கிலுள்ள தானியங்களை தின்று விடுதல்	-	*48* பணம்

இதர தண்டனைகள் :

கிராமத்தலைவரின் பயணத்தில் உடன் செல்லாத கிராமவாசி	-	1½ பணம்

முறைப்படி வசிக்கும் ஒருவரை வெளியேற்றுதல் :

கிராமத்தலைவருக்கான அபராதம்	-	24 பணம்
கிராமத்திற்கான ஒட்டு மொத்த அபராதம்	-	உயர்ந்தபட்ச அபராதம்

கிராம வருவாயாகும் அபராதங்கள்

சமூகப்பணியில் தனது பங்களிப்பை அளிக்கத் தவறுதல்	-	செய்யாமல் விடப் பட்ட வேலையைப் போல் இருமடங்கு கூலி
ஆகும் செலவில் தனது பங்கை அளிக்கத் தவறுதல்	-	குடும்ப உறுப்பினர்கள் ஒவ்வொருவரும் அளிக்க வேண்டிய பங்குத்தொகை போல் இருமடங்கு
அனைவருக்கும் நன்மை யளிக்கும் கட்டளையை நிறைவேற்றாமை	-	12 பணம்
கிராமத்துக்கு நன்மை யுண்டாக்கும் வகையில் கட்டளையிடுபவரைத் தாக்குதல் அல்லது அடித்தல்	-	குற்றத்துக்கான அபராதத்தில் இருமடங்கு

| அத்தகையவருக்கு உடல் - ரீதியாய் காயம் உண்டாக்குதல் | உயர்ந்தபட்ச அபராதம் |

■■■

48

நகர சம்பந்தமான பொறுப்புகள், நகராட்சிக் கழகத்தின் விதிமுறைகள்

பொறுப்புகள்

ஒருவர் மற்றவரை –

- பலவீனமான கட்டடம் அல்லது வண்டிகள் மூலமோ,
- ஆதாரமற்ற தூண்களாலோ,
- உறையற்ற ஆயுதங்களாலோ காயப்படுத்தக்கூடாது.
- மூடப்படாத குழியில் அல்லது கிணற்றில் தள்ளியோ
- கொம்பு அல்லது தந்தம் கொண்ட மிருகங்களாலோ காயப்படுத்த முயலக் கூடாது.

– மரம் விழும்போதோ

– மிருகங்களைப் பழக்கும்போது கடிவாளத்தைக் கையில் கொண்டோ,

– பயணத்தின் போது (இரதம், குதிரை அல்லது யானை மீது இருந்தபடி) குச்சிகள், கற்கள் அல்லது அம்புகளை வீசும்போதோ

– யானைச் சவாரி செய்யும் போதோ

ஒருவர் முறையான எச்சரிக்கை அளிப்பாரெனில் அவருக்கு காயம் ஏற்படுவதற்கான தண்டனை அளித்தல் கூடாது.

போக்குவரத்து விதிகள்

ஓட்டுநரற்ற வண்டி இயங்க அனுமதி கிடையாது. வயது வந்தவரே வண்டி ஓட்ட இயலும். சிறிய வயது ஓட்டுநர்கள் பெரியவர்களது துணையுடன் மட்டுமே செல்ல வேண்டும்.

- காளையின் மூக்கணாங்கயிறு அல்லது வண்டியின் அச்சு எதிர்பாராமல் உடைந்தோ, முறிந்தோ போகுமெனில்,

- விலங்கு திடீரென பக்கவாட்டிலோ, பின்பக்கமோ நகருமெனில்,

- திடீரென விலங்கு அல்லது மக்கள் கூட்டம் கூடுவதாலோ எதிர்பாராத விதமாய் நிகழும் விபத்தைத் தவிர மற்ற நேரங்களில் கவனமின்மை யால் பிறருக்குக் காயம் உண்டாக்குபவர்கள் தண்டிக்கப்பட வேண்டும்.

தனிமை மற்றும் பரஸ்பர உதவி

காரணமின்றி எவரும், அண்டை வீட்டாரின் விவகாரங்களில் தலையிடுதல் கூடாது. அதேபோல் துன்பம் வரும் நேரத்தில் பிறருக்குத் தோள் கொடுப்பது ஒவ்வொருவரின் கடமையாகும்.

பொதுவான வசதிகள்

பொது வசதியை அதிகரிப்பதில் ஒவ்வொருவரும் பங்கேற்க வேண்டும். அத்தகைய வசதிகளின் முறையான

அரசியல் நெறிமுறைகள் (அர்த்த சாஸ்திரம்) 245

உபயோகத்தை எவரும் தடை செய்தல் கூடாது. அவ்வசதிகள் அழிக்கப்படவும் கூடாது.

நகர பூங்காக்கள், சரணாலயங்கள், புனித ஸ்தலங்கள் மற்றும் இடுகாடுகளில் உள்ள மரங்கள் மற்றும் செடிகளைக் குறிப்பாக பழம் மற்றும் பூ நிறைந்த நிழலளிக்கும் மரங்களை எவரும் சேதப்படுத்தக் கூடாது.

அண்டை வீட்டாருடன் நல்லுறவு

அண்டை வீட்டாருக்குத் தீங்கு ஏற்படும் வகையில் எவரும் செயல்படக் கூடாது.

நகர மக்களுக்குரிய பொறுப்புகள்

தீ விபத்து ஏற்படாமல் தடுத்தல் :

கோடை காலங்களில் தீக்கு எதிராக முறையான முன்னெச்சரிக்கை நடவடிக்கைகளை குடிமக்கள் மேற்கொள்ளலாம். மதிய வேளைகளில் நெருப்பு உபயோகம் செய்யாமல் இருக்கலாம். அந்நேரங்களில் உணவு சமைக்க நேருமெனில் வீட்டிற்கு வெளியில் செய்யலாம்.

ஒவ்வொரு வீட்டிலும் – ஐந்து நீர்ப்பானைகள், பெரிய ஜாடி, ஏணி, ரம்பம் (தூண் மற்றும் உத்திரத்தை அறுக்க), கொக்கி, கொக்கியுள்ள திரட்டும் கருவி (rake), ஒரு தோல் பை வைத்திருக்க வேண்டும்.

இரவில் அனைவரும் ஒன்று கூடாமல், தத்தம் வீட்டு வாசலில் அமர்ந்து கொள்ளலாம்.

ஒரு வீடு தீப்பற்றிக் கொண்டால் வீட்டு உரிமையாளர் அல்லது அங்கே வசிப்பவர்கள் அல்லது அண்டை அயலில் வசிப்பவர்கள் தீயை அணைக்க நடவடிக்கை எடுக்க வேண்டும்.

சுகாதாரம் :

குப்பைகளை எவரும் தெருவில் எறியவோ, சேறு மற்றும் தண்ணீர் சேகரமாகவோ அனுமதிக்கக் கூடாது. இது குறிப்பாக இராஜ வீதிகளுக்குப் பொருந்தும்.

புனிதத் தலங்கள், நீர் நிலைகள், கோயில் அல்லது அரசு சொத்துகள் போன்றவற்றின் அருகில் மலம் அல்லது சிறுநீர் கழித்தல் கூடாது.

எவரும் மனிதர் அல்லது விலங்கின் இறந்த உடல்களை நகரத்திற்குள் வீசுதல் கூடாது.

சடலங்கள் அதற்கென உள்ள வழிகளில் மட்டுமே நகருக்கு வெளியே எடுத்துச் சென்று எரியூட்டவோ, புதைக்கவோ (உரிய இடத்தில்) செய்ய வேண்டும்.

கொட்டகைகள், கழிப்பிடங்கள், தீயூட்டும் இடங்கள், தானியங்கள் அரைக்குமிடங்கள் மற்றும் இதர திறந்த வெளிகள் பொதுச் சொத்துக்களாய் உபயோகிக்கப்படலாம்.

வீடு கட்டும் விதிமுறைகள்

இருப்பிடங்களின் எல்லை நான்கு மூலைகளிலும் தூண்களும் அவற்றுக்கிடையே கம்பிகளும் கட்டி வரையறுக்கப்பட்டிருக்கும். நிலத்தின் பரப்பை அனுசரித்து வீடுகள் கட்டப்பட வேண்டும். போதிய மழைநீர் சேகரிப்பு அமைப்பு இருத்தல் வேண்டும்.

அண்டை வீட்டாருக்கு அசவுகரியம் ஏற்படுத்தாத வகையில் ச்ரியான தூரத்தில் வீடுகளோ இதர வசதிகளோ செய்யப்பட வேண்டும். ஒரு வீட்டின் கூரை அண்டை வீட்டுக் கூரையின் மீது கவிந்தோ அல்லது அதைவிட மூன்றங்குலம் கூடுதல் உயரத்திலோ

அரசியல் நெறிமுறைகள் (அர்த்த சாஸ்திரம்)

அமையலாம். இரு வீடுகளுக்கிடையில் ஒரு சந்தும், பக்கவாட்டுக் கதவும் அமைக்கப்பட வேண்டும்.

கூரையிலிருந்து விழுகின்ற நீர் அண்டைவீட்டுத் தாழ்வாரத்தைச் சேதப்படுத்தக் கூடாது. அவ்வாறு நீர் விழ நேருமெனில் சுவர் அல்லது பாய் விரிப்பு (matting) மூலம் தடுக்க வேண்டும்.

அகலமான வீதிகளில் தவிர மற்ற இடங்களில் வீடுகளின் கதவு, சன்னல் (சாளரம்) இவை எதிர் வீடுகளின் சன்னல், கதவு நோக்கியதுபோல் எதிரெதிராய் அமைக்கக் கூடாது.

வீட்டின் எந்தவொரு பகுதியும் (சாக்கடை, படிக்கட்டு போன்றவை) பிறரது சவுகரியத்துக்கு இடைஞ்சலாய் அமையக்கூடாது. வீட்டில் குடியேறியபின் கதவுகளும், சாளரங்களும், திரைச் சீலையால் மூடப்பட வேண்டும். அண்டைவீட்டாருக்கு அசவுகரியம் ஏற்படாத வகையில் குறிப்பிடட்ட தூரத்தில் பின்வரும் வசதிகளுடன் ஒவ்வொரு வீடும் கட்டப்பட வேண்டும்.

வசதிகள்	அண்டை வீட்டிலிருந்து அமையும் தூரம்
எல்லை	3 அடி
வீடு அல்லது வீட்டின் நீட்சிப்பகுதிக்கும் அண்டை வீடு அவ்வீட்டின் நீட்சிப் பகுதிக்கும் இடைவெளி	2 - 3 அடி
எருக்குழி, கழிவுநீர்க் கால்வாய், கிணறு	தகுந்த தொலைவு

விழாக் காலங்களுக்காய் ஏற்படுத்தப்படும் தற்காலிக குளியலறை, குழி, சலவை நீர் வெளியேறும் வழி	தகுந்த தொலைவு
வண்டிகள், வளர்ப்புப் பிராணிகள் தீ, நீர்க்குவளை, அரவை எந்திரம் ஆகியவற்றுக்கான இடங்கள்	1½ அடி அகலம்

கழிவுநீர்க் கால்வாய் விதிகள் பிரசவம், பிரசவத்துக்குப் பிந்தைய பத்து நாட்களுக்காய் ஏற்படுத்தப்படும் தற்காலிக வசதிகளுக்குப் பொருந்தாது.

அண்டை அயலார்கள் பரஸ்பர ஒப்பந்தத்தின் மூலம் மேற்கூறியவற்றில் மாற்றம் செய்து கொள்ளலாம்.

தண்டனைகள்

பொதுவான பொறுப்புகள் :

பலவீனமான கட்டடம் அல்லது வண்டிகள், ஆதாரமற்ற தூண்கள், உறையிடப்படாத ஆயுதங்கள், மூடப்படாத கிணறுகள், குழிகள் மூலம் பிறருக்குக் காயம் உண்டாக்குதல்	உடலின் பாகங்களில் ஏற்படும் காயத்துக்கேற்ற தண்டனை

வயது முதிர்ந்த ஓட்டுநர் இல்லாத நிலையில் தண்டிக்கப்பட வேண்டியவர் :

ஓட்டுநர் வயது வராத சிறுவனெனில்	வண்டியின் உரிமையாளர் அல்லது உடன் செல்லும் பெரியவர்

ஓட்டுநரற்ற அல்லது முதிர்ந்தவர் உடனில்லாத சிறுவனெனில்	*வண்டியைப் பறிமுதல் செய்தல்*

தீயைத் தடுத்தல் :

மதிய நேரத்தில் வீட்டினுள் நெருப்பு உண்டாக்குதல்	*1/8 பணம்*
தீயணைப்பு சாதனங்களை முன்னேற்பாடாய் வைத்திருக்கத் தவறுதல்	*1/4 பணம்*
தீப்பிடித்த வீட்டை காக்க முற்படாமை –	
வீட்டு உரிமையாளராயின்	*12 பணம்*
வாடகைக்கு வசிப்பவராயின்	*6 பணம்*
அலட்சியத்தின் காரணமாய் தீ விபத்து ஏற்படுதல்	*54 பணம்*
வேண்டுமென்றே தீ வைப்பவர்	*தீக்கிரைக்கப்படுதல்*

சுகாதாரம் :

சாலையில் குப்பை எறிதல்	*1/8 பணம்*
சேறு அல்லது நீரினால் தடுத்தல்	*1/4 பணம்*
இராஜவீதிகளை அசுத்தப்படுத்துதல்	*1/4 பணம்*

பின்வரும் இடங்களைக் கழிப்பிடமாய் உபயோகித்தல் –

	சிறுநீர் கழித்தல்	*மலம் கழித்தல்*
புனித ஸ்தலங்கள்	*1/2 பணம்*	*1 பணம்*
நீர் நிலைகள்	*1 பணம்*	*2 பணம்*
கோயில்	*1½ பணம்*	*3 பணம்*
அரசுக் கட்டடங்கள்	*2 பணம்*	*4 பணம்*

நகருக்குள் சடலங்களை எறிதல் –	
பூனை, நாய், பெருச்சாளி	*3 பணம்*

கழுதை, ஒட்டகம், குதிரை அல்லது மாடுகள்	6 பணம்
மனித உடல்கள்	50 பணம்
தனிப்பட்ட இடத்தைத் தவிர இதர இடங்களில் சடலங்களை எரித்தல், புதைத்தல்	12 பணம்

பொதுச் சொத்துகளுக்கு சேதம் விளைவித்தல் :

தாவரங்கள் மற்றும் கொடிகள்	மரங்கள்	முக்கிய மரங்கள்	இதர மரங்கள்
தளிர், முளைவிடும் செடி	3	6	12
சிறிய கிளைகள்	6	12	24
பெரிய கிளைகள்	12	24	48

தனியார் சொத்துக்களுக்குச் சேதம் விளைவித்தல் :

அசையாச் சொத்துகள் –	
பிறரது சுவரை இடித்து சேதப்படுத்துதல்	3 பணம்
சுவரை உடைத்தல் அல்லது அழித்தல்	6 பணம் + பழுதுபார்க்கும் செலவு அல்லது திரும்பவும் கட்டுதல்
பூட்டிய கதவை உடைத்தல்	48 பணம்
வீடு கட்டுதல் –	
மழைநீர் வடிகால் அமைப்பு இல்லாதிருத்தல்	12 பணம்
நீரை தேங்கச் செய்து அண்டை வீட்டுச் சுவரில் சேதம் ஏற்படுத்துதல்	12 பணம்

குடிநீர் சேகரிப்பு அமைப்பை அண்டை
வீட்டுக்கு மிக அருகில் அமைத்தல்   54 பணம்
வாடகைக்கு குடியிருத்தல் –
பலமுறை கூறிய பின்பும் வெளியேற
மறுக்கும் குடித்தனக்காரர்   12 பணம்
முறையான வாடகை செலுத்திய பின்பும்
காரணமின்றி வீட்டைக் காலி செய்யத்
தூண்டும் உரிமையாளர்   12 பணம்
தனிமை (Privacy) –
காரணமின்றி அண்டை வீட்டு
விவகாரங்களில் தலையிடுதல்   100 பணம்
பரஸ்பர உதவி –
துன்பத்தில் பிறருக்கு
உதவி செய்யாமை   100 பணம்

VI

சட்டத்தின் மூலங்கள்

வாதத்துக்குரிய எந்த ஒரு விஷயமும் நீதியின் நான்கு அடிப்படை அமைப்பிலேயே தீர்க்கப்பட வேண்டும். முக்கியத்துவ அடிப்படையில் அவற்றை வரிசைப் படுத்தலாம்.

- தர்மம் உண்மையை அடிப்படையாய் கொண்டது.
- தடயம் சாட்சியை ஆதாரமாய் கொண்டது.
- வழக்கம் மக்களால் ஏற்றுக் கொள்ளப்பட்ட மரபு.
- அரசு உத்தரவு பிரகடனம் செய்யப்பட்ட சட்டமாகும்.

தர்மம், சாட்சி, மரபு மற்றும் எழுதப்பட்ட சட்டம் இவற்றுக்கேற்றவாறு நீதி கூறும் ஓர் அரசன் இவ்வுலகம் முழுதும் வெல்லும் திறமை வாய்ந்தவனாவான்.

மரபு மற்றும் சாஸ்திரங்கள் அல்லது சாட்சிகள் மற்றும் சாஸ்திரங்களுக்கிடையே வேறுபாடு ஏற்படும்போது தர்மத்தை அடிப்படையாய்க் கொண்டே ஒரு விஷயம் தீர்மானிக்கப்பட வேண்டும்.

சாஸ்திரங்கள் மற்றும் தர்மத்தை அடிப்படையாய்க் கொண்டே எழுதப்பட்ட சட்டத்துக்கிடையே வழக்கு ஏற்படும்போது சட்டமே வெல்லும்.

சட்டம், நீதி

மக்களைக் காக்கும் தன் கடமையை நீதியுடனும், சட்டத்தின் வழியிலும் செய்யும் ஓர் அரசன் சொர்க்கத் துக்குச் செல்வான். மாறாக, மக்களைக் காக்காமல், நீதியற்ற முறையில் தண்டனை வழங்கும் ஒருவன் அத்தகுதியை இழந்து விடுகிறான்.

பாகுபாடின்றி குற்றத்தின் தன்மைக்கேற்றவாறு குற்றவாளி அரசனின் மகனா, எதிராளியா எனப் பாராமல் தண்டனை அளிக்கும் ஆற்றல் இவ்வுலகை மட்டுமன்றி இனிவரும் உலகையும் காக்கும்.

அரசனே நான்கு குலங்களின் நன்னடத்தைக்குப் பொறுப்பாளியாதலால் பாரம்பரியம் சீர்குலைந்து வரும் நிலையில் அவன் மட்டுமே கட்டுப்பாட்டிற்கான சட்டங் களை விதிக்க இயலும். நியாயாதிபதிகள் தமது கடமை களை குறிக்கோளுடன் பாகுபாடின்றி நிறைவேற்றுவதன் மூலமே மக்களின் அன்பையும், நம்பிக்கையையும் பெற முடியும்.

■■■

49

நீதிபதிகள் மற்றும் வழக்கறிஞர்கள்

எல்லைப்புறங்கள், மாவட்டத் தலைநகரங்கள், மாகாணத் தலைநகரங்கள் போன்றவற்றில் மூன்று

நீதிபதிகளைக் கொண்ட நியாய சபைகள் நிறுவப்படலாம். நீதிபதிகள் தர்மத்தை அறிந்தவர்களாயும், அமைச்சருக்குரிய தகுதிகளைப் பெற்றவராயும் இருக்க வேண்டும். அவர்கள் இரண்டு தரப்பினருக்கிடையே எழும் தகராறுகளில் தீர்ப்பளிப்பார்கள்.

ஒரு நீதிபதி –

- எவரையும் அச்சுறுத்தவோ, கட்டாயப்படுத்தவோ, நியாயமற்ற விதத்தில் ஓரிடத்தை விட்டு வெளியேற்றவோ கூடாது.

- நீதிமன்றத்துக்கு வருகிற யாரையும் கொடுமையாக நடத்தக் கூடாது.

- முறையான கேள்விகளை கேட்கத் தவறுவதும், முறையற்ற கேள்விகளைக் கேட்க முற்படுவதும் கூடாது.

- தனது கேள்விக்கு எவ்வாறு பதிலளிக்க வேண்டும் என்று குறிப்புரைக்கக் கூடாது.

- பொருத்தமான சாட்சியங்களை அழைக்க வேண்டும்.

- பொருத்தமற்ற சாட்சிகளை அனுமதிக்கக் கூடாது.

- சாட்சியங்களே இல்லாமல் வழக்கைத் தீர்மானிக்கக் கூடாது.

- கருத்துக்கொவ்வாத காரணங்கள் காட்டி ஒரு வழக்கைத் தள்ளுபடி செய்வது கூடாது.

- தேவையற்ற கால தாமதத்தில் ஒருவரைச் சோர்வடையச் செய்து, வழக்கைக் கைவிடும் நிலைக்குத் தள்ளக் கூடாது.

அரசியல் நெறிமுறைகள் (அர்த்த சாஸ்திரம்)

- குறிப்பிட்ட அர்த்தத்தில் கூறப்பட்ட சொற்களைத் தவறாக அர்த்தம் செய்து கொள்ளக் கூடாது.
- முடிந்துபோன, தீர்ப்பளிக்கப்பட்ட வழக்கை மீண்டும் விசாரணை செய்யக் கூடாது.

அப்படிச் செய்தால் இவையனைத்தும் தண்டனைக் குரிய குற்றமாய் கருதப்படும். இக்குற்றங்கள் மறுமுறை நிகழுமெனில் நீதிபதிகள் இருமடங்கு அபராதம் செலுத்தும்படி ஆகும். அல்லது பதவியிலிருந்தே நீக்கப்படுவார்கள்.

நீதிபதிகளின் எழுத்தர்கள்

எழுத்தர்கள் வழக்குமன்றத்தில் கூறப்படுகின்ற வற்றைப் பதிவேட்டில் குறித்துக் கொள்வர்.

– சான்றுகளை சரியாய் பதிவு செய்வதும்,

– கூறப்படாதவற்றை சேர்க்காதிருப்பதும்,

– குழப்பமானதை தெளிவுபடுத்திக் குறிப்பதும், அவருடைய வேலைதான்.

வட்டார நடுவர்கள் (Magistrates)

மூன்று வட்டார நடுவர்களைக் கொண்ட வழக்கு மன்றம் சமூக விரோத செயல்களை ஒடுக்கும் பொறுப்புடையதாகும்.

ஆவணப்பதிவாளர் அல்லது மாநில ஆளுநர் இருக்கும் இடங்களிலெல்லாம் அவர்களது பணி மற்றும் வரிவசூலை (குறிப்பாக அவசரகால வரி) கண்காணிக் கும் வகையில் வட்டார நடுவர்கள் நியமிக்கப்படுவர்.

நீதிபதிகள், வட்டார நடுவர்கள் தண்டனை வழங்குதல்

நீதிபதிகள் மற்றும் வட்டார நடுவர்கள் தண்டிக்கப் பட்ட குற்றவாளி, குற்றத்தின் தன்மை, அதன் தீவிரம், அதற்கான காரணம், சூழ்நிலை, தண்டனையினால் ஏற்டும் விளைவுகள் ஆகியவற்றைக் கருத்தில் கொண்டு உயர், நடுத்தர அல்லது குறைந்தபட்ச அபராதத்தில் எதை விதிப்பதென்று தீர்மானிப்பர்.

நீதிபதியோ வட்டார நடுவரோ –

- ஆணையில் இல்லாத அபராதத்தை விதிக்கக் கூடாது.
- குறிக்கப்பட்டதற்கு அதிகமாகவோ குறைவாகவோ அபராதம் விதிக்கக் கூடாது.
- நிர்ணயிக்கப்பட்ட உடல் ரீதியான தண்டனைகளை வழங்கக் கூடாது.
- கோரப்படும் நீதியை மறுத்தலோ,
- நியாயமற்ற கோரிக்கையை ஏற்பதோ கூடாது.

ஆள்மாறாட்டம்

எவருமே வட்டார நடுவரைப் போல் நடித்து சந்தேகத்துக்குரிய ஒருவரைப் பரிசோதித்தல் கூடாது.

தண்டனைகள்

நீதிபதிகள் :

சாட்சியை அச்சுறுத்தி, கட்டாயப்படுத்தி நாட்டை விட்டு வெளியேற்றுதல்	குறைந்த தர அபராதம்
சரியான கேள்வி கேட்காமை அல்லது சம்பந்தமற்ற கேள்வி கேட்டல்	நடுத்தர அபராதம்

பதில்களைப் புறக்கணித்தல் சாட்சியங்களுக்குப் பயிற்சியளித்தல்	
முறையான சாட்சிகளை அழைக்காமை, அல்லது தேவையற்ற சாட்சிகளை அழைத்தல், சாட்சிகளில்லாமல் வழக்கைத் தீர்மானித்தல், விசாரணையின்றி வழக்கைத் தள்ளுபடி செய்தல், வழக்கைத் தாமதித்தல், சாட்சிகளுக்குப் பயிற்சியளித்தல், முன்பே தீர்மானித்த வழக்கை மறுவிசாரணை செய்தல்	உயர்தர அபராதம்
மேற்கூறிய குற்றங்களில் எதேனும் ஒன்றை மீண்டும் நிகழ்த்துதல்	இரு மடங்கு அபராதம், மற்றும் பதவி நீக்கம்

எழுத்தர்கள் :

சாட்சியங்களை சரிவரக் குறித்துக்கொள்ளத் தவறுதல் கூறப்படாதவற்றைச் சேர்த்தல், கூறப்பட்டவற்றில் உள்ள குளறுபடிகளை மறைத்தல், தெளிவான கூற்றைச் சந்தேகத்துக்குரியதாக்குதல்	குறைந்த தர தண்டனை அல்லது குற்றத்தின் தன்மைக் கேற்ற அபராதம்

நீதிபதி, நடுவர் தண்டனை விதித்தல் :

தவறாக விதிக்கப்பட்ட அபராதம்	குறைவு பட்ட அல்லது மிகுதியான தொகை போல் எட்டு மடங்கு

நியாயமற்ற விதத்தில் வழங்கிய உடல் ரீதியான தண்டனை	அதே தண்டனை அல்லது பரிகாரத் தொகை போல் இருமடங்கு
ஆள்மாறாட்டம் :	
நடுவரைப்போல் நடித்து விசாரணை செய்தல்	குறைந்ததர அபராதம்

■■■

50

மண வாழ்வு

குடும்ப வாழ்க்கையிலேயே பொருளாதார செயல்பாடுகள், சமூக விதிமுறைகளைப் பராமரித்தல் போன்றவற்றில் ஒருவர் பங்கேற்பதால் அதுவே அவருடைய வாழ்க்கையில் முக்கிய கட்டமாகும்.

இந்து சமூகத் திருமணங்களின் பொதுவான விதிமுறை திருமணம் செய்து கொள்கிற ஆணும், பெண்ணும் ஒரே குலத்தைச் சார்ந்தவராயிருக்க வேண்டும் என்பதே.

திருமணங்களின் வகைகள்

எட்டுவகைத் திருமணங்கள்

ப்ரமா : நன்கு அலங்கரிக்கப் பெற்ற மகளை ஒரு தந்தை திருமணம் செய்து கொடுத்தல்.

அரசியல் நெறிமுறைகள் (அர்த்த சாஸ்திரம்)

ப்ரஜாபத்யா : பெண்ணின் தந்தையிடம் சம்மதம் பெறாமல் பெண்ணும், ஆணும் புனிதச் சடங்குடன் மணம் செய்து கொள்ளுதல்.

ஆர்ஷா : கணவன் தன் மனைவியின் தந்தைக்கு இரண்டு பசுக்களைக் கொடுத்து நடந்த திருமணத்தை முறைப்படுத்திக் கொள்ளுதல்.

தைவா : பலிபீடத்தின் குருவாய் செயலாற்றுபவருக்குப் பெண்ணைக் கொடுத்தல்.

காந்தர்வ : இரகசியமாய் காதல் திருமணம் செய்து கொள்ளுதல்.

ஆசுரா : ஏதேனும் பரிசுக்குப் பதிலாய் பெண்ணை அளித்தல்.

ராட்சஸா : திருமணம் செய்யும் பொருட்டு பெண்ணை வலுக்கட்டாயமாய் கடத்திச் செல்லுதல்.

பைசாஸ : ஒரு பெண்ணை உறங்கிய நிலையில் அல்லது மயங்கிய நிலையில் கவர்ந்து செல்லுதல்.

பெண்ணின் தந்தை சம்மதத்தோடு நடைபெறும் முதல் நான்கு வகைத் திருமணங்கள் சட்டத்துக் குட்பட்டவை, புனிதமானவை. மற்றவை பெண்ணின் பெற்றோர் ஒப்புக்கொண்டால் மட்டுமே சட்டபூர்வ மானதாகும்.

கலப்பினங்களைச் சார்ந்தவர்கள் அவர்களுக்குள் திருமணம் செய்து கொள்ளலாம்.

வரதட்சணை, பரிசுகள்

சம்மதத்தைக் கொடுப்பதற்காக வழங்கப்படும் வரதட்சணை தந்தையாய் இருவருக்கும் அல்லது ஒருவர் இல்லாத நிலையில் மற்றொருவருக்கும் சென்று சேரும்.

(பெற்றோர்கள் ஒருமுறை மட்டுமே வரதட்சணை பெற முடியும். மறுமணத்தின் மூலம் பெறப்படுகிற இரண்டாம் வரதட்சணை முதல் மனைவியைச் சேரும்.)

அனைத்துவகைத் திருமணங்களிலும் பெண்ணைத் திருப்திப்படுத்துவதற்காக வழங்கப்படும் பரிசுகள் தவிர்க்கப்படுவதில்லை.

திருமண ஒப்பந்தங்கள் ரத்து செய்யத்தக்கவை

மூன்று உயர் குலங்களைப் (பிராமணர், சத்ரியர், வைசியர்) பொறுத்தவரை திருமண ஒப்பந்தம் என்பது பாணிக்கிரகணம் எனப்படும்.

மணமகன் – மணமகள் இருவரில் யாரிடம் பால் சார்ந்த குறைபாடு (Sexual defect) இருந்தாலும் திருமணத்தை ரத்து செய்ய முடியும். சூத்திரர்களைப் பொறுத்தவரை மணமக்கள் உடலுறவு கொண்டு திருமணத்தை முழுமையாக்கும்வரை திருமண ஒப்பந்தம் ரத்து செய்யத்தக்கதாகும்.

ஓர் ஆணின் மூலம் பெண் கருவுற்ற நிலையில் அவர்களுக்கிடையேயான மண ஒப்பந்தத்தை ரத்து செய்ய இயலாது.

திருமண உடன்படிக்கையில் வஞ்சம்

பெண்ணின் பாலியல் ரீதியான குறைபாட்டை மறைத்துத் திருமணம் செய்வது தண்டிக்கத்தக்க குற்றமாகும். அதேபோல் மணமகனின் குறைபாட்டை மறைப்பது இருமடங்கு அபராதம் மற்றும் தண்டணைக் குரியதாகும்.

அரசியல் நெறிமுறைகள் (அர்த்த சாஸ்திரம்)

ஏற்கனவே ஒருவரை மணந்த பெண்ணை மற்றொருவருக்குத் திருமணம் செய்ய முயற்சிப்பது குற்றமாகும். அப்பெண் மறுப்பாளெனில் அத்திருமணம் செல்லத் தக்கதாகிவிடும்.

ஒரு பெண்ணைக் காட்டி திருமண நேரத்தில் வேறொரு பெண்ணை மாற்றி மணம் செய்து கொடுக்க முயல்வதும் குற்றமே.

மணமுடிப்பதில் மகளுக்குள்ள உரிமை

(ஒரு பெண் பருவம் எய்திய மூன்று வருடத்திற்குள் அவளுக்குத் திருமணம் செய்து வைப்பது தந்தையின் கடமையாகும்.)

பருவம் எய்திய மூன்று வருடத்திற்குப் பிறகும் கன்னியாகவே திகழும் ஒரு பெண் தன் தந்தையளித்த எந்த நகையையும் ஏற்காது தான் விரும்பியவரை (ஒரே குலம் அல்லது வேற்று குலம்) மணம் முடித்தல் குற்றமன்று.

மணவாழ்க்கை
திருமணத்தில் முழுமை

பெண் பன்னிரண்டு வயதிலும், ஆண் பதினாறு வயதிலும் மணமுடித்தற்கான பக்குவம் அடைகிறார்கள். தந்தை திருமண ஏற்பாடு செய்யாதிருப்பதும், நிச்சயம் செய்த திருமணத்தைத் தள்ளிப் போடுவதும் தண்டனைக் குரிய குற்றமாகும்.

நிச்சயம் செய்யப்பட்ட நாளிலிருந்து பெண்ணுக்கு ஏழு மாதவிலக்குகள் கடந்திருப்பின், அவளுடன் உறவு வைத்துக் கொள்ள மணமகனுக்கு உரிமை உண்டு.

திருமணம் நடந்தேறும் காலத்தில் பெண் கன்னித் தன்மை உடையவளாயிருக்க வேண்டும். அவ்வாறில்லை யெனில் வரதட்சணை, திருமணச் செலவு மற்றும் அபராதத்தை அவள் செலுத்தியாக வேண்டும். கன்னித்தன்மை உடையவள் போல் நடித்து (கன்னித் திரை கிழிந்ததற்கு அடையாளமாய் வேறு இரத்தத்தைக் காட்டுவது) ஏமாற்ற முயல்வதும் தண்டனைக்குரிய குற்றமாகும்.

ஒரு பெண் கன்னியல்லவென்று எந்த ஆணும் பொய்க் குற்றம் சாட்ட முடியாது. அப்படிச் செய்பவன் அந்தப் பெண்ணை மணக்கும் தகுதியை இழப்பதோடு, வரதட்சணை மற்றும் திருமணச் செலவுகளைத் திரும்பப் பெற இயலாது.

மணவாழ்விற்குரிய கடமைகள்

கீழ்க்கண்ட நிலைகளில் தன் மனைவியின் சம்மதம் இல்லாமல் ஒரு கணவன் அவளுடன் உடலுறவு வைத்துக் கொள்ளக் கூடாது.

– அவனுக்கு முன்பே மகன்கள் இருக்குமெனில்,

– அவள் பக்தி மார்க்கத்தில் செல்ல விரும்புவா ளெனில்,

– அவள் மலடியாயிருப்பின்,

– பிரசவத்தில் இறந்த குழந்தையைப் பெற்றிருப்பா ளெனில்,

– மாதவிடாய் கட்டத்தைக் கடந்த நிலையில்,

தொழுநோய் அல்லது சித்தப்பிரமை கொண்ட மனைவியுடன் உடலுறவு வைத்துக் கொள்ளும் கடமை கணவனுக்கில்லை. ஆனால், ஒரு மனைவி வம்ச

விருத்தியை முன்னிட்டு தொழுநோய் அல்லது சித்தப் பிரமை கொண்ட கணவனுடன் உறவு வைத்துக் கொள்ள முடியும்.

மனைவி, விதவைகளின் சொத்துரிமைகள்

ஒரு பெண் சதிகாரியாகவோ, தீய நடத்தை உடைய வளாகவோ, நாடோடியாகவோ இருந்தால் தன்னுடைய சொத்துரிமையை அவள் இழப்பாள்.

மனைவியின் சொத்து என்பது பணம் மற்றும் நகைகள் அடங்கியதாகும். பணம் என்பது 2000 பணத்துக்கு மேற்பட்டது. நகையின் அளவிற்குக் கணக்கேயில்லை.

மனைவியின் சொத்துக்களைப் பயன்படுத்துதல்

(i) தன் கணவன் நீண்டதூரப் பயணம் செல்வதற்கு முன் குடும்ப நிர்வாகத்துக்குத் தேவையான ஏற்பாடுகளைச் செய்யாத நிலையில் மனைவி தன்னுடைய குழந்தை கள், மருமகள்கள் மற்றும் சுய பராமரிப்புக்குத் தனது சொத்துகளைப் பயன்படுத்துவதில் தவறில்லை.

(ii) மதச் சடங்குகள் அல்லது நோய், பஞ்சம் மற்றும் தவிர்க்க இயலாத ஆபத்துகள் போன்ற அவசரத் தேவைக்காகக் கணவன் தன் மனைவியின் சொத்துக் களைப் பயன்படுத்தலாம்.

(iii) இரட்டைக் குழந்தைகள் (ஒரு மகன் ஒரு மகள்) பெற்ற தம்பதிகள் பரஸ்பர சம்மதத்துடன் சொத்துக் களைப் பயன்படுத்துவது குற்றமாகாது.

கணவனுக்கு முன் மனைவி இறத்தல்

கணவனுக்கு முன் மனைவியின் இறப்பு நிகழு மெனில் அவளது சொத்துக்கள் கீழ்க்கண்டவாறு பங்கிடப்படும்.

- மகன்கள் மற்றும் மகள்களுக்குச் சமபங்கு.
- மகன்கள் இல்லாவிடில் மகள்களுக்குச் சமபங்கு.
- குழந்தைகளில்லாவிடில் கணவனைச் சேரும்.

வரதட்சணை, பரிசுகள் போன்றவை அளித்தவர்களுக்கே திருப்பியளிக்கப்படும்.

விதவையின் சொத்துரிமைகள்
(மறுமணம் செய்யாத விதவைகள்)

மறுமணம் செய்யவிரும்பாத விதவைப் பெண் தன் கணவன் உயிரோடிருக்கும்போது அளித்தபணம், நகைகள், வரதட்சணை இவற்றைப் பெற உரிமை உண்டு.

(இச்சொத்துக்கள் அவள் இறந்தபின் அவளுடைய மகன்களைச் சேரும்.) கணவனுக்கு விசுவாசமாய் நடந்து கொண்ட குழந்தையற்ற விதவைப் பெண், கணவனது குடும்பத்திலுள்ள மூத்தவர்களுடைய கண்காணிப்பில் சொத்துக்களைத் தனது வாழ்நாள் முழுக்க அனுபவிக்கலாம். பெருந்துன்பங்கள் ஏற்படும்போது அவளைப் பாதுகாத்துக் கொள்ளவே சொத்துரிமை வழங்கப்படுகிறது. அவளுடைய இறப்புக்குப்பின் அவை உறவினர்களைச் (வாரிசுரிமைச் சட்டத்திற்கிணங்க) சென்றடையும்.

மறுமணம் செய்யும் விதவைகள்

மறுமணம் செய்துகொள்ளும் விதவை, மேற்கண்டவாறு பெற்றிருந்த சொத்துக்களை இழந்துவிட நேரும். முந்தைய கணவனால் அளிக்கப்பட்ட மற்றவற்றை அவள் வட்டியோடு திருப்பித் தரும்படி இருக்கும்.

அரசியல் நெறிமுறைகள் (அர்த்த சாஸ்திரம்)

(முதல் கணவனின் குடும்பத்தில் இருந்து) ஒருவரை மறுமணம் செய்யும் விதவைப்பெண் கணவன் மற்றும் மாமனாரால் அளிக்கப்பட்ட அனைத்தையும் தானே அனுபவிக்கலாம். அவளுடைய மாமனாரின் சம்மதத்தைப் பெறாமல் நடந்த மறுமணமாயின் மாமனார் மற்றும் இறந்துபோன கணவன் அளித்த சொத்துக்களை அவள் இழக்க நேரிடும்.

விதவைப் பெண் தனது முந்தைய கணவனது குடும்பத்துக்கு வெளியே மறுமணம் செய்து கொண்டால் சொத்துரிமை அவளுடைய மகன்களைச் சாரும். அவர்களது பராமரிப்பை அவள் தொடர்வாளெனில் குழந்தைகளின் பேரிலேயே அச்சொத்துக்களை அனுபவிக்க இயலும்.

பலதார மணம், இழப்பீட்டைச் செலுத்தல்

ஒருவன் எத்தனை மனைவிகளை வேண்டுமானாலும் பெற முடியும். ஆனால், ஒவ்வொரு மனைவிக்கும் வரதட்சணை, சொத்து, பராமரிப்புக்கானவற்றைத் தந்துவிட வேண்டும். சொத்து, வரதட்சணையில்லாத மனைவிகளாயின் அவர்களுக்கு பராமரிப்புச் செலவோடு, இழப்பீட்டுத் தொகையைத் தந்துவிட வேண்டும்.

மறுமணத்திற்கு முன் கால அவகாசம்

மறுமணம் செய்வதற்குமுன் ஒரு கணவன் காத்திருக்க வேண்டிய காலம் :

● மனைவி மலடியாகவோ, பெண் குழந்தைகளை மட்டுமே பெறுபவளாகவோ, எப்போதும் கருச் சிதைவுக்குள்ளாகும் நிலையிலோ எட்டு ஆண்டு.

- பிறக்கும் குழந்தைகள் இறந்து பிறந்த குழந்தை களாகவேயிருப்பின் பத்து ஆண்டு.
- உயிரோடிருக்கும் அத்தனை குழந்தைகளும் பெண் குழந்தைகளாயிருப்பின் பன்னிரண்டு ஆண்டு.

ஒன்றுக்கு மேற்பட்ட மனைவிகளை உடைய கணவனின் கடமைகள்

ஒன்றுக்கு மேற்பட்ட மனைவிகள் கருவுறக்கூடிய பக்குவத்தில் இருக்கும்போது கணவன் தான் முதன் முதலில் மணந்தவளுக்கே கலவியில் முன்னுரிமை அளிக்க வேண்டும்.

ஒரு மனைவி தான் கருவுறக்கூடிய பக்குவத்தில் இருப்பதைக் கணவனிடம் மறைக்கக்கூடாது. அவள் மூலம் குழந்தைக்கு முயலும் கடமையில் கணவன் தவறக் கூடாது.

மண முறிவுகள்
மனைவியின் உரிமைகள்

ஒரு கணவன் –

- தீய குணங்களைப் பெற்றிருந்தாலும்,
- அந்நிய தேசத்தில் நீண்டகாலம் தங்கி விட்டிருந் தாலும்,
- இராஜத்துரோகியாயிருந்தாலும்,
- மனைவியின் உயிருக்கு அச்சுறுத்தலை ஏற்படுத்தி னாலும்,
- ஆண்மையற்றவனாயிருந்தாலும் – அவனுடைய மனைவி அவனைக் கைவிடலாம்.

துன்புறுத்துதல்

ஒரு மனைவிக்கு முறையாக எப்படி நடந்து கொள்வது என்று போதிக்கமுடியும். ஆனால், கணவன் அவளை கண்டபடி திட்டக்கூடாது. (தொலைந்து போ, நாசமாய்ப் போ, முடமாகிப் போ, உன் அப்பன் யாரென்று உனக்குத் தெரியுமா? போன்ற வார்த்தைகள் பயன்படுத்தக்கூடாதவை.)

அவள் மூன்று முறைக்கு மேல் தவறு செய்கிறபோது கணவன் அவளைக் கையினாலோ, கயிற்றாலோ, பிரம்பாலோ அடிக்கலாம். இதனை மீறிய துன்புறுத் தல்கள் தண்டிக்கத்தக்கவையாகும்.

மனைவியைக் கொடுமை செய்யும் கணவனைப் போலவே, கணவனைக் கொடுமை செய்யும் (திட்டுதல், அடித்தல்) மனைவியும் அதே தண்டனைக்குரியவள் தான். பொறாமை கொண்ட மனைவி தனது சொந்த சுகங்களுக்காக கணவனின் வீட்டை விட்டு வெளியேறி னால் அது தண்டனைக்குரிய குற்றமாகும்.

சேர்ந்து வாழ முடியாத நிலை

தன் கணவன் மீது கொண்ட வெறுப்பால் தன்னை அலங்கரித்துக் கொள்ளாமல் இருப்பதோடு, தொடர்ந்து ஏழு மாதவிலக்குக் கட்டங்களுக்கு கணவன் தன்னோடு உறவு கொள்ள அனுமதிக்காத மனைவி.

அவனிடமிருந்து பெற்ற நகைகளை, ஆவணம் மூலம் பெற்ற சொத்துக்களை அவனிடமே திருப்பிக் கொடுத்து விட வேண்டும்.

அவன் மற்றொரு பெண்ணுடன் சேர அனுமதிக்க லாம்.

தன் மனைவியின் மீது விருப்பமற்ற கணவன் அவள் பிரிந்து வாழ்வதற்கு அனுமதிக்கலாம். அந்நிலையில் ஒரு பாதுகாவலர் உறவினர் அல்லது வசதியற்ற ஒரு பெண்ணின் கண்காணிப்பில் அவள் விடப்படுவாள்.

ஆனால், தன் மனைவியின் மீது பொய்க்குற்றம் சாட்டும் கணவன் தண்டனைக்குரியவன்.

தவறான நடத்தை

ஒருவருக்கொருவர் மணம் செய்து கொள்ளாத ஆணும், பெண்ணும் தங்களுக்குள் உடலுறவுக்கான நோக்கத்துடன் கைச்சாடை அல்லது இரகசிய உரையாடல் வைத்துக் கொள்ளக் கூடாது.

ஆணோ பெண்ணோ ஒருவர் மற்றவருடைய உரோமத்தைத் தொடுவதோ, கீழாடை முடிச்சை அவிழ்ப்பதோ, ஒருவர் மீது மற்றவர் நகக்குறி அல்லது பற்குறி பதிப்பதோ கூடாது.

அத்தகைய செயல்களைச் செய்யும் நபருடன் ஒரு பெண் எவ்வித பேரமும் (வாங்குவது கடன் பெறுவது) வைத்துக் கொள்ளக் கூடாது.

ஒரு பெண் மது அருந்தக் கூடாது. தன் கணவனின் துணையில்லாமல் அவள் உல்லாசப் பயணம் செல்வதோ கேளிக்கை நிகழ்ச்சிகளில் கலந்து கொள்வதோ தவறாகும். கணவன் உறங்கிக் கொண்டிருக்கும்போது வெளியில் செல்வதோ, கணவன் வெளியில் இருந்து வரும் போது அவள் கதவைத் திறவாமல் இருப்பதோ கூடாது.

மனைவி வெளியேறுதல்

தன் கணவனால் மோசமாய் நடத்தப்பட்டாலன்றி ஒரு பெண் தன்னுடைய புகுந்த வீட்டில் இருந்து வெளியேறக் கூடாது.

மனைவி தன்னுடைய உறவினரின் மரணம், பிணி, விபத்து அல்லது குழந்தை பிறப்பு போன்ற காரணங்களுக்காய் சென்று வருவதைக் கணவன் தடுக்கக் கூடாது. அப்படியான காரணங்களுக்கு அவள் சென்று வருவது வீட்டை விட்டு வெளியேறியதாகாது. (எனினும், அச்சந்தர்ப்பத்தைப் பயன்படுத்தி அவள் மறைந்து கொண்டுவிடக் கூடாது.) மனைவி அவ்வாறு செய்தால் அவள் தன்னுடைய சொத்துக்களை கணவனிடம் ஒப்படைத்துவிட வேண்டும்.

கள்ளத் தொடர்பு

நீண்டதூரப் பயணம் மேற்கொண்ட ஒருவனின் மனைவி தனது உறவினர் அல்லது கணவனின் பணியாளோடு கள்ளத் தொடர்பு வைத்திருக்கலாம். பயணம் முடிந்து திரும்பும் கணவன் எதிர்ப்பு தெரிவிக்காத நிலையில் அப்பெண்ணோ அவளது காதலனோ தண்டிக்கப்படமாட்டார்கள். மாறாக, கணவன் எதிர்ப்பு தெரிவித்தால் மனைவி அங்கவீனம் (mutilate) செய்யப்படுவதுடன், அவளது காதலன் கொல்லப்படுவான்.

எவருமே கள்ளத்தொடர்பை மறைத்தல் கூடாது. கள்ளத் தொடர்புடைய ஒருவனைப் பிடித்து, அவனைத் திருடன் என்று அறிவிக்கிறவர் தண்டனைக்குரியவராவார். யாரும் இலஞ்சம் பெற்றுக் கொண்டு முறையற்ற விதத்தில் உறவு கொண்டவர்களைத் தப்பவிடக் கூடாது.

ஒருவருடைய முடி இன்னொருவர் மீது காணப்படுவது, உடலின் அடையாளங்கள், தேர்ந்தவர்களின் கருத்து, பெண்ணின் ஒப்புதல் இவை கள்ள உறவுக்குச் சான்றுகளாய் கருதப்படும்.

துறவு

எவரும் தனது மனைவி, மக்களுக்குத் தேவையான வற்றை வழங்காமல் இல்லறத்திலிருந்து வெளியேறி துறவறம் பூண முடியாது.

குழந்தை பெறும் தகுதி உடைய பெண்ணைத் துறவு கொள்ளக் தூண்டக் கூடாது.

பால்சார்ந்த செயல்களில் ஈடுபடும் வயதைக் கடந்த ஆண் துறவு கொள்ள முடியும். நீதிபதிகளின் ஒப்புத லோடுதான் அதை அவர் செய்ய முடியும். நீதிபதிகள் ஒப்புக் கொள்ளாவிடில் அவர் துறவு பூணுவதிலிருந்து தடுக்கப்படுவார்.

மணவிலக்கு

முதல் நான்கு வகைத் திருமணங்களில் விவாகரத்துக்கு இடமேயில்லை.

பிந்தைய நான்கு வகைத் திருமணங்களில் பரஸ்பரம் வெறுப்பு இருந்தால் மட்டுமே மணமுறிவு ஏற்பட முடியும்.

தன் மனைவியின் தவறான நடத்தையைக் காரணம் காட்டி விவாகரத்து கோரும் ஒருவன் அவளிடமிருந்து பெற்ற அனைத்தையும் திருப்பித் தந்துவிட வேண்டும். எனினும், கணவனின் தவறான நடத்தையைக் காரணம் காட்டி விவாகரத்து கோரும் மனைவிக்கு அவன் எதையும் திருப்பித்தர வேண்டியதில்லை.

பிரிவினைக்குப் பின் மனைவியின் பராமரிப்பு

மனைவிக்கான ஜீவனாம்சம் சரியான கால இடை வெளிகளில் தீர்மானிக்கப்படுமெனில் கணவன் தனது

அரசியல் நெறிமுறைகள் (அர்த்த சாஸ்திரம்)

வருவாயைக் கணக்கிட்டு முறையான தவணைகளில் அவற்றை வழங்க வேண்டும்.

ஜீவனாம்சத்திற்கான கால இடைவெளி நிர்ணயிக்கப் படாத நிலையில், மனைவி மற்றும் குழந்தைகளுக்குத் தேவையான உணவு, உடை இவற்றைத் தனது வருவாய்க்கேற்ப கூடுதலாகவும் அளிக்கலாம்.

மனைவி சுயேச்சையாய் செயல்படும் நிலையில் இருந்தாலும், கணவனின் குடும்பத்தாரால் ஆதரிக்கப் பட்டிருந்தாலும், கணவன் மீது வழக்குத் தொடர முடியாது.

தண்டனைகள்

திருமண ஒப்பந்தத்தில்	அரசு வழங்கும் தண்டனை	பாதிக்கப்பட்டவரின் உரிமைகள்
தில்லுமுல்லுகள் :		
பெண்ணின் பால் சார்ந்த குறைபாட்டை மறைத்தல்	96 பணம்	ஆண் வரதட்சணையைத் திரும்பப் பெறலாம்
ஆணின் குறைபாட்டை மறைத்தல்	192 பணம்	பெண் வரதட்சணையைத் தானே வைத்துக் கொள்ளலாம்
தவறாகக் காட்டுதல் :		
மணமகனை மாற்றுதல்	200 பணம்	மணப்பெண் அவனை நிராகரித்து விடலாம்

ஒரே குலத்தில் பெண்ணை மாற்றுதல்	*100 பணம்*
வேறு குலப் பெண்ணைக் காண்பித்தல்	*200 பணம்*

மகளின் மணந்துகொள்ளும் உரிமை :

தனது நகைகளோடு சென்று வேற்று குல ஆணை மணமுடித்தல்	திருட்டிற்கான தண்டனை

தாம்பத்தியக் கடமைகள் :

மணவாழ்விற்குரிய கடமைகளைச் செய்யத் தவறுதல் :

பெண்	*12*
ஆண்	*24*

பலதார மணம் :

பெண் கருத்தரிக்கும் பக்குவத்தில் இருப்பதை மறைத்தல்	
ஆண் சேர்க்கைக்கான திறனை மறைத்தல்	*96*
திருமண நிச்சயத்தின்போது பெண் கன்னிமை எய்தாதிருத்தல்	*54*
கன்னித்தன்மையோடு இருப்பதாய் பொய் கூறல்	*106*
கன்னித்தன்மையற்றவள் என்று ஆண் பொய் கூறல்	*200*

அரசியல் நெறிமுறைகள் (அர்த்த சாஸ்திரம்)

மனம் ஒவ்வாமை :

மனம் ஒவ்வாததால் கணவன் மனைவி மீது பொய்க்குற்றம் சாட்டுதல்	12

பெண்ணின் சொத்துரிமை :

இராட்சஸ, பைசாஸ திருமணங்களில் கணவன் மனைவியின் சொத்தை அனுபவித்தல்	திருட்டிற்கான தண்டனை

பலதார மணம் :

கணவன் குறிப்பிட்ட காலம் காத்திராமல் வேறொரு பெண்ணை மணப்பது	அதிகபட்சமாய் 24 பணம்

கொடுஞ்செயல் :

கணவனை வசைபாடும் மனைவி/மனைவியை வசைபாடும் கணவன்	வார்த்தையில் புண்படுத்தியதற்கு வழங்கப்படும் அபராதத்தில் பாதி
கட்டு மீறிய செயலாய் கணவன் மனைவியையோ, மனைவி கணவனையோ தாக்குவது	உடம்பில் காயமேற் படுத்தினால் வழங்கப்படும் அபராதத்தில் பாதி

தவறான நடத்தை :

மதுவருந்தும் மனைவி	3 பணம்
பெண்களுடன் கேளிக்கை, உல்லாசப் பயணம் செலுத்துதல்	

(பகலில்)	6 பணம்
(இரவில்)	12 பணம்
பிற ஆணுடன் (பகலில்)	12
(இரவில்)	24
கணவன் உறங்கும்போது வீட்டைவிட்டுச் செல்வது	12
கணவன் வரும்போது கதவைத் திறவாமை (பகலில்)	12
(இரவில்)	24
இரவில் வெளியே செல்வது	24

■■■

51

மரபு வழி, மூதாதையர் சொத்துப் பங்கீடு

மதச் சடங்குகள், வருடத் திதியை நினைவு கூர்ந்து நிறைவேற்றும் பொறுப்புடைய மகனுக்கே மரபு வழி சொத்தை அனுபவிக்கும் உரிமையும் உண்டு. இப்பொறுப்பு தந்தை, பாட்டனார், பாட்டனாரது தந்தை என மூன்று தலைமுறைகளுக்குத் தொடரும். மகன்களில் மூத்தவனுக்கே கடமையில் முதன்மையும், மூதாதையர்களின் சொத்தின் பங்கில் முன்னுரிமையும் அளிக்கப்படும்.

மூத்தமகன் தனது தம்பி, மணமாகாத தங்கைகள் தாய் மற்றும் தந்தையின் பிற மனைவிகளின்பால் தந்தைக்குரிய கடமையை ஆற்றுவான். கைவிடப்பட்ட குழந்தையைக் காப்பாற்றுகிற, ஒரு குழந்தையைத் தத்தெடுக்கிற

அரசியல் நெறிமுறைகள் (அர்த்த சாஸ்திரம்)

ஒருவர் அதற்கான சம்பிரதாயங்களைச் செய்ய வேண்டும்.

மகனே இல்லாமல் சுருங்கி வரும் குடும்பத்தில் நெருங்கிய உறவினர் மூலம் மனைவி ஆண் குழந்தையைப் பெறலாம். இவ்வாறு செய்யப்படும் திருமணம் விதவை மற்றும் கணவனால் கைவிடப்படும் பெண்கள் முன்னுரிமை அடிப்படையில் ஆண்களைத் தேர்ந்தெடுப்பதையே ஒத்தது.

பொதுவானவை

மரபு வழிச் சொத்துக்களின் பங்கீடு அப்பகுதியிலுள்ள சாதி, கிராமப்பழக்க வழக்கங்களைப் பொறுத்ததாகும்.

தந்தை உயிருடன் இருக்கும்போது மகன்கள் மூதாதையர் சொத்துக்கு உரிமை கொண்டாட இயலாது.

(தந்தை தன் வாழ்நாளிலேயே மூதாதையர் சொத்துக்களை மகன்களுக்குப் பங்கிட்டு அளிக்கலாம். அவ்வாறு செய்கையில் அவர் ஒருவருக்குத் தனிச்சலுகை காட்டுவதோ, சரியான உரிமை உடையவரைக் காரணமின்றித் தவிர்த்தலோ கூடாது.)

தந்தை உயிருடன் இருக்கும்போது மூதாதையர்களின் சொத்து பங்கிடப்படவில்லையெனில், அவருடைய இறப்பிற்குப்பின் சொத்துகள் பங்கிடப்படலாம்.

சுயமாய் ஈட்டிய சொத்துக்களுக்கு மரபுவழிச் சட்டங்கள் பொருந்தாது.

மூதாதையரின் சொத்துக்கள் எதுவுமற்ற நிலையில் தந்தையின் மறைவிற்குப்பின் மூத்த மகனே தீய நடத்தையுடையவரைத் தவிர இதர தம்பிகளுக்கு ஆதரவளிப்பான்.

எதுவுமற்ற நிலையில் பொறுப்புகளே சொத்துக்களாய் பிரித்துக் கொள்ளப்பட வேண்டியது.

வயது வந்தவர்கள் மட்டுமே சொத்துக்களில் பங்கு பெறுவர். சிறியவர்களின் பங்கு தாயின் உறவினர்கள் அல்லது கிராமத்துப் பெரியவர்களின் பொறுப்பில் ஒப்படைக்கப்படும். மணமாகாத சகோதரர்களுக்கு அவரது பங்கோடு பிற சகோதரர்களின் திருமணத்துக்குச் செலவழிக்கப்பட்ட தொகையும் அளிக்கப்படும். சகோதரிகளின் திருமண ஏற்பாடுகளுக்கான செலவுகளும் அளிக்கப்படும்.

▪▪▪

52

சொத்துரிமைச் சட்டங்கள்

சொந்தம் பாராட்டுதலும் சொத்துரிமையும்

சொத்தின் மீதான உரிமையின் சான்று, வாரிசுரிமையின் தொடர்ச்சியை நிலைநாட்ட இயலாதவர்கள் தனது தகுதியை நிறுவுதல் வேண்டும்.

பத்து வருடத்திற்கு மேலாய் தமது சொத்துக்களைக் கவனியாமல் பிறர் அனுபவிக்குமாறு விட்டிருந்த உரிமையாளர்கள், முதியோர், உடல்நலமற்றோர், ஆபத்தில் சிக்கிக் கொண்டோர், நாட்டை விட்டு வெளியே குடியிருப்பவர்கள் ஆகியோருக்குப் பொருந்தாது.

ஒரு கட்டடத்தை அலட்சியமாய் கவனிக்காமல், 20 வருடம் வரை அங்கு வாழாத ஒருவர் அதன் உரிமை

அரசியல் நெறிமுறைகள் (அர்த்த சாஸ்திரம்)

யாளர் என்னும் தகுதியை இழப்பார். ஓரிடத்தில் குடி புகும் உறவினர், பிராமணர், துறவி அல்லது அரசனின் பிரதிநிதி அவ்விடத்தின் உரிமையைப் பெற இயலாது. அதே சட்டம், வைப்புநிதி, அடமானப் பொருள், பெண், எல்லைகள், மாநிலத்தின் சொத்துகள் அல்லது வேதங் களைக் கற்றறிந்த பிராமணர்களின் சொத்துக்களுக்கும், பொருந்தும்.

அசையாச் சொத்துக்கள்

வீடுகள், வயல்கள், அணைகள், நீர் நிலைகள் போன்றவை அசையாச் சொத்துக்களின் வகைகளாகும்.

அசையாச் சொத்துக்களின் மீதான தகராறுகள் அப்பகுதியில் வாழும் மக்களின் சாட்சிய அடிப்படை யிலேயே தீர்மானிக்கப்பட வேண்டும்.

வரி செலுத்தும் ஒருவர் சொத்தை வரி செலுத்தும் மற்றொருவருக்கு விற்கவோ, அடகு வைக்கவோ இயலும். பிராமணர்கள் பரிசாய் பெற்ற நிலங்களை அதே வகை நிலங்கள் உடையவருக்கே விற்க இயலும்.

வரி செலுத்துபவர் வரிவிலக்கு பெற்ற மாநிலத்தில் வசிக்க இயலாது. (அவ்வாறு செய்தல் தண்டனைக்குரிய குற்றமாகும்.) வரி செலுத்தும் ஒருவர் தாம் வரி செலுத்தும் எந்த ஒரு கிராமத்திலும் குடிபுகுந்து வீடு தவிர இதர சொத்துக்களை வாங்கலாம். வீடு வாங்க முன் அனுமதி பெற வேண்டும்.

வரி செலுத்தாதவர் வரிவிலக்கு பெற்ற கிராமத்தில் வசிக்காவிடினும் சொத்தின் மீதான உரிமையை தொடர்ந்து அனுபவிக்கலாம்.

தீர்க்க இயலாத குறை, எதிர்பாராத ஆபத்து அல்லது தவிர்க்க முடியாத சூழ்நிலைகள் தவிர பிற நேரங்களில்

விதைக்காமல் நிலங்களை அலட்சியப்படுத்துவதே அல்லது மற்றவர் மூலம் விதைப்பதோ கூடாது.

எல்லைத் தகராறுகள் (கிராமங்களுக்கிடையிலானது)

இரு கிராமங்களுக்கிடையேயான எல்லைத் தகராறுகள் அண்டையிலுள்ள ஐந்து அல்லது பத்து கிராமங்களின் குழுவினர் மூலமும், மனிதர்களால் உருவாக்கப்பட்ட எல்லைக் குறியீடுகள் மூலமும் தீர்க்கப்படலாம். வழக்கு தொடுப்பவரைச் சாராதவர் அல்லது அவ்வூரில் சொத்துடைய வெளிப்புறத்தவர் இவர்களில் எவரேனும் தகராறுக்குரிய எல்லைப்பற்றி முதலில் விளக்கலாம். பிறகு சாட்சியாளர்கள் தீர்ப்புக் குழுவை அவ்வெல்லைப்பகுதிக்கு வழி நடத்திச் செல்லலாம். எல்லை விவரிக்கப்பட்டதுபோன்று இல்லாதபட்சத்தில் சாட்சியாளர்கள் கடுமையாய் தண்டிக்கப்படுவர். அடையாளங்கள் அகற்றப்பட்டிருக்குமெனில் அவ்வாறு செய்தவர் தண்டிக்கப்படுவார். அடையாளங்கள் எதுவும் இல்லாதிருப்பின் அந்த நிலம் இருதரப்பாருக்கும் நேர்மையான முறையில் பகிர்ந்தளிக்கப்படும்.

வயல், மேய்ச்சல் நிலங்கள்

வயல்கள், ஆசிரமங்கள், மேய்ச்சல் நிலங்கள், இடுகாடுகள், கோயில்கள், பலி பீடங்கள் ஆகியவை சம்பந்தமான அனைத்து தகராறுகளுக்கும் பின்வருவன பொருந்தும்.

சரியான காரணமின்றி எவரும் மற்றவரின் சொத்தை ஆக்ரமிக்க இயலாது. ஆக்ரமிப்பாளர் தமது கூலி மற்றும்

அரசியல் நெறிமுறைகள் (அர்த்த சாஸ்திரம்)

தம்மால் ஏற்பட்ட இலாபத்தை எடுத்துக் கொண்டு மீதியை சொத்தின் சொந்தக்காரருக்கு அளிக்க வேண்டும்.

(அசையாச் சொத்துக்கள் சம்பந்தமான) தகராறுகள் வயதில் மூத்தவர்களைக் கொண்டோ, பெரும்பான்மைக் கருத்தின் அடிப்படையிலோ தீர்க்கப்படும்.

இரு அணியினரின் கருத்துகள் தோற்கும் நிலையில் சொத்து அரசையே சேரும். சொத்துக்கு உரிமையானவர் இல்லாதபட்சத்தில் அரசு அந்தச் சொத்தைக் கையகப் படுத்தி நேர்மையான எந்த முறையிலும் அதைப் பகிர்வு செய்யலாம்.

விற்பனை

வரி செலுத்துபவர் மற்றொரு வரி செலுத்துபவரிடம் மட்டுமே அசையாச் சொத்துக்களை விற்கவோ அடகு வைக்கவோ இயலும்.

நிலங்களைத் தானமாய் பெற்ற பிராமணர்கள் அவற்றை அதே போன்றதொரு பிராமணருக்கே விற்கவோ அடகு வைக்கவோ இயலும்.

வாங்கும் உரிமம் :

பின்வரும் வரிசையின் அடிப்படையிலேயே வாங்கு வதில் முன்னுரிமை அளிக்கப்படும். உறவினர்கள், அண்டை வீட்டுக்காரர்கள், கடனளித்தவர்கள் மற்றும் பலர்.

விற்பனைக்கான இடம்

ஒரு வீட்டை விற்கும் உரிமையாளர் அவ்வீட்டின் முன்னிலையிலேயே அண்டையில் உள்ளவர்கள் மத்தியில் விற்பனையை நடத்தலாம்.

வயல் தோட்டம் அணைகள் அல்லது நீர்நிலைகளின் உரிமையாளர்கள் அவற்றின் எல்லையில் அல்லது அண்டை கிராமத்துப் பெரியோர்கள் முன்னிலையில் விற்பனையை நடத்தலாம்.

விற்பனை முறை

சொத்தின் உரிமையாளர் தனது விருப்பமான விலையைக் கூறி மூன்று முறை அறிவிக்கலாம்.

வாங்குபவர்களுக்கிடையில் போட்டி ஏற்பட்டு ஓர் உயர்ந்தவிலை நிர்ணயமானால் அறிவித்த விலைக்கும், விற்கப்பட்ட விலைக்கும் உள்ள வேறுபாட்டுத் தொகை கருவூலத்தில் செலுத்தப்பட வேண்டும்.

வரிவிதிப்பு

விற்பனை பேரத்தில் வெற்றி பெற்றவர் விற்பனைக்கான வரியைச் செலுத்தும்படி இருக்கும்.

மறு விற்பனை

ஏலத்தில் அதிக விலைக்குக் கேட்டவர் சொத்தை ஏழு நாட்களுக்குள் எடுத்துக் கொள்ளாவிட்டால் சொந்தக்காரர் அதை மறு விற்பனை செய்யத் தடையில்லை.

தடை / சேதம்

மேய்ச்சல் நிலம், வறண்ட நிலம், நீர்ப்பாசனம் செய்யப்படுகிற நிலம், காய்கறித் தோட்டம், கதிரடிக்கும் (தான்யத்தைப் பிரித்தெடுக்கும் இடம்), விளையாட்டுப் பொருள்களைச் சேர்த்து வைக்கும் கட்டடம், வண்டிக் கொட்டகை இவற்றைத் தடை செய்ய முடியும்.

ஆனால் இந்த விதி அந்தணர்களின் ஆசிரமங்களுக்கோ, சோமபானத்துக்கோ மூலப்பொருள்களைப்

பயிரிடும் இடத்துக்கோ, கோயில்களுக்கோ, புனிதத் தலங்களுக்கோ பொருந்தாது.

நீர்நிலை அல்லது நீர்த் தேக்கத்தில் இருந்து உழுத அல்லது விதைத்த மற்றவரது நிலங்களைப் பாழ்படுத்த கூடாது. அவ்வாறு சேதம் ஏற்படுமெனில் சேதத்தின் தீவிரத் தன்மைக்கேற்ப இழப்பீடு அளிக்கப்படலாம். வயல்கள் தோட்டங்கள் அணைகள் போன்றவற்றைப் பாதிக்கும் வகையில் சேதம் அதிகமாயிருக்குமெனில் சேதத்தின் இருமடங்கு அபராதமாய் பெறப்படும்.

தடை மற்றும் அழிவுகள் சம்பந்தமான சச்சரவுகள் அருகில் உள்ளோரின் சாட்சியங்களைக் கொண்டே தீர்மானிக்கப்படும்.

சேதப்படும் சாலைகள்

பொதுவழி அல்லது சாலை, இடுகாடுகளுக்குச் செல்லும் பாதை போன்றவற்றை உழுது சேதப்படுத்து தல் கூடாது. ஒரு பாதையின் குறிப்பிட்ட அகலம் மாற்றப்படக்கூடாது. அவ்வாறு செய்வது தண்டனைக் குரிய குற்றமாகும்.

அத்துமீறல்

பிச்சைக்காரர்கள், வணிகர்கள், குடிகாரர்கள் அல்லது பைத்தியங்கள் அத்துமீறல் செய்ததாய் கருதப்படுவ தில்லை. அண்டையில் உள்ளவர்கள் நிர்ப்பந்தமான சூழ்நிலையில், அபாயத்தின் காரணமாய் பிரவேசிப்பது அத்து மீறலாகாது.

வசிப்பிடங்கள்

வீட்டில் வாடகைக்குக் குடியிருப்பவர் வன்முறை யைப் பயன்படுத்தித் தொடர்ந்து வசிக்க முடியாது.

குடியிருப்பவர் வாய்த்தகராறு, உடல் ரீதியான தாக்குதல், திருட்டு, கடத்தல் போன்ற தவறான செயல்களில் ஈடுபடாதிருக்கும் பட்சத்தில் வீட்டுக்காரர் அவரை வெளியேற்ற முடியாது.

இழந்த அல்லது திருடப்பட்ட சொத்து

ஒருவர் தமது இழந்த உடைமையை வேறொருவர் வைத்திருப்பதாய் கருதினால் அதனைப் பெற நீதிபதியை அணுகலாம். போதிய நேரமின்மை அல்லது நீதிபதி வேற்றிடத்தில் இருப்பது போன்ற காரணங்களில் அது சாத்தியப்படவில்லையென்றால் உடைமைக்குச் சொந்தம் கொண்டாடுபவர் அப்பொருளைப் பறிமுதல் செய்து ஒரு நீதிபதியின் முன்னிலையில் ஒப்படைக்கலாம்.

தொலைந்துபோனதாய்ச் சொல்லப்படும் சொத்தை வைத்திருப்பவரிடம் நீதிபதி குறுக்கு விசாரணை செய்யலாம். அதை வைத்திருப்பவர் சட்டபூர்வமாய் வாங்கியிருந்தாலும், யாரிடமிருந்து வாங்கப்பட்டதோ அந்த நபரைக் கொண்டு வந்து நிறுத்த முடியாத நிலையில், உரியவரிடம் பொருளை ஒப்படைத்தாலே அவர் விடுவிக்கப்படுவார். முறையற்ற வழியில் பெறப்பட்ட பொருளெனில் பொருளுக் குரிய விலையோடு, திருட்டுக்கான அபராதமும் (திருட்டாய் கருதப்பட்டு) விதிக்கப்படும்.

இழந்த பொருளின் சொந்தக்காரர் அதற்கான உரிமையை நிரூபித்த பிறகே அதனைப் பெற இயலும். அவ்வாறு நிரூபிக்கத் தவறிய நிலையில் அப்பொருளின் மதிப்பில் ஐந்தில் ஒரு பங்கை அபராதமாய் செலுத்துவ தோடு, பொருளும் அரசாங்கத்தைச் சேர்ந்துவிடும்.

அரசியல் நெறிமுறைகள் (அர்த்த சாஸ்திரம்)

ஒருவர் தனக்குச் சொந்தமில்லாத பொருளை வைத்திருப்பது கண்டறியப்படும் நிலையில் அப்பொருள் வழி தவறிய அல்லது கவனிப்பாரற்ற பொருள் என்று நிரூபிக்க வேண்டும். அப்போதுதான் அவர் குற்றமற்றவர் என்று விடுவிக்கப்படுவார். இல்லையேல் அவர் தண்டனைக்குள்ளாக நேரிடும்.

தொலைந்த பொருள்களின் அலுவலகம்

வழி தவறிய அல்லது இழந்த சொத்துக்களுக்கு நகர ஆளுநரே பொறுப்புடையவராவார்.

அதற்கான அலுவலகங்கள் சுங்க அலுவலகம்/சுங்கச் சாவடிகளில் அமைக்கப்படும்.

பொருளை இழந்தவர் (அதற்கான அலுவலகத்திலிருந்து) ஆறு வாரத்திற்குள் அதற்கான சான்றுகளைக் காண்பித்து இழந்த பொருளைத் திரும்ப பெறலாம்.

பின் வரும் கட்டணங்களைச் செலுத்தும்படி இருக்கும்:

அடிமைகள்	5 பணம்
ஒற்றைக் குளம்புடைய விலங்குகள்	4 பணம்
பசுக்கள், எருதுகள்	2 பணம்
சிறிய விலங்குகள்	1/4 பணம்
உயர்ந்த அல்லது குறைந்த மதிப்புடைய பொருள்கள்	மதிப்பில் 5 சதவிகிதம்

ஒரு பொருள் ஆறு வாரத்திற்குள் உரிமை கோரப்படாவிடில் அது அரசுக்கே சொந்தமாகிவிடும்.

மீட்கப்பட்ட சொத்து

காட்டுவாசிகள் அல்லது எதிரிகளிடமிருந்து தன்னுடைய குடிமக்களின் சொத்துக்களை மீட்ட அரசன் அவற்றை உரியவர்களுக்குத் திருப்பித் தரலாம்.

திருடப்பட்ட சொத்து

ஓர் அரசனால் திருடனைக் கண்டறியவோ, இழந்த பொருளை மீட்கவோ இயலவில்லையெனில், கருவூலத் திலிருந்து அதற்கான இழப்பீட்டுத் தொகை வழங்கப் படும்.

புதையல் மற்றும் கண்டெடுக்கப்பட்டவை

கண்டறியப்பட்ட சுரங்கங்கள், கற்கள், பொக்கிஷங் கள் பற்றி அதற்கான அதிகாரிகளிடம் தெரிவிக்க வேண்டும். அவ்வாறு செய்யத் தவறுவது குற்றம், தண்டிக்கத்தக்கதாகும்.

விலையுயர்ந்த பொருள்களைக் கண்டறியும் துப்புரவுத் தொழிலாளிகளுக்கான பரிசு அப்பொருளின் மதிப்பில் மூன்றில் ஒரு பங்காகும். அவ்வாறு கண்டெடுக்கப்பட்டவை கருவூலத்தைச் சேரும்.

புதையல் அல்லது பொக்கிஷங்களைக் கண்டறிபவர் கள் அதிகாரிகளாயிருப்பின் (பொருளின் மதிப்பு) 12-இல் ஒரு பங்கையும், பிறர் ஆறில் ஒரு பங்கையும் பரிசாய்ப் பெறுவர்.

1,00,000 பணத்திற்கு அதிகமான புதையல் அரசனைச் சேரும். கண்டெடுக்கப்பட்ட புதையல் தனது முன்னோர் களால் புதைக்கப்பட்டு, தனக்கு வாரிசுரிமையும் இருப்பின் ஒரு நேர்மையான குடிமகன் அச்சொத்தை வைத்துக் கொள்ளலாம்.

தண்டனைகள்

அசையாச் சொத்துக்கள் :

வரி செலுத்தும் ஒருவர் வரிவிலக்கு பெற்ற கிராமத்தில் சொத்துக்கள் வாங்குதல், சொத்துக்களை வரிவிலக்கு பெற்றவருக்கு விற்றல் அல்லது அடகு வைத்தல், தானம் பெற்ற நிலத்தை விற்பது	குறைந்த தர அபராதம்
விதைக்க வேண்டிய பருவத்தில் நிலத்தைக் கண்டு கொள்ளாத உரிமையாளர்	12 பணம்

அழிவு :

தனது நிலத்துக்கு நீர்ப்பாய்ச்சுகிற ஒருவர் மற்றவர் நிலத்துக்குத் தீவிர சேதத்தை ஏற்படுத்துதல்	சேதத்தின் மதிப்பில் இருமடங்கு

அசையும் சொத்துகள் :

விற்பவர் அசையாச் சொத்துக்களோடு அசையும் சொத்துகளை ஒப்படைக்காமை	24 பணம்

புதையல் :

புதையல் பற்றிய தகவல் அளிக்காமை	1000 பணம்

■■■

53

குற்ற விசாரணை

சந்தேகத்தின் பேரில் கைது செய்தல்
(பொதுவானவை)

விசாரணையில் ஏற்படும் இடர்ப்பாடுகளின் காரணத்தால் குற்றம் செய்யப் பயன்படுத்திய ஆயுதங்களோடு பிடிபட்டாலன்றி ஒருவரைக் கைது செய்யக் கூடாது.

எவரையும் திருடன் என்று பொய்க்குற்றம் சாட்டுதல் கூடாது. அவ்வாறு செய்வது தண்டனைக்குரிய குற்ற மாகும்.

ஒரு திருடனை மறைத்து வைத்துப் பாதுகாப்பதும் தண்டிக்கத்தக்க குற்றந்தான்.

சந்தேகத்தின் பேரில் கைது செய்தல்

போதிய காரணங்கள் இருந்தால், சந்தேகத்தின் அடிப்படையில் ஒருவரைக் கீழ்க்கண்ட குற்றங்களில் ஏதேனும் ஒன்றுக்காகக் கைது செய்யலாம்.

- கொலை
- திருட்டு (வழிப்பறி, கொள்ளை, வீடு புகுந்து திருடுவது உள்பட) அல்லது
- கருவூலத்தைத் தவறாகப் பயன்படுத்தி இரகசிய வருமானம் பெறுதல், எதிரிகளுக்காக உளவு பார்த்தல்.

அரசியல் நெறிமுறைகள் (அர்த்த சாஸ்திரம்) 287

பின்வரும் நபர்கள் சந்தேகத்தின் அடிப்படையில் கைது செய்யத்தக்கவராவர் -

- அற்பமான வருவாய் அல்லது ஊதியம் பெறுபவர்.
- தவறான இடம், குலம், கோத்ரம், பெயர் அல்லது தொழிலைக் காட்டி ஏமாற்ற முயல்பவர்.
- தமது தொழிலை மறைப்பவர்.
- இறைச்சி, மது, விருந்து, நறுமணப் பொருள்கள், மாலைகள், உடைகள், ஆபரணங்கள் இவற்றில் ஊதாரித்தனமாய் செலவிடுபவர்கள்.
- தன்னுடைய நேரத்தைக் குடிப்பதிலும், சூதாட்ட விடுதியிலும், தவறான பெண்ணுடனும் செலவிடுபவர்.
- அடிக்கடி பயணம் மேற்கொள்பவர்.
- தம்முடைய இருப்பிடம், பயணம் இவற்றை இரகசியமாய் வைத்திருப்பவர்.
- காடு, மலை போன்ற தனிமையான இடங்களுக்கு வழக்கமில்லாத நேரத்தில் செல்பவர்.
- இரகசியமான அல்லது சந்தேகத்துக்குரிய இடங்களில் கூட்டங்கள் நடத்துபவர்.
- காயத்துக்கு இரகசியமாய் சிகிச்சை செய்து கொள்பவர்கள்.
- எப்போதும் வீட்டிலேயே இருப்பவர்கள்.
- பிறரின் சந்திப்பைத் தவிர்ப்பவர்கள்.
- பிறரது செல்வம், வீடு பற்றி அறிவதில் அதிக ஆர்வம் காட்டுபவர்கள்.

- தீங்கு விளைவிக்கக்கூடிய ஆயுதங்கள் வைத்திருப்பவர்.
- பிறரைச் சந்திப்பதைத் தவிர்ப்பவர்.
- தன்னுடைய இழிவான குலம் அல்லது தொழிலை மறைப்பவர்.
- இரவு நேரத்தில் திருட்டுத்தனமாய் உலவுகிறவர்.
- துறவிபோல் நடிப்பவர்.
- முன்பு குற்றவாளி எனத் தீர்மானிக்கப்பட்டவர்.
- உயர் அதிகாரிகளைக் கண்டவுடன் ஓடவோ, மறைந்து கொள்ளவோ முயற்சிப்பவர்கள், முகம் அல்லது குரலை மாற்றிக் கொள்பவர்கள்.

கப்பல், சிறு படகுகளின் கட்டுப்பாட்டு அதிகாரிகள் படகின் மூலம் கடக்க முயலும் பின்வரும் வகையினரைக் கைது செய்யும் பொறுப்புடையவராவர்.

- பிறரது மனைவி, குழந்தை அல்லது செல்வத்தைக் கவர்ந்து செல்பவர்கள்.
- குழப்பமான நிலையில் சந்தேகத்துக்கிடமாய் செயலாற்றுபவர்கள்.
- அதிக சுமையை சுமந்து செல்பவர்கள்.
- துறவிபோல் காட்டிக் கொள்பவர்கள்.
- தனக்குரிய அடையாளங்களை அழித்த துறவி.
- உடல் நலமற்றவர் போல் நடிப்பவர்.
- விலைமதிப்பற்ற பொருள்கள், கடிதங்கள், ஆயுதங்கள், தீயை உண்டாக்கும் பொருள்கள்

அரசியல் நெறிமுறைகள் (அர்த்த சாஸ்திரம்)

அல்லது விஷம் போன்றவற்றை இரகசியமாய் எடுத்துச் செல்பவர்கள் அல்லது நீண்ட தூரத்துக்கு அனுமதிச் சீட்டின்றிப் பயணம் செய்பவர்கள்.

■■■

54

களவு

களவாடப்பட்ட சொத்து

ஒரு பொருளை அடமானம் வைக்கவோ, விற்கவோ முயல்பவர் அந்தப் பொருளுக்கு உரிமையாளர்தானா என்று உறுதி செய்து கொள்ளாமல் ஒரு வியாபாரி அதைக் கையாளக் கூடாது.

களவாடப்பட்ட அல்லது தொலைந்துபோன ஆனால் கண்டுபிடிக்கப்படாத ஒரு பொருள் பற்றிய தகவலை அதே போன்ற பொருளைக் கையாள்பவருக்குத் தெரிவிக்க வேண்டும். அத்தகைய பொருள் பற்றிய விவரங்கள் அறிந்த ஒரு வணிகர் அதனை மறைக்க முற்படுவாரெனில் திருட்டுக்குத் துணை நின்ற குற்றத்துக்கு ஆளாவார். அப்பொருளின் திருட்டு அல்லது இழப்பை முன்னரே அறியாதவரெனில் அதனை நீதிபதியிடம் ஒப்படைக்கலாம். தனியார் வர்த்தகத் தலைமை இயக்குநருக்கு அறிவிக்காமல் ஒரு வணிகர் எந்தப் பொருளையும் அடமானமாய் ஏற்றுக் கொள்ளக் கூடாது.

திருடப்பட்ட அல்லது தொலைந்துபோனதாய் அறிவிக்கப்பட்ட பொருள் கண்டறியப்படுமெனில்

அதனை வைத்திருப்பவர் (கைது செய்யப்பட்டு நீதிபதியின் முன் கொண்டுவரப்பட்டு) விசாரணை செய்யப்படுவார். அவர் பிறரிடமிருந்து பரிசாகவோ, விலை கொடுத்தோ பெற்றதாய் கூறுவாரெனில் அதற்குரிய இடம், நேரம், விலை இவற்றை நிரூபிக்க வேண்டும். அச்சாட்சியங்கள் அவர் கூறியவற்றுக்குப் பொருந்துமெனில் விடுதலை செய்யப்படலாம்.

இழந்த பொருளைத் தன்னுடையதாய் உரிமை கோரும் ஒருவர் தகுந்த ஆதாரங்களை – (i) இதற்கு முன் அப்பொருளை வைத்திருந்தவர், (ii) நீண்ட நாட்களுக்கு அப்பொருளை வைத்திருந்தவர் போன்றவற்றைக் கூறிய பின்னரே அதனைப் பெற முடியும்.

தொலைந்த அல்லது திருடப்பட்ட பொருளுடன் கைது செய்யப்படுபவர் அப்பொருளைக் கடனாகவோ, வாடகைக்கோ, அடமானமாகவோ பெற்றிருப்பாரெனில் அவ்வாறு அளித்தவரை அடையாளம் காட்ட முயன்று, அத்தகையவரும் ஒப்புக் கொள்வாரெனில் கைது செய்யப்பட்டவர் விடுவிக்கப்படலாம்.

உயிருள்ளவை (விலங்குகள், அடிமைகள்) வழி தவறி, மறைந்து, ஓடிப் பின் கண்டறியப்படுமெனில் அதனைக் கண்டறிந்தவர், கண்டறிந்த இடம், நேரம், முறை ஆகியவற்றை நிரூபிக்க இயலுமெனில் தண்டனையிலிருந்து தப்பலாம். தகவல்களை உறுதிப்படுத்த இயலாவிட்டால் அவர் தண்டிக்கப்படுவார்.

களவிற்கான விசாரணை

வீட்டைக் கொள்ளையிடுதல் வெளியில் இருந்தோ, உட்புறமாகவோ இருவகையிலும் நடைபெறலாம்.

அரசியல் நெறிமுறைகள் (அர்த்த சாஸ்திரம்)

கதவுகளைத் தவிர பிற வழிகள், கதவு உடைப்பு, துளையிடப்பட்ட கதவு, உடைந்த சாளரங்கள், கூரையின் மூலம் நுழைவதற்கு ஏற்படுத்திய வழி, ஏறவோ இறங்கவோ சுவரில் அமைக்கப்பட்ட அடையாளங்கள், திருட்டுப் பொருள்களை புதைக்கவோ, எடுத்துச் செல்லவோ முயன்ற தடயங்கள் இவற்றைச் சோதனை யிடுவதன் மூலம் திருடன் உள்ளே நுழைந்த அல்லது வெளியே சென்ற வழியைக் கண்டறியலாம்.

உடைக்கவோ அறுக்கவோ பயன்படுத்திய ஆயுதங்கள் வீட்டின் உட்புறத்தில் காணப்படுமெனில் திருட்டு வீட்டின் உள்ளேயே நடத்திருக்கும். இல்லையெனில் அது வெளிப்புறமிருந்து நடத்தப்பட்ட திருட்டாக இருக்கும்.

இருபுறங்களிலும் கிடைக்கக்கூடிய தடயங்களிலிருந்து வீட்டின் உட்புறமும், வெளிப்புறமும் ஆட்கள் இருந்து செயல்பட்டதை அறியலாம்.

வீட்டிலுள்ளவர்களில் யாரும் திருட்டில் சம்பந்தப் பட்டிருக்கலாம் என்ற சந்தேகம் எழுகிறபோது பின் வருபவர்கள் விசாரணைக்கு உட்படுத்தப்படலாம் :

- துர்க்குணம் கொண்ட நெருங்கிய உறவினர், உண்மை யற்றவர்களோடு தொடர்புடையவர் அல்லது திருட்டு செய்ததற்கான கருவிகளோடு பிடிபடுபவர்.

- அதே குணங்களைக் கொண்ட வேலைக்காரர்கள்.

- ஏழ்மையான குடும்பத்தைச் சேர்ந்த ஒரு பெண் அல்லது குடும்பத்துக்கு வெளியில் காதலனை உடையவள்.

- மிக அதிகமாய் அல்லது மிகக் குறைவாய் உறங்குபவர், வெளிறிய முகத்தோடு அல்லது குழப்பமாய் தோற்றமளிப்பவர், தெளிவற்ற குரலை உடையவர்.
- உடலில் காயம், உடையில் கிழிசலுடன் காணப்படுகிறவர்.
- குற்றம் நடந்த இடத்தில் காணப்பட்ட அதே காலடியை உடையவர்.

மேற்கூறிய அடையாளங்களுடன் காணப்படுபவர் திருடனாகவோ திருட்டுக்குத் துணை நின்ற நபராகவோ இருக்கலாம்.

திருட்டு வீட்டுக்கு வெளியில் நடத்திருப்பின் சேகரித்த தடயங்களை வைத்து கிராமப்புறத்திலும், நகர்ப்புறத்திலும் திருடனைத் தேடுவர்.

சந்தேகத்துக்குரியவர்களின் கைது விசாரணை

திருட்டு நடந்து மூன்று இரவுகளுக்குப்பின் ஒருவரை ஆயுதமேதுமின்றி சந்தேகத்தின் பேரில் கைது செய்தல் கூடாது.

விரோதம் அல்லது வெறுப்பின் காரணமாய் திருட்டுக் குற்றம் சாட்டப்பட்ட ஒருவர் விடுவிக்கப்படலாம்.

திருட்டு அல்லது கொள்ளையில் சந்தேகத்தின் பேரில் கைது செய்யப்பட்ட நபரை குற்றம் சாட்டியவர் மற்றும் சாட்சிகள் முன்னிலையில் விசாரிக்க வேண்டும். குற்றம் சாட்டப்பட்டவரின் பெயர், சொந்த ஊர், சாதி, குடும்பப் பெயர், தொழில், பொருளாதார நிலை, நண்பர்கள், உறைவிடம் பற்றிய தகவல்களைக் கேட்டறிந்து, பிறகு மற்றவர்களிடம் விசாரித்து உண்மையை உறுதி செய்து கொள்ளலாம்.

அரசியல் நெறிமுறைகள் (அர்த்த சாஸ்திரம்)

குற்றம் நடந்த அன்று குற்றவாளி என்ன செய்து கொண்டிருந்தார். கைது செய்யப்படும் வரை எங்கிருந்தார் என்பதும் அவரிடம் விசாரித்தறியப்பட வேண்டியது. அவர் குற்றமற்றவர் என்பதை நிரூபிக்கப் போதிய ஆதாரங்கள் இருந்தால் அவரை விடுதலை செய்துவிட வேண்டும். இல்லையேல் அவரைத் துன்புறுத்தலாம்.

சந்தேகம் உறுதி செய்யப்பட்ட – நிலையில், நிரூபிக்க உதவும் கீழ்க்கண்ட சான்றுகளை திருட்டுக் கருவிகள், ஆலோசனை வழங்கியவர்கள், திருடப்பட்ட பொருள்கள் போன்றவற்றை அளிக்குமாறு கேட்கலாம்.

தடயங்கள் எதுவும் நிரூபிக்கப்படாத நிலையில் குற்றவாளி விடுவிக்கப்படலாம். சித்ரவதையின் மூலம் ஒருவரைக் குற்றவாளியாய் அறிவிக்கக் கூடாது. ஒருவருக்குத் தண்டனை அளிக்குமுன் நம்பத்தக்க நிரூபணம் இருப்பது அவசியம்.

இரகசிய உடன்படிக்கைகள்

ஒருவரால் ஒப்புக் கொள்ளப்பட்டு மற்றொருவரால் மறுக்கப்படும் இரகசிய உடன்படிக்கைகள் நேர்மையின்மையை வெளிப்படுத்தக்கூடிய முறைகள் மூலம் கண்டறியப்படும்.

∎∎∎

55

இயற்கைக்குப் புறம்பான மரணம்

கோபம் கொலைக்கான செயல் தூண்டலாயிருக்கும்.

பிரேதப் பரிசோதனை

இயற்கைக்கு மாறாய் திடீரென ஏற்படும் எந்தவொரு மரணத்திலும் உடலில் எண்ணெய் பூசி (சிராய்ப்பு, வீக்கம் இதர காயங்களைக் கண்டறிய) நீதிபதி பிரேதப் பரிசோதனை நடத்த வேண்டும்.

இறந்த நபர் தூக்கிட்டு தற்கொலை செய்து கொண்டதாய் தெரிந்தால், சாவுக்கான காரணத்தைக் கண்டறிய சோதனை நடத்தப்பட வேண்டும். சில சமயம் தண்டனை குறித்த அச்சத்தில் இறந்தவரின் தொண்டைப் பகுதியில் ஏதேனும் அடையாளக் குறி(mark)கள் ஏற்படுத்தப்பட்டிருக்கலாம்.

(கீழ்க்கண்ட நான்கு வழிகளில் ஏதேனும் ஒன்றின் மூலம் மூச்சு தடைபட்டு சாவு நேர்ந்திருக்கலாம் : கழுத்தை நெரித்தல், தூக்கிடுதல், மூச்சைத் திணறடித்தல், மூழ்கடித்தல்.)

அறிகுறிகள்

கழுத்தை நெரித்துக் கொல்லுதல் : மலம், சிறுநீர் வெளிப்பட்டிருத்தல், காற்று புகுந்து வயிறு வீக்கமடைதல், கை, கால் வீங்கிப் போதல், கண்கள் பிதுங்கியிருத்தல், கழுத்தில் காணப்படும் அடையாளங்கள்.

தூக்கில் தொங்குதல் : மேற்கூறிய அடையாளங்களோடு கைகள், தொடைகள் சுருங்கியிருக்கும்.

அரசியல் நெறிமுறைகள் (அர்த்த சாஸ்திரம்) | 295

மூச்சுத் திணறல் : வீங்கிய கை, கால்கள் அல்லது வயிறு, தொப்புள் உப்பியிருக்கும்.

மூழ்கடித்தல் : கண்கள் பிதுங்கி, நாக்கு கடிபட்டிருக்கும் அல்லது வயிற்றில் வீக்கம் காணப்படும்.

கம்பு அல்லது கற்களால் அடித்துக் கொல்லுதல் : உடைந்த அல்லது நிலை தவறிய உறுப்புகள், இரத்தம் உறைந்த உடல்.

உயரத்திலிருந்து வீசியெறியப்பட்டது : உடலுறுப்புகள் உடைந்து சிதறியிருக்கும்.

விஷம் : கைகள், பாதங்கள், பற்கள், நகங்கள் கறுத்திருக்கும். தசை தளர்ந்து (தலைமுடி சருமம் உள்பட) வாய் நுரை தள்ளிக் காணப்படும்.

பாம்பு அல்லது பூச்சிக்கடி : மேற்கூறிய அடையாளங்களுடன், இரத்தம் சொட்டிய கடிவாயும் இருக்கும்.

தூக்க மாத்திரைகள் : ஆடைகள் அலங்கோலமாகி அளவுக்கதிகமான வாந்தியும், பேதியும் இருக்கும்.

இதர விசாரணைகள்

விஷத்தால் மரணம் நேர்ந்திருக்கும் என்ற சந்தேகம் இருந்தால் உணவின் செரிக்காத பகுதிகளைப் பறவைகளுக்குக் கொடுத்துச் சோதிக்கலாம். அப்பகுதிகளைத் தீயிலிட்டால் பல வண்ணங்களுடன், வெடி போன்ற சப்தமும் எழும். உடலைத் தீயிட்டபோது இதயம் (அல்லது வயிறு) வேகாத நிலையிலும் விஷம் இருப்பது தெரியவரும்.

கொலைக்கான உள்நோக்கங்கள்

திடீரென்று நிகழும் அத்தனை மரணங்களிலும் கீழ்க்கண்டவற்றுள் ஏதேனும் ஒன்று கோபத்துக்குக் காரண

மாய் இருந்திருக்கும். அதுவே கொலைக்கான உள்நோக்க மாய் (motive) உருவெடுக்கும். ஒருவருடைய மனைவி அல்லது உறவினர்களுக்கெதிரான குற்றம், தொழிலில் பொறாமை, எதிரி மீதான வெறுப்பு, வியாபாரப் பிணக்கு, பங்குதாரருடன் சண்டை.

கொலைக்குப்பின் ஒருவருக்கு விஷமிடுவது அல்லது தூக்கில் தொங்கவிடும் சம்பவங்களில் கீழ்க்கண்டவர்கள் சந்தேகிக்கத்தக்கவராவர் : இறந்தவரின் வசவுக்கும் அடி உதைக்கும் ஆளான வேலைக்காரன், தன்னுடைய கள்ளத் தொடர்பை மறைக்கும் முயற்சியாய் மிதமிஞ்சிய துயரக் குறிகளைக் காட்டும் மனைவி, செல்வம் அல்லது பெண்ணை அடைய பேராசை கொண்ட உறவுக்காரர் போன்றோர்.

சாட்சிகளை ஆராய்தல்

கொலையுண்டவரின் நெருங்கிய உறவினர்களிடம் இறந்தவருடைய பணியாட்கள் மூலம் குற்றம் நிகழ்ந்ததா அல்லது பணத்துக்கு ஆசைப்பட்டு திருடர்கள் செய்ததா, வேறு யாரிடமேனும் பகைமை கொண்டவர்கள் தவறாக அடையாளங்கண்டு தவறான நபரைக் கொலை செய்தார் களா என்று விசாரிக்க வேண்டும். இறந்து போனவரை அழைத்துச் சென்றது யார், அவரோடு உடனிருந்தவர்கள் யார், கொலை நடந்த இடத்துக்கு அவரைக் கூட்டிப் போனது யார் என்பதையும் அவர்களிடம் கேட்டறிய வேண்டும்.

கொலை நடந்த இடத்துக்கு அருகில் உள்ளவர்களிடம் அவர்கள் சந்தேகப்படும் படிபாய் யாரையேனும் கண்டார்களா, யாரேனும் ஆயுதத்துடன் மறைந்திருந் தனரா என்று ஆராய்ந்து தகவல் சேகரிக்க வேண்டும்.

அரசியல் நெறிமுறைகள் (அர்த்த சாஸ்திரம்)

அடையாளம் தெரியாத பிணங்கள்

முகம் தெரியாத ஒரு நபரின் இறந்த உடல் கண்டு பிடிக்கப்பட்டால் அவரது ஆடை, ஆபரணங்கள் போன்ற தனிப்பட்ட உடைமைகளைச் சோதிக்க வேண்டும். அப்பொருள்களை விற்ற கடைக்காரர்களிடம் இறந்த வரை எப்படித் தெரியும், அப்பகுதியில் அவர் தங்கி யிருந்தாரா, என்ன காரணத்துக்காகத் தங்கியிருந்தார், அவருடைய தொழில், கொடுக்கல் வாங்கல் இப்படி விவரங்களைக் கேட்டறியலாம். அவர்களிடம் பெற்ற தகவல்களின் அடிப்படையில் விசாரணையைத் தொடரலாம்.

தற்கொலை

தூக்கிட்டு தற்கொலை செய்து கொண்டவருக்கு ஏதேனும் அநீதி இழைக்கப்பட்டதா என்பதைக் கண்டறிய விசாரணை நடத்தப்பட வேண்டும்.

வெறுப்பிலோ கோபத்திலோ தற்கொலை செய்து கொண்ட ஒருவரது உடலுக்கு மதச் சடங்குகளின்படி எரியூட்டுவதோ, மற்றச் சடங்குகள் செய்வதோ கூடாது. இராஜ வீதியில் வெட்டியான் ஒருவன் மூலம் சடலம் இழுத்துச் செல்லப்பட வேண்டும்.

தற்கொலை செய்து கொண்டவருக்கு ஈமச்சடங்குகள் செய்யும் நபரை அவருடைய உறவுக்காரர்கள் தள்ளி வைத்து (outcast) விட வேண்டும்.

தடை செய்யப்பட்ட சடங்குகளைச் செய்யத் துணை நின்றவர்கள் சடங்குகள் செய்யும் உரிமையை, வெகுமதி கள் கொடுப்பதை அல்லது பெறுவதை ஓராண்டுக்கு இழப்பார்கள். அந்த ஓராண்டு காலத்தில் அவர்கள் யாருக்கும் எதையும் போதிக்க முடியாது.

■■■

56

சந்தேகத்துக்குரியவர்களின் சித்ரவதை

(பொது விதிகள்)

குற்றம் குறித்து யார் மீது வலுவான ஊகம் இருக்கிறதோ அவர்களைத்தான் சித்ரவதை செய்ய வேண்டும்.

கீழ்க்கண்ட நபர்களைத் துன்புறுத்தக் கூடாது.

- சில்லறைக் குற்றங்களில் சந்தேகிக்கப்பட்டவர்கள்.
- வயதுக்கு வராதவர்கள்.
- முதியவர்கள்.
- நோயாளிகள்.
- பலவீனமானவர்கள்.
- மது அருந்தியவர்கள்.
- பித்து பிடித்தவர்கள்.
- நீண்ட பயணத்துக்குப் பிறகு பசி, தாகம், களைப்பில் அவதிப்படுபவர்கள்.
- அதிக அளவில் உணவு உண்டவர்கள்.
- கர்ப்பிணிகளும், குழந்தையைப் பிரசவித்து ஒரு மாதமே ஆனவர்களும் சித்ரவதைக்கு உட்படுத்தப் படக் கூடாது.

அரசியல் நெறிமுறைகள் (அர்த்த சாஸ்திரம்)

பெண்களிடம் விசாரணை மட்டுமே நடத்தப் படலாம்.

வேதம் கற்ற அந்தணர்களை, துறவிகளை (குற்றம் எத்தன்மையதாயிருந்தாலும்)த் துன்புறுத்தக் கூடாது. அந்தணர் அல்லது துறவிகளைத் துன்புறுத்தினால் அதிகபட்ச அபராதம் செலுத்த வேண்டியிருக்கும். இரகசிய உளவாளிகளைப் பயன்படுத்தியே அவர்களுடைய குற்றங்களை நிறுவ வேண்டும்.

ஒன்றுவிட்டு ஒருநாள் என்ற கணக்கில், அனுமதிக்கப் பட்ட நாட்களில் ஒருமுறை மட்டுமே துன்புறுத்தலாம்.

சித்ரவதை மரணத்தை விளைவித்துவிடக் கூடாது. அப்படி நேர்ந்தால் யார் அதற்கு பொறுப்பாளரோ அவர் தண்டிக்கப்படுவார்.

கீழ்க்கண்ட வகையினரான குற்றவாளிகள் தனிப்பட்ட முறையிலோ குழுக்களாகவோ திரும்பத் திரும்பத் துன்புறுத்தப்படலாம்.

- செய்த குற்றத்தையே திரும்பவும் செய்பவர்கள். (குற்றத்தை முதலில் ஒப்புக் கொண்டு பிறகு பின் வாங்குபவர்.)
- திருட்டு அல்லது கொள்ளை நிகழ்த்தும்போது பிடிபட்டவர்.
- திருட்டுப் பொருள்களுடன் பிடிபட்டவர்.
- கருவூலத்தைக் கொள்ளையிட முயற்சிப்பவர்.
- சித்ரவதை மூலம் கொல்லப்பட அரசனால் தீர்ப்பு வழங்கப்பட்டவர்.

சித்ரவதை செய்யும் முறைகள்

சாதாரண குற்றங்களுக்கு நான்கு முறைகளும், கடுமையான குற்றங்களுக்கு பதினான்கு முறைகளும் உள்ளன.

சாதாரண நான்கு முறைகள் :

- குச்சியால் ஆறு அடி.
- சவுக்கால் ஏழு அடி.
- மேலிருந்து கீழே தொங்கவிடுதல். (கைகளைப் பிணைத்து)
- மூக்கின் வழியே உப்பு நீரைச் செலுத்துதல்.

கடுமையான குற்றங்களுக்கான பதினான்கு முறைகள்:

- பிரம்பால் ஒன்பது அடி.
- சவுக்கால் பன்னிரண்டு அடி.
- வலது காலைத் தலையோடு பிணைத்தல்.
- இடது காலைத் தலையோடு பிணைத்தல்.
- கம்பினால் இருபது அடி.
- வலது கையையும், காலையும் பின்புறமாய் கட்டுதல்.
- இடது கையையும், காலையும் பின்புறமாய் கட்டுதல்.
- கைகளைக் கட்டித் தலைகீழாய் தொங்கவிடுதல்.
- கால்களைக் கட்டித் தொங்கவிடுதல்.
- நகக் கண்களில் ஊசியால் குத்துதல்.

அரசியல் நெறிமுறைகள் (அர்த்த சாஸ்திரம்)

- கஞ்சி குடிக்க வைத்து, விரல் மூட்டுக்களிலொன்றை எரித்தல்.
- எண்ணெயைக் குடிக்க வைத்து நாள் முழுதும் வெயிலில் நிற்க வைத்தல்.
- ஆணிப்படுக்கையில் படுக்க வைத்தல்.

தண்டனைக்குப் பயன்படுத்தும் உபகரணங்கள், தண்டனை முறைகள், கால அவகாசம், இறுதி நிலை (termination) இவற்றை உரிய நூல்களிலிருந்து உறுதி செய்து கொள்ளப்பட வேண்டும்.

சித்ரவதை செய்யப்படாத, சந்தேகத்துக்கிடமானவர்கள் பற்றிய விசாரணை

சித்ரவதைக்குட்படுத்தக் கூடாத, அதே சமயத்தில் சந்தேகத்துக்குரியவர்களின் குற்றத்தை அவருடைய துறையில் (வேலை, தொழில்) உள்ளவர்களைக் கொண்டே கண்காணித்தும், வைப்பாட்டிகள், மதுக் கூடப் பணியாட்கள், கதை சொல்லிகள், உணவு விடுதி நடத்துபவர்கள் இவர்களைக் கண்காணிக்கப் பயன்படுத்தியும் அறியலாம்.

தண்டனைகள்

ஒருவரைத் திருடன் என்று பொய்யாகக் குற்றம் சாட்டுதல்	திருட்டிற்கான தண்டனை
இழந்த அல்லது வழி தவறிய உயிரினங்கள் வழி தவறிய விலங்கு அல்லது அடிமையைத் தன்னிடம் வைத்திருக்கும் ஒருவர் எங்கே,	இழப்பீட்டுத் தொகையுடன் அதே அளவு அபராதத் தொகையும்

எப்படி, எப்போது கண்டார் என்பதை
நிரூபிக்க முடியாத நிலையில்

திருடப்பட்டதெனில் திருட்டுக்கான
தண்டனை

தற்கொலை :

இறந்தவர் -	ஈமச் சடங்குகள் கிடையாது. சவம் தெருக்களின் வழியே இழுத்துச் செல்லப்படும்.
ஈமச் சடங்கு செய்யும் உறவினர்	மேற்கூறியவற்றுடன் அல்லது ஊரிலிருந்து தள்ளி வைக்கப்படுதல்.
ஈமச் சடங்கு செய்யும் மதகுருமார்	மதச்சடங்கு செய்யும் உரிமை ஓராண்டுக்கு பறிக்கப்படும்.

சித்ரவதை :

சித்ரவதையால் இறப்பை ஏற்படுத்துதல்	உயர்ந்த தர அபராதம்
வேதம் கற்றோரைத் துன்புறுத்துதல்	உயர்ந்தபட்ச அபராதம்

அரசியல் நெறிமுறைகள் (அர்த்த சாஸ்திரம்)

57

அவதூறு கூறல், தீவிரமாய் தாக்குதல்

கோபத்தின் காரணமாகவே ஒருவர் வார்த்தைகளாலோ, உடல் ரீதியாகவோ மற்றவருடைய உடம்பு அல்லது சொத்துக்கு தீங்கு விளைவிக்கும் செயலைச் செய்வது.

அவதூறு அல்லது தாக்குதலுக்கான
அபராதங்கள் பின்வருமாறு :

பெரியவர்கள் மீதான அவதூறு – இரு மடங்கு அபராதம்

சிறியவர்கள் மீதான அவதூறு – பாதியளவு அபராதம்

பிறருடைய மனைவிக்குக்
களங்கம் கற்பித்தல்   அபராதம் இரு மடங்கு

அவதூறு கூறல்

வார்த்தைகளால் தொடுக்கும் தாக்குதல் மூன்று வகை: எளிய முறையில் கூறப்படும் அவதூறு, தீவிரமான அவதூறு, பயம் உண்டாக்குதல்.

எளிய அவதூறு :

ஒருவருடைய உடல், குணம், கல்வி, முயற்சிகள், தொழில் அல்லது பிறப்பிடத்தை இகழ்வது.

உடல் அம்சங்களை இகழ்தல் அதன் உண்மைத் தன்மையைப் பொறுத்து மூன்று வகைப்படும்.

- உண்மையிலேயே ஒரு கண் குருடாயிருக்கும் ஒருவரை 'ஒற்றைக் கண்ணன்' என்று கூறுவது. இது உண்மை.

- ஊனமற்ற ஒருவரை நொண்டி என்பது. இது பொய், தவறானது.

- உண்மையிலேயே கண் குருடான ஒருவரைப் பார்த்து 'உன்னுடைய கண்கள் அழகானவை என்று கூறுவது'. இது பழிப்பு.

பழிப்புக்கு அதிகபட்ச தண்டனையும், உண்மையான அவதூறுக்கு குறைந்தபட்ச தண்டனையும் வழங்கப் படும்.

நடத்தை, கல்வி, தொழில் அல்லது பிறப்பிடத்தை இகழ்தல். தாழ்ந்த குலத்தைச் சேர்ந்த ஒருவர் உயர் குலத்தைச் சேர்ந்தவரை இகழ்ந்தால் மூன்று பண அபராதமும், உயர் குலத்தைச் சேர்ந்த ஒருவரை தாழ்ந்த குலத்தைச் சேர்ந்தவர் இகழ்ந்தால் இரண்டு பண அபராதமும் விதிக்கப்படும்.

தீவிரமான அவதூறு :

ஒருவரைத் தொழுநோயாளி, பைத்தியம் அல்லது ஆண்மையற்றவர் என்று கூறுவதும், தாழ்ந்த குலத்தவர் என்பதும் கடுமையான அவதூறு ஆகும்.

சம அந்தஸ்திலுள்ளவர் மீது அத்தகைய அவதூறு கூறினால் 12 பணம் அபராதம் (அந்த அவதூறு உண்மை யாயிருப்பின்). பொய்யாகவோ, கேலியாகவோ அவதூறு கூறினால் 12 பணத்துக்கு மேல் அபராதம் செலுத்த வேண்டியிருக்கும்.

தொழுநோய், சித்தப்பிரமை போன்றவற்றை மருத்துவர், அண்டை அயலார்களின் சான்றுகளைக் கொண்டு உறுதி செய்ய வேண்டும். ஆண்மைக் குறைவைப் பொறுத்தவரை சிறுநீர், மலப்பரிசோதனை, பெண்களின் சான்றுகள் தேவைப்படும். ஒருவரைத் தாழ்ந்த குலத்தவர் என்று கேலி செய்ததற்கான தண்டனை நடத்தையைக் குறை கூறுவதற்கான தண்டனையே ஆகும்.

வார்த்தைகளால் அவதூறு செய்தல் :

ஒருவர் அடுத்தவரைக் காயப்படுத்துவதாய் அச்சுறுத்தி அவ்வாறு செய்யாமலிருப்பது 12 பணம் அபராதம் விதிக்கத்தக்கதாகும்.

உடல்சார்ந்த தாக்குதல் :

தொடுதல், ஊறுபாடு உண்டாக்குதல், காயப்படுத்துதல் என மூன்று வகை.

தொடுதலில் தள்ளுவது, உதைப்பது, வீசியெறிவது அடங்கும்.

தாக்குதலுக்கான குற்றம் சாட்டப்பட்ட ஒருவர் அனுமதிக்கப்பட்ட கால அவகாசத்துக்குள் குற்றத்தை ஒப்புக் கொள்ளவில்லையெனில் உடனடியாய் குற்றவாளியாகத் தீர்மானிக்கப்படுவான்.

தாக்குதலை நடத்தியவர்கள் ஒன்றுக்கு மேற்பட்டவர்களாயின் ஒவ்வொருவரும் இருமடங்கு அபராதத்தோடு தண்டிக்கப்படுவார்கள்.

■■■

58

சண்டை, சச்சரவுகள்

எல்லைகள் : சிறிது காலத்துக்கு முன் நடைபெற்ற சண்டை அல்லது சச்சரவுகளை நீதிபதி விசாரணைக்கு எடுத்துக் கொள்ளமாட்டார்.

தீர்ப்பு : சண்டை வழக்கில் யார் முதலில் வழக்கு மன்றத்தை அணுகுகிறாரோ அவருக்குச் சாதகமாய் தீர்ப்பு செய்யப்படும். காரணம் அவர்தான் வலி தாங்க முடியாத நிலையில் வழக்குமன்றத்தை நாடியிருப்பார் என்பது சில ஆசிரியர்களின் கருத்து. கௌடில்யர் இக்கருத்தை மறுக்கிறார். யார் முதலில் மன்றத்தை நாடினார் என்பது பொருத்தமற்றது. அத்தகைய வழக்குகளில் சாட்சியங் களுக்கே முக்கியத்துவம் அளிக்க வேண்டும் என்கிறார் அவர். போதிய சாட்சியங்களற்ற நிலையில் காயங்களின் தன்மையை அடிப்படையாய் கொண்டு தீர்ப்பு வழங்க வேண்டும் என்றும் அவர் தெரிவிக்கிறார்.

சண்டையின்போது சொத்தை அழிப்பதும் தண்டனைக்குரிய குற்றம்.

■■■

59

தண்டனைகள்

எளிய அவதூறு :

உடல் சார்ந்த அவதூறு :

உண்மையாயின்	3 பணம்
தவறானதாயின்	6 பணம்
கேலியாயின்	12 பணம்

தீவிர அவதூறு :

உண்மையாயின்	12 பணம்
தவறானது அல்லது கேலி	12 பணத்திற்கும் கூடுதலானது
பிறப்பை இழிவுபடுத்துதல்	குணத்தை, நடத்தையை இழிவு செய்வதற்கான அதே தண்டனை

சிறப்பு நிலைகள் :

அரசனை அவமதித்தல், நாட்டு இரகசியங்களை வெளிப்படுத்துதல், பொய்யான வதந்திகளைப் பரப்புதல்	நாக்கை வெட்டிவிடுவது
வாடிக்கையாளரை ஏமாற்றும் விலைமாது	24 பணம்

தாக்குதல்கள் :

பற்றுதல் – ஒருவர் மற்றொருவருடைய பாதத்தை,	6 பணமும் அதற்கு மேலும்

உடையை கையை அல்லது முடியைப் பற்றுதல்	

அடக்குதல் :

நசுக்க முயல்வது, கரடிபோல் தழுவி இறுக்குவது இழுப்பது அல்லது மேலேறி அமர்வது	தாழ்ந்த அளவு அபராதம்

கீழே தள்ளுதல் :

மேலும் தாக்காமல் கீழே தள்ளிவிடுவது	குறைந்த தர அபராதத்தில் பாதி

புண்படுத்துதல் :

கைகளால் காயப்படுத்துவது	*3 – 12* பணம்
காலால் உதைப்பது	*6 – 24* பணம்
பொருளால் தாக்குவது	குறைந்த தர அபராதம்
கொலை செய்யும் ஆயுதத்தால் தாக்குவது	நடுத்தர அபராதம்
ஒருவருடைய பெற்றோர், மகன், சகோதரர், ஆசிரியர் அல்லது துறவியின் உறுப்பைக் காயப்படுத்துவது	குற்றம் செய்தவரின் அதே உறுப்பை வெட்டுவது
வாடிக்கையாளரைக் காயப்படுத்தும் விலைமாது	*48* பணம்
வாடிக்கையாளரை அங்கவீனம் செய்தல்	*51¾* பணம்
விலைமாதைக் கடத்துவது, அடைத்து வைப்பது, அங்கவீனம் செய்வது	*1000 – 2000* பணம்

சச்சரவுகள் :

கலவரத்தின்போது அடுத்தவர் பொருளைத் திருடுவது	10 பணம்
குறைந்த மதிப்புடைய சொத்தை நாசம் செய்தல்	இழப்பீட்டுத் தொகையுடன் அதே மதிப்பிலான அபராதம்
ஆடை, ஆபரணம், பணத்தை நாசம் செய்தல்	இழப்பீட்டுடன் குறைந்த தர அபராதம்
உயர்மதிப்பிலான சொத்தை நாசம் செய்தல்	இழப்பீட்டுடன் இருமடங்கு அபராதம்
சண்டை அல்லது சச்சரவில் ஏற்படும் மரணம் (அதே இடத்தில்)	துன்புறுத்தி மரணமடையச் செய்தல்
ஏழு நாட்களுக்குள் மரணம் ஏற்படின்	சித்ரவதையற்ற மரணம்

கருக்கலைப்பு :

பெண்ணை அச்சுறுத்தி கருக்கலைப்பு செய்தல்	குறைந்த தர அபராதம்
மருந்தினால் கருக்கலைப்பு செய்தல்	நடுத்தர அபராதம்
உடல் ரீதியாய் அடித்து கருவைக் கலைத்தல்	அதிக தர அபராதம்

தீயிட்டுக் கொளுத்துவது :

மேய்ச்சல் நிலம், வயல், காடு, வீடு இவற்றுக்குத் தீ வைத்தல் எரித்துக் கொல்வது.

60

பாலியல் குற்றங்கள்

கற்பழிப்பு, *முறையற்ற உறவு, மிருகத்தனமான உறவு (விலங்குப் புணர்ச்சி) இவற்றுக்கான தண்டனை கள் இங்கே இடம் பெறுகிறது.

கற்பழிப்பு

ஒரு விலைமாதைக் கூட அவளுடைய விருப்ப மில்லாமல் புணரக் கூடாது. கூட்டாக நடைபெறும் கற்பழிப்பில் சம்பந்தப்பட்ட ஒவ்வொருவரும் தண்டிக்கப்படுவர்.

காப்பாற்றப்பட்ட பெண்

ஆபத்து, பழி கொடுமையிலிருந்து ஒரு பெண்ணைக் காப்பாற்றியவனுக்கு அவள் மீது முழு உரிமையும் உண்டு. தண்ணீரில் இருந்தோ, காட்டில் இருந்தோ, பகைவனிடம் இருந்தோ தான் காப்பாற்றிய பெண்ணை, அவள் தனக்குப் பரிச்சயமற்றவளாயினும், அவளுடைய சம்மதத்தோடு அவளை அனுபவிக்கலாம்.

அவர் விருப்பமற்றவளாயினும், உயர்குலத்தைச் சேர்ந்தவளாயினும், முன்பே தாயாகியிருந்தாலும், அரசனுடைய சேவகர்களால் அல்லது அவளுடைய உறவினர்களால் காப்பாற்றப்பட்ட பெண்ணாயினும் அவளை அனுபவிக்காமல் பிணைத்தொகையைப் பெறும் பொருட்டு வைத்திருந்து, தொகையைப் பெற்றுக் கொண்டதும் திரும்ப ஒப்படைத்து விடலாம்.

அரசியல் நெறிமுறைகள் (அர்த்த சாஸ்திரம்)

தடை செய்யப்பட்ட உறவுகள்

ஆசிரியர்கள்

குருவின் மனைவியோடு உறவு வைத்துக் கொள்ளக் கூடாது.

துறவிகள்

துறவு மேற்கொண்ட ஆணோ, பெண்ணோ பாலுறவு வைத்துக் கொண்டது தெரியவந்தால் தண்டிக்கப்படு வார்கள்.

முறைகேடான உறவு

ஓர் ஆண் தனது தாய் அல்லது தந்தை வழியிலான அத்தை, மருமகள், மகள் அல்லது சகோதரியுடன் பாலுறவு வைத்துக் கொண்டால் அவனது ஆண் குறி துண்டிக்கப்பட்டு மரணதண்டனைக்கு உட்படுத்தப் படுவான்.

அத்தகைய உறவை அனுமதிக்கும் பெண்ணும் மரண தண்டனை பெறுவாள்.

குலங்களுக்கிடையிலானது

தாழ்ந்த குலத்தைச் சேர்ந்த ஆண், அந்தணர் குலத்தைச் சேர்ந்த பாதுகாப்பற்ற பெண்ணுடன் உடலுறவு வைத்துக் கொள்ளக் கூடாது. ஓர் ஆண் எத்தனைக்கு தாழ்ந்த குலத்தவனோ அத்தனைக்குத் தண்டனை அதிகம்.

அரச குடும்ப உறவு

அரசியுடன் உடலுறவு கொண்டு பிடிபடும் ஒருவன் உயிரோடு கொதிக்கும் நீரில் வேக வைத்து சாகடிக்கப் படுவான்.

அடிமைகள்

ஒரு பெண் அடிமையுடனோ, வேலைக்காரனுடனோ, அடகு வைக்கப்பட்ட ஆணுடனோ உடலுறவு வைத்துக் கொள்ளக் கூடாது.

இயல்புக்கு மாறான உறவு

ஓர் ஆணுடனோ, பெண்ணுடனோ கலவிப்பாதை தவிர்த்து வேறு வழியில் புணர்வது தண்டனைக்குரிய குற்றம்.

தண்டனைகள்

வயதுக்கு வராத பெண்ணைக் கற்பழித்தல் (அதே குலம்)	ஒரு கையைத் துணித்தல் அல்லது 400 பணம் அபராதம்.
அந்தப் பெண் இறந்து விடுவாளெனில்	மரண தண்டனை

கன்னிப்பெண்ணைக் கற்பழித்தல் :

தன்னைக் கற்பழித்தவனை பெண் மணக்க விரும்பாத நிலையில்	சுண்டுவிரலையும், நடுவிரலையும் துண்டித்தல் அல்லது 200 பணம் அபராதத்துடன் பெண்ணின் பெற்றோருக்கு இழப்பீடு அளித்தல்

தன்னைக் கெடுத்தவனையே பெண் மணக்க விரும்பும் நிலையில் :

ஆண்	54 பண அபராதம்

பெண்	27 பணம்
அடுத்தவருக்கு நிச்சயிக்கப் பட்ட பெண் (வரதட்சணை பெற்ற நிலையில்)	கையைத் துண்டித்தல் அல்லது 400 பணத்துடன் வரதட்சணைத் தொகையைத் திருப்பிச் செலுத்துதல்.
தாசி அல்லது அடிமையின் மகளைக் கற்பழித்தல் விலைமாதின் மகள்	54 பணத்துடன், உறவு கொள்ள ஒரு முறை கொடுக்கப்படும் தொகை போல் பதினாறு மடங்கு தொகை
பெண்ணின் சம்மதத்துடன்	குறைந்தபட்ச அபராதம்
பெண்ணின் சம்மதமற்ற நிலையில்	அதிகபட்ச அபராதம்
அடிமையின் மகளாயின்	12 பணம், அத்துடன் உடைகளும் நகைகளும்

கடத்திச் செல்லுதல்

ஒரு கன்னிப் பெண்ணைக் கடத்திச் செல்லுதல் :

ஆபரணங்கள் இல்லாமல்	200 பணம்
ஆபரணங்களுடன்	உயர்ந்தபட்ச அபராதம்

கற்பழிப்பு

தன்னிடம் கொத்தடிமையான தாதிப்பெண்ணைக் கற்பழித்தல்	குறைந்தபட்ச அபராதம்

அடுத்தவர் கட்டுப்பாட்டில் உள்ள தாதியைக் கற்பழித்தல்	நடுத்தர அபராதம்
சிறை அதிகாரி கற்பழித்தல் மணமான பெண்ணடிமை	குறைந்தபட்ச அபராதம்
அடமானமாய் வைக்கப்பட்ட கைதியின் மனைவியைக் கற்பழித்தல்	அதிகபட்ச அபராதம்
விதவையைக் கற்பழித்தல்	100 பணம்
விலைமாதைக் கற்பழித்தல்	12 பணம்
கூட்டாகக் கற்பழித்தல்	குற்றமிழைத்த ஒவ்வொருவருக்கும் 24 பணம் அபராதம்

தடை செய்யப்பட்ட உறவுகள்

குருவின் மனைவியோடு தொடர்பு கொள்ளும் ஆண்	ஆணுறுப்பை வெட்டி, மரண தண்டனை அளித்தல்
பெண் துறவியுடன் உறவு கொள்ளல்	
ஆண்	24 பணம்
சம்மதிக்கிற பெண்	24 பணம்
அடிமை அல்லது வேலைக்காரனுடன் உறவு வைக்கிற பெண்	மரணம்
ஒருவன் அரசியுடன் தொடர்பு வைத்தல்	உயிரோடு வேக வைத்து மரணம்

முறையற்ற உறவு :

தாய்வழி, தந்தை வழி, அத்தையோடு உறவு, மகள் சகோதரி அல்லது மருமகளோடு உறவு கொள்ளல்	ஆணுறுப்பை துண்டித்து, மரமணமடையச் செய்தல்
முறையற்ற உறவுக்கு ஒத்துழைக்கும் பெண்	மரண தண்டனை

இயற்கைக்கு மாறான உறவு :

இயல்பற்றவிதத்தில் ஆணும், பெண்ணும் உறவு கொள்ளல்	குறைந்தபட்ச அபராதம்
ஆண் ஓரினச் சேர்க்கை	குறைந்தபட்ச அபராதம்

■■■

61

தண்டனை முறைகள்

கௌடில்யர் காலத்து நகரங்கள் முறையான தண்டனைகள் மூலம் ஒழுங்குபடுத்தப்பட்டன. எனவே தான் அவருடைய நூல் 'அர்த்த சாஸ்திரம்' (பொருளா தாரம்) என்றும், தண்டநீதி (தண்டனை அறிவியல்) என்றும் வழங்கப்பட்டது.

தண்டனைகளின் நோக்கம் சமூக ஒழுங்கைப் பராமரிப்பதே ஆகும். மக்களின் தவறான நடத்தை – பொது இடங்களில் சேதம் விளைவித்தல், நாட்டின் வருவாயில் இழப்பை ஏற்படுத்துதல் போன்றவற்றைத்

தடுப்பதற்காகவும் வெறுப்பு, கலகங்கள், புரட்சிகளைத் தவிர்ப்பதற்காகவுமே சட்டங்கள் இயற்றப்படுகின்றன. தண்டனைகள் 1/8 பணத்தில் இருந்து மரண தண்டனை வரை பலதரப்பட்டவையாகும்.

தண்டனைகள் மிக எளிமையாகவோ, மிகக் கடுமையாகவோ இருக்கக் கூடாது. சூழ்நிலைக்கேற்ப தண்டனைகளை மாற்றலாம். துன்பத்தில் இருக்கும் ஒருவருக்கு எப்போதும் கருணை காட்ட வேண்டும். அறியாமையில் செய்யப்பட்ட தவறுகளுக்கு எளிய தண்டனைகளே வழங்கப்பட வேண்டும்.

மரண தண்டனை

பத்துக்கும் மேற்பட்ட கால்நடைகளைத் திருடிச் செல்வது	சித்ரவதையற்ற மரணம்
அரசனுடைய யானையைத் திருடுதல் அல்லது கொல்லுதல்	கூரான ஆயுதம் கொண்டு துளைத்தல்
ஆயுதம், கவசம் திருடுதல்	வில்லாளிகளைக் கொண்டு அம்பெய்து கொல்லுதல்
நீர்நிலைகளுக்கு சேதமேற்படுத்துதல்	அதே நீர்நிலையில் மூழ்கடித்து மரணம்
கொடூரமாய் கொலை செய்தல்	கூரான ஆயுதத்தால் துளைத்தல்
நஞ்சிட்டுக் கொலை செய்தல்	நீரில் அமிழ்த்திச் சாகடிப்பது

அரசியல் நெறிமுறைகள் (அர்த்த சாஸ்திரம்) | 317

கணவன், குரு, குழந்தையைக் கொல்லும் பெண்	எருதுகளால் குத்திக் கிழித்து மரணமடையச் செய்தல்

அங்கவீனம் செய்தல்

சிதைக்கப்படும் உடலுறுப்பு :

மூக்கின் நுனிப்பகுதி	*54 பணம்*
கட்டைவிரல் ஆட்காட்டிவிரல்	*54 பணம்*
வலது கையில் எல்லா விரல்களும்	*100 பணம்*
பாதத்தின் தசைநார்கள்	*200 பணம்*
நடுவிரல் சுண்டுவிரல்	*200 பணம்*
வலது கை	*400 பணம்*
ஒரு காது, மூக்கு	*500 பணம்*
இரு பாதங்களும்	*600 பணம்*
ஒரு கை, ஒரு பாதம்	*700 பணம்*
இரு கண்களையும் குருடாக்குதல்	*800 பணம்*
இடது கையுடன் இரு கால்களும்	*900 பணம்*
இரண்டு காதுகளுடன் மூக்கையும் சிதைத்தல்	*1000 பணம்*

■■■

VII

உளவு அமைப்பு

உளவு பார்க்கும் பணி

அரசன் தன்னுடைய ஊழியர்களின் நேர்மையைப் பலவிதமாய் சோதித்தறிவான். அதற்காக ஓர் இரகசிய அமைப்பையும் அவன் ஏற்படுத்தியிருப்பான். அந்த அமைப்பில் :

- ஓரிடத்தில் நிலையாயிருக்கும் உளவாளிகள் (உளவுத் துறை அதிகாரி, துறவி வேடமணிந்த ஒற்றர்கள், சம்சாரிகள், வியாபாரிகள், துறவிகள் இருப்பார்கள்.)
- சுற்றித்திரியும் உளவாளிகள் : இரகசிய செயலாளர், அரசியல் காரணங்களுக்காய் கொலை செய்பவர், பெண் பிச்சைக்காரி இருப்பார்கள்.

ஓரிடத்தில் நிலைகொள்ளும் உளவாளிகள்

அரசுப் பணியாளர்களின் நேர்மையைச் சோதித்து உறுதிப்படுத்திக் கொள்ள விரும்பும் அரசன் அதற்கென்று உளவாளிகளைக் குறிப்பிட்ட நிலையில் நிறுத்தி

வைத்திருப்பான். அவர்களுக்கு உரிய கவுரவமும், வெகுமதிகளும் வழங்குவான். அவர்களில் யாரேனும் அரசனுக்கெதிராய் செயல்பட்டால் அவர்கள் ஓசைப் படாமல் அகற்றப்படுவார்கள்.

உளவுத்துறை அதிகாரி

துணிவும், புத்திக் கூர்மையும் உடைய மாணவனுக்கு உளவுத்துறை அதிகாரிக்கான பயிற்சியளிக்கப்படும். பயிற்சிக்குப் பிறகு அரசனுக்கும், அமைச்சருக்கும் விசுவாசமாயிருப்பதாக பிரமாணம் செய்ய வேண்டும். பிறகு அவனுக்குப் பணமும், பட்டங்களும் தந்து, அரசனுக்கெதிராய் ஏதேனும் நடந்தால் அதுபற்றிய தகவல்களை சேகரித்து தெரிவிக்கும்படி உத்தரவிட்டு அனுப்பி வைப்பார்கள்.

■■■

62

பல வேடங்களில் உளவு பார்த்தல்

நேர்மையும், அறிவாற்றலும் உடையவர்களைத் தேர்ந்தெடுத்து கீழ்க்கண்ட வகைகளில் வேடமிட்டு ஒற்றறிய நியமிப்பார்கள்.

துறவி : தனது பணியைத் துறந்து ஒற்றராய் நியமிக்கப் பட்டபின் மீண்டும் துறவி போலவே நடித்தல்.

குடும்பத் தலைவர் : மிகவும் தரித்திர நிலையிலுள்ள விவசாயி.

வணிகர் : ஏழ்மை நிலையிலுள்ள வணிகர்.

இவர்களுக்கு அதிக அளவில் பணமும், உதவியாளர்களும் வழங்கப்படும். இவர்கள் தங்களுக்கு ஒதுக்கப்பட்ட பகுதியில் இலாபகரமான தொழிலைத் தொடங்கிக் கொள்வார்கள். இலாபத்திலிருந்து துறவிகளுக்கும், விவசாயிகளுக்கும், சிறு வியாபாரிகளுக்கும் உணவு, உடை, உறைவிடம் வழங்குவார்கள். அவ்வாறு உதவி பெற்றவர்களில் பணம் சம்பாதிக்க விரும்புகிறவர்களை உளவு பார்க்கும் பணியில் ஈடுபடுத்துவார்கள். அவர்கள் தங்களுக்கேற்ற வேடத்தில் இருப்பார்கள். இப்படியாக ஓர் உளவு அமைப்பு நிறுவப்படும்.

ஒற்றாடும் துறவிகள்

நம்பத்தக்க ஒரு துறவி பணம் ஈட்ட விரும்புவாரெனில் நகருக்கருகில் உளவாளியாய் நியமிக்கப்படுவார். தனது தலைமுடியை மழித்துக்கொண்டோ அல்லது சடையாய் திரித்துக் கொண்டோ துறவி வேடத்தில் இருப்பார். அவரோடு பல சீடர்களும் (வேடமணிந்து) இருப்பார்கள்.

அவர் மக்கள் நடுவே அமர்ந்து மாதத்தில் ஓரிரு முறை மட்டுமே ஒரு பிடி பார்லி தானியத்தை உண்பது போல் நடிப்பார். (ஆனால், மறைவாக தாம் விரும்பியதை யெல்லாம் அவர் தின்று தீர்க்கலாம்.)

வியாபாரி போர்வையில் இருக்கும் உளவாளிகள் அவரை வணங்கிச் செல்ல வருவார்கள். அவருடைய மறைவியல் (occult) சக்திகளைக் கொண்டு தங்களுக்கு வளமும், செல்வமும் வழங்கும்படி வேண்டுவார்கள்.

துறவியின் சீடர்களாய் நடிப்பவர்கள் அவரைக் காண வருபவர்கள் பற்றிய தகவல்களை முன்கூட்டியே அறிந்து

அரசியல் நெறிமுறைகள் (அர்த்த சாஸ்திரம்)

கொண்டிருப்பார்கள். அவரிடம் மக்கள் வந்து செல்வத்துக்காகப் பிரார்த்திக்கும்போது அவர் கைரேகை போன்ற உத்திகளைக் கொண்டு அவர்களுக்கு வரும் பொருளுரைப்பார். எதிர்பாராத இலாபம், திருட்டுப் போதல், அயல்நாட்டிலிருந்து தகவல், வெகுமதி, சமீபத்தில் நடக்கக் கூடிய நிகழ்ச்சிகள் போன்றவற்றை அவர் முன்னறிவிப்பு செய்வார்.

அவருடன் மறைமுகமாய் செயல்படும் மற்றவர்களும் அவர் சொல்லியபடி உண்மையாகவே நடக்கச் செய்து விடுவார்கள்.

துறவி (தலைமை உளவாளி) தம்மை வணங்க வரும் பக்தர்களில் துடிப்பு, அறிவாற்றல், பேச்சுத்திறன் உள்ளவர்களை அடையாளம் கண்டு அரசுப் பணிக்குப் பரிந்துரை செய்வார்.

சுற்றித்திரியும் உளவாளிகள்
இரகசிய உளவாளி

அரசால் பராமரிக்கப்பட வேண்டிய நிலையில் உள்ள அனாதைகள் இப்பணிக்குத் தேர்ந்தெடுக்கப்படுவார்கள். அவர்களுக்கு சமிக்ஞைகளை, குறிகளைப் புரிந்து கொள்ளுதல், மந்திரம், வித்தைகள், கைரேகை பார்த்தல் போன்றவற்றில் பயிற்சியளிக்கப்படும். அத்துடன் தேகவியலும், சமூகவியலும் அவர்களுக்குக் கற்பிக்கப் படும்.

படுகொலை செய்பவர்

நாட்டிலேயே அதிக துணிச்சல் கொண்டவர்களிலிருந்து, பணத்துக்காக யானை, புலிகளுடன் சண்டையிடத் தயாராயிருப்பவர்களை தனது பாதுகாப்பை துச்சமாய் கருதுபவர்களை இப்பணிக்குத் தேர்ந்தெடுப்பார்கள்.

விஷமிடுபவர்

யாரிடமும் (உறவினர்கள் உள்பட) பிரியம் வைக்காத, குரூரச் சிந்தையுள்ள கொடுமையாளர்கள் இப்பணியில் அமர்த்தப்படுவார்கள்.

சுற்றித் திரியும் பெண் துறவிகள்

வறுமை நிலையில் உள்ள அதே சமயம் துணிச்சல் மிக்க விதவைகள் இப்பணிக்குத் தேர்ந்தெடுக்கப்படுவார்கள். தங்கள் வாழ்க்கைப் பாட்டுக்காக எதையேனும் செய்தாக வேண்டிய அவசியம் அவர்களுக்கு. அவர்கள் அரண்மனையில் உயரதிகாரிகளின் வீடுகளுக்கு எளிதில் சுதந்திரமாய் சென்று வர முடியும்.

செய்தி அனுப்புதல்

சுற்றித்திரியும் உளவாளிகளால் அனுப்பப்படும் செய்திகள் ஓரிடத்தில் நிலையாயிருக்கும் உளவாளி களுக்கு சங்கேத பாஷையில் தெரிவிக்கப்படும். செய்தி களைக் கொண்டு செல்பவர்களுக்கு அவற்றைச் சேகரித்தவர் யார் என்று தெரியாது. சில சமயம் செய்திகளை அனுப்புவது இயலாத காரியமாகிவிடும். அந்நிலையில் செய்திகளை பாட்டு, பேச்சு அல்லது சமிக்ஞைகளில் மறைமுகமாய் தெரிவிக்கலாம்.

இரகசிய உளவாளிகளின் பணி

- ஓர் அரசனின் தயவில் வாழ்ந்து கொண்டு மற்றோர் அரசனுக்காகப் பணியாற்றும் உயர் அதிகாரிகளை அடையாளம் காணுதல்.

- பகைவனின் தூண்டுதலுக்கு இரையாகக் கூடிய நாட்டு மக்களைக் கண்காணிப்பில் வைத்திருப்பது.

அரசியல் நெறிமுறைகள் (அர்த்த சாஸ்திரம்) 323

- பகைவனுக்கெதிராய் உளவியல் சார்ந்த போர் நடத்துதல்.
- எதிரியைப் பலவீனமாக்குதல்.

■■■

63

உட்புறப் பாதுகாப்பு

அமைச்சர்களின் நேர்மையைச் சோதித்தல்

யாரேனும் ஒருவரை அமைச்சராய் நியமித்துக் கொண்ட அரசன் கீழே விவரிக்கப்படும் நான்கு சோதனைகள் மூலம் அவருடைய நேர்மையைச் சோதித்தறிவான்.

தர்மா : அரசன் சில காரணங்களைக் காட்டி புரோகிதரைப் பதவி நீக்கம் செய்வான். ஒரு மாணவனுக்குக் கற்பிக்க மறுத்தார், சடங்குகள் தேவைப்படாத ஒருவருக்குச் சடங்குகள் செய்தார் என்பது போன்ற காரணங்கள் கூறப்படும். அதிருப்தியுற்றது போல் தன்னைக் காண்பித்துக் கொள்ளும் அந்தப் புரோகிதர் இரகசியப் பிரதிநிதிகள் மூலம் அமைச்சர்களை அணுகுவார். இரகசியக் காப்புப் பிரமாணம் எடுத்துக் கொண்டு, அவர்களைச் சதியாலோசனையில் ஈடுபடுத்துவார். கடவுள் பக்தியில்லாத அரசனை அரியணையில் இருந்து இறக்க வேண்டும் என்று அமைச்சர்களைத் தூண்டுவார். எந்த ஓர் அமைச்சர் அந்த முயற்சியை மறுக்கிறாரோ அவர் நாணயமும், நேர்மையும் உள்ளவர் என்று தீர்மானிக்கப்படுவார்.

அர்த்தா : *பாதுகாப்புத் தலைமைப் பொறுப்பில் உள்ளவர் மீது (வெளிப்பார்வைக்கு) சில குற்றங்கள் சுமத்தி பதவியில் இருந்து நீக்கப்படுவார். யாரேனும் தீயவர்களுக்கு அனுகூலங்கள் செய்ததாய் குற்றச்சாட்டு இருக்கும். பிறகு அவர் சில இரகசியப் பிரதிநிதிகளைக் கொண்டு அரசனை அழிப்பதற்காய் அமைச்சர்களுக்கு இலஞ்சம் கொடுப்பார். எந்தவோர் அமைச்சர் இலஞ்சம் பெற மறுக்கிறாரோ அவர் நேர்மையானவர் என்று முடிவு செய்யப்படும்.*

காமா : *சுற்றித்திரியும் பெண் துறவியொருவர் அமைச்சரின் நம்பிக்கையை எப்படியாவது பெற்று, அவரிடம் ராணிக்கு காதல் ஏற்பட்டிருப்பதாய் தெரிவிப்பார். நிறைய பணமும், ராணியின் சந்திப்பும் கிடைக்கும் என்று உறுதியளிக்கப்படும். அந்த ஆசை வார்த்தைகளில் மயங்காது அழைப்பை நிராகரிக்கும் அமைச்சர் யோக்கியமானவர்.*

அச்சுறுத்தல் : *ஓர் அமைச்சர் மற்ற அமைச்சர்களை அழைத்து விருந்து வைப்பார்.*

ஒரு சதியாலோசனை நடந்ததாய் குற்றம் சாட்டி அரசன் அவர்களைச் சிறையில் அடைப்பான். ஒரு உளவுத்துறை அதிகாரி அச்சிறையில் அவர்களுக்கு முன்பாகவே கைதியாய் இருப்பார். அவர் அரசனைக் கொல்லத் திட்டம் வகுத்து அவர்களையும் அத்திட்டத்தில் பங்கு கொள்ளும்படி வேண்டுவார். யார் அத்திட்டத்தை ஏற்க மறுக்கிறாரோ அவர் நேர்மையான நடத்தை உள்ளவர்.

கௌடில்யர், மற்ற பண்டிதர்களின் இத்தகைய கூற்றை ஏற்கவில்லை. 'எந்தவொரு சந்தர்ப்பத்திலும் அரசன் தனது அரசியைப் பயன்படுத்தி அமைச்சரின் நேர்மை

யைச் சோதிக்க விரும்பமாட்டான்' என்கிறார் அவர். அதுவுமல்லாமல், உறுதியான மனம்படைத்த வீரம் மிக்கவர்கள் சோதனைகளுக்குட்படுத்திய பிறகு பழைய தூய்மையோடு அவர்கள் இருப்பார்கள் என்று நம்ப முடியாது என்பது அவருடைய கருத்து.

■ ■ ■

64

சந்தேகத்துக்குரியவர்களைக் கண்காணித்தல்

உயர் அதிகாரிகள்

உயர் அதிகாரிகளை உளவுபார்க்க நியமிக்கப்படுபவர் மாறுவேடத்தில் சுற்றித் திரிவார். பல மொழிகள் மற்றும் தொழில்களை அறிந்திருப்பார். அவர் தம்முடைய திறமையை முழுதாய் பயன்படுத்தி அரசனுக்குச் சேவை செய்வார், அர்ப்பணிப்புடன் செயல்படுவார்.

படுகொலை செய்பவர்கள் அதிகாரிகளின் கீழ் பணி யாற்றுவர். உயர் அதிகாரிகளின் நடவடிக்கைகளைக் கண்காணித்து அரசனுக்கு (உளவாளிகள் மூலம்)த் தெரிவிப்பர்.

விஷமிடுபவர்கள் உயரதிகாரிகளின் உட்புற நடவடிக்கைகளைக் கண்காணிப்பர். அவர்கள் சமையற் காரர், துணி துவைப்பவர் போல் வேடமிட்டு பணி செய்வர். அல்லது நடிகர், நடனக்கலைஞர், பாடகர் என்கிற போர்வையில் இடம் பிடிப்பார்கள். சுற்றித்

திரியும் சந்நியாசினிகள் மூலம் அரசனுக்குச் செய்தி களைத் தெரிவிப்பார்கள்.

மக்களைக் கண்காணித்தல்

மக்களிடையே நிலவும் அதிருப்தியைக் கண்டறிவதற்காக அவர்கள் கண்காணிக்கப்படுவர்.

இரகசிய உளவாளிகள் இருவர் தமக்குள் அரசனைப் பற்றி பொது இடங்களில் விவாதிப்பார்கள். சிறிது கூட்டம் கூடிய நேரத்தில் உளவாளிகளுள் ஒருவர் அரசனுக்கு ஆதரவாயும் மற்றொருவர் எதிராயும் பேசுவார். மக்கள் பிரதிபலிக்கும் கருத்துகளிலிருந்து அரசருக்கு ஆதரவானவர்கள் யார், எதிரானவர்கள் யார் என்பது கண்டறியப்படும். மக்களிடையே உலவும் வதந்திகளையும் உளவாளிகள் கண்டறிவார்கள்.

துறவி வேடமிட்ட உளவாளிகளுக்கு விவசாயிகள், கால்நடை மேய்ப்பவர்கள், வியாபாரிகள், துறைத் தலைவர்களின் நேர்மை பற்றி (நேர்மையின்மை பற்றியும்) அமைச்சருக்குத் தெரிவிக்கும் பொறுப்பு உண்டு.

ஊதாரித்தனமாய் செலவு செய்பவர்களையும், முறையான வருமானம் ஏதுமின்றி கேளிக்கைகளில் பணத்தைச் செலவிடுபவர்களையும் தீவிரமாய் கண்காணிப்பது அவசியம்.

■■■

65

கவிழ்ப்பு / சதியாலோசனை

ஒரு புத்திசாலியான அரசன் தனது மக்களை (முக்கிய அதிகாரிகளை மட்டுமன்றி சாதாரணர்களையும்) எதிரியின் சதித்திட்டங்களில் இருந்து காப்பான்.

கோபம், அச்சம், பேராசை, கர்வம் உடையவர்களை எதிரி எளிதாய் நாசம் செய்து விடுவான்.

மன்னன் தனது நாட்டிலுள்ள சோதிடர்கள், தீயச் சக்திகளை ஆராதிப்பவர்கள் ஆகியோர் தமக்குள் தொடர்பு கொள்வதை எதிரிகளைச் சந்திப்பதைக் கண்காணித்துத் தடுக்க வேண்டும். மன்னனிடம் திருப்தி கொண்டவர்கள் பரிசுகள், பட்டங்கள் வழங்கி கவுரவிக்கப்பட வேண்டும். திருப்தியற்றவர்களை பரிசு, புகழ்ச்சி, கருத்து வேறுபாடு, படைகளைப் பயன் படுத்துதல் என்கிற நான்கு முறைகளில் கையாளலாம்.

எதிரி நாட்டில் எளிதில் கவிழ்க்கப்படக் கூடியவர் களை பரிசு மற்றும் புகழ்ச்சியின் மூலம் கவிழ்க்கலாம். எளிதில் அசைந்து கொடுக்காதவர்களைக் கவிழ்க்க கருத்து வேறுபாட்டை விதைப்பது, படைகளை உபயோகிப்பது பலன் தரும். அல்லது அந்நாட்டு அரசனின் குறைகளைச் சுட்டிக் காட்டுவதும் பலனளிக் கும்.

எதிரி நாட்டில் நாசவேலை இலக்குகள்

அரசனிடம் கோபம் கொள்ளக் கூடியவர்கள் பின்வரும் வகையினராவர் :

- வாக்களிக்கப்பட்ட வெகுமதி கிடைக்கப் பெறாதவர்.
- சவாலில் தோற்றவர்.
- நாடு கடத்தப்பட்டதால் மகிழ்ச்சியற்றிருப்பவர்.
- அரசனுக்காக செலவு செய்து எவ்வித இலாபமும் பெறாதவர்.
- பதவி நீக்கம் அல்லது பதவிக்குறைப்பு செய்யப்பட்ட அரசுப் பணியாளர்.
- தன்னுடைய உறவினரால் நசுக்கப்பட்டவர்.
- கற்பழிக்கப்பட்ட ஒரு பெண்ணின் ஆண் உறவினர்.
- தனது வேலையை வாரிசுக்குப் பெற்றுத்தர இயலாதவர்.
- தவறான நடவடிக்கைக்காகத் தண்டிக்கப்பட்டவர்.
- சொத்துக்கள் முழுதும் பறிமுதல் செய்யப்பட்ட ஒருவர்.
- அடிமைத்தளையில் அவதியுறுபவர்.
- நாடுகடத்தப்பட்ட ஒருவரின் உறவினர்.

பேராசை உடையவர்கள் :

- வறுமையுற்றவர்
- தம்முடைய சொத்தை இன்னொருவரிடம் இழந்தவர்.
- கருமி
- துரதிர்ஷ்டத்தால் அவதியுறுபவர்.
- அபாயகரமான வியாபாரத்தில் (ஒப்பந்தமும்) ஈடுபடுபவர்.

அரசியல் நெறிமுறைகள் (அர்த்த சாஸ்திரம்)

அச்சமுள்ளவர்கள் :

- குற்றம் அல்லது தவறு செய்த ஒருவர்.
- தம்முடைய குற்றங்கள் கண்டுபிடிக்கப்பட்ட நிலையில் உள்ளவர்.
- ஒரு குற்றத்துக்காக பிறர் அனுபவிக்கும் தண்டனை தனக்கும் வழங்கப்பட்டு விடுமோ என்று அஞ்சுபவர்.
- பிறரது நிலத்தை ஆக்ரமித்துக் கொண்டவர்.
- படைகளால் ஒடுக்கப்பட்ட கலகக்காரர்.
- தவறான வழிகளில் பணம் சேர்த்த அரசு ஊழியர்.
- அரசனால் வெறுக்கப்பட்ட அல்லது அரசனை வெறுக்கும் ஒருவர்.

கர்வமுடையவர்கள் :

- போலித் தற்பெருமை, மிகுந்த உணர்ச்சிவேகம், விளைவுகளை எண்ணாது கண்மூடித்தனமாய் காரியம் செய்பவர்.

கவிழ்ப்பு - நாசவேலை

தங்கள் சூழ்ச்சி வலையில் எளிதாய் விழக் கூடியவர்களை மாறுவேடமிட்ட உளவாளிகள் கவிழ்க்கலாம்.

குறி வைத்து கவிழ்க்கப்பட்ட ஒருவர் அவ்வரசனுக்காகப் பணியாற்ற ஒப்புக் கொள்வாரெனில் ஒப்பந்த சாசனத்தில் கையெழுத்திடப் பெறும். பிறகு அந்த நபர் தமது திறமைக்கேற்றவாறு அரசனின் ஒற்றர்களோடு சேர்ந்து பணியாற்றுவார்.

∎∎∎

VIII

கௌடில்யரின் அயல்நாட்டுக் கொள்கை

ஆதாரத் தத்துவங்கள்

1) ஓர் அரசன் தனது நாட்டின் வளங்கள் மற்றும் ஆற்றலை விரிவுபடுத்தலாம்.

2) எதிரிகள் அழிக்கப்பட வேண்டும்.

3) உதவி செய்பவர்களை நண்பர்களால் ஏற்றுக்கொள்ள வேண்டும்.

4) விவேகமான தீர்மானங்களை மேற்கொள்ள வேண்டும்.

5) போரைக் காட்டிலும் அமைதியே விரும்பப்பட வேண்டும்.

6) வெற்றியிலும் தோல்வியிலும் நியாயத்துடன் நடந்து கொள்ள வேண்டும்.

பிறரது கொள்கைகளில் குறுக்கிடாமை அல்லது வெளிப்படையான செயல்பாடுகள் ஒரு நாட்டின் நலனை உறுதி செய்யும். வெளிநாட்டுக் கொள்கை

'யோக க்ஷேமம்' என்பதை அடிப்படையாய் கொண்டே உருவாக்கப்பட வேண்டும். யோகம் – செயல், க்ஷேமம் செயலின் பலனை அனுபவித்தல் என்று பொருள்.

மற்றொரு முக்கியத்துவம் 'ஸமா' (Sama) 'குறுக்கிடாமை' என்பதாகும். யோகம் என்பதன் விரிவான அர்த்தம் ஒருவரது ஆற்றல், ஆளுமைத் திறன் இவற்றை அதிகரித்து அதன் மூலம் நாட்டின் ஆற்றலை அதிகரிப்பது. தொழில் ரீதியாகவும் வெளிநாட்டுத் தொடர்பை அபிவிருத்தி செய்யலாம். இவ்விருவகை கொள்கைகளின் குறிக்கோளும் நாட்டை முன்னேற்றுவதாகும்.

ஓர் அரசனின் அண்டை அயலார்களில் மிகவும் முக்கியமானவர்கள் எதிரிகளே. பேரரசைச் சுற்றியமைந்த நாடுகளில் எதிரிநாடு என்ற ஒன்றும் இருக்கும். அந்த எதிரி நாடே பேரரசை எதிர்க்கவும், அவ்வரசனைத் தாக்கவும் தயாராகும். அரசனுக்கும் பகைவருக்கும் இடையில் நடுநிலையான சிறுநாடுகளும் உண்டு. பேரரசின் முக்கிய குறிக்கோள் இயற்கையான எதிரியை வீழ்த்துவதேயாகும்.

பகை வலுக்கும் நிலையில் கூட்டணி என்பது இன்றியமையாதது. கூட்டணி - ஒரு நாட்டை உருவாக்குவதில் அங்கம் வகிக்கும்.

'நட்பின் உண்மையான பண்பு உதவி செய்தலே' நண்பன் என்பவன் எப்போதும் நலம் விரும்பியாகவே திகழ வேண்டும். எனவே உதவி செய்பவன் முன்பு எதிரியாயிருந்தாலும் கூட்டணி அமைக்க உகந்தவனாவான். மாறாக, ஒப்பந்தத்தை மீறி எதிரியோடு சென்று சேர்ந்து மீண்டும் கூட்டணி அமைக்க வரும் அரசன் நண்பனாயிருப்பினும் கவனத்துடனேயே கையாளப்பட

வேண்டும். 'பாம்புடன் வாழ்வது நிரந்தர பயத்துடன் வாழ்வதாகும். எதிரியிடம் இருந்து வந்து சேர்ந்த ஒருவன் அபாயமானவனே'.

போரைக் காட்டிலும் அமைதிக்கே முன்னுரிமை வழங்கப்பட வேண்டும். காரணம், போரில் படைகளின் இழப்பு, செலவு, வீட்டாரின் பிரிவு போன்ற நன்மை யற்ற நிகழ்வுகள் உண்டு.

நாடுகளுக்கிடையேயான ஒப்பந்தங்கள் உயர்ந்தவர், தாழ்ந்தவர் என்ற வேறுபாடின்றி நன்மைகளை ஏற்படுத்துமெனில் சமாதானமே சிறந்தது. மாறாக, நன்மைகள் நியாயமற்ற முறையில் பங்கிடப்படும் வேளையில் போரே சரியானதாகும்.

ஓர் அரசனுக்கும் அவனது எதிரிக்கும் இடையேயான பலப்பரீட்சையில் இருவரும் முன்னேறினாலும், அழிந்தாலும், சமமாய்த் திகழ்ந்தாலும் அமைதியை மேற்கொள்வதே சரியாகும்.

பலம்மிக்க, சமமான, பலம் குறைந்த அரசர்களில் முதல் இருவகையினருக்குமிடையே சமாதானமும் பலமற்றவருடன் போர் மேற்கொள்வதும் சிறந்தது.

போர் என்பது நியாயமானவனைக் காட்டிலும் நியாயமற்ற அரசன்பால் மேற்கொள்வதே சிறந்தது. நியாயமான அரசன் தனது கூட்டணியினருக்கு உரித்தான உடைமைகளை எடுத்துக் கொள்ளாமல் அவர்களிடம் நியாயத்துடன் செயல்படுவான்.

■■■

66

அயல்நாட்டுக் கொள்கையின் ஆறுமுறைகள்

வெற்றி பெற்ற அரசன் அவனது கூட்டணி மற்றும் அடிமைகள் அதே அளவு ஆள்பலம் கொண்ட எதிரி, இதர நடுநிலை வகிக்கும் அரசர்கள் ஆகியோர் இராஜதந்திரம் மற்றும் போர் என்னும் நாடகத்தின் பாத்திரங்களாவர். அவர்களுடைய கருவி அயல்நாட்டுக் கொள்கையின் ஆறுமுறைகள் ஆகும்.

சாந்தி - அமைதியை ஏற்படுத்துவது என்பது சில நிபந்தனைகளுடன் ஓர் உடன்படிக்கையில் நுழைவதாகும்.

இதனைக் குறிக்க சமாதான நடவடிக்கை, குறிக்கிடாமை என்று பல சொற்கள் பயன்படுத்தப் படுகின்றன. சமாதானத்தின் குறிக்கோள் பல வகை நோக்கங்களை உள்ளடக்கியிருக்கும்.

(i) ஓர் அரசன் தான் தேடியவற்றின் பலனை அனுபவிப்பதோ, அண்டை நாட்டவரோடு எவ்வித பிரச்சினையுமின்றி தனது நாட்டின் முன்னேற்றம் மற்றும் நலனில் கவனம் செலுத்த இயலும்.

(ii) அமைதி உடன்படிக்கை மூலம் ஓர் அரசன் தனது கூட்டணியை வலுப்படுத்திக் கொள்ள முடியும்.

(iii) தகுந்த பிணை (hostage) யைத் தந்து அமைதியைப் பெறும் அரசன் தனக்கு அனுகூலமான வாய்ப்பு கிடைக்கும் வரைக் காத்திருக்கலாம்.

விக்ரஹா (vigraha) - விரோதம் அயல்நாட்டுக் கொள்கையில் ஒரு கருவி. இது மூன்றாய் வகைப் படுத்தப்படும். வெளிப்படையான போர் இயல்பானது, இரகசியமானது. பகைவனைப் பலவிதமாய் தாக்கலாம், முன்னறிவிப்பின்றி போர் செய்யலாம், உளவாளிகளைக் கொண்டு இரகசியமாய் தாக்கலாம்.

'மந்திரயுத்தம்'- என்கிற சொல் பலவீனமான நாட்டை, அரசனைத் தாக்கும் இராஜதந்திரத்தைக் குறிக்கும். இராணுவ ஊடுருவல் நடைபெற்றப் போர்க் களத்தில் முகாமிட்ட பிறகே போர் அறிவிப்பு செய்யப்படும்.

'ஆசனா' (Asana) அமைதியாயிருத்தல், 'யனா'(Yana) போருக்குத் தயாராகுதல் ஆகிய இரு முறைகளும் போர், உடன்படிக்கை இரண்டுடன் தொடர்புடையவை ஆகும். இவையிரண்டும் அமைதியிலிருந்து போருக்கும், போரிலிருந்து அமைதிக்கும் மாறும் நிலைகளாகும். அமைதியாயிருத்தல் 'குறுக்கிடாமை'யிலிருந்து வேறு பட்டது. இது ஓர் இடைவெளி. இந்த இடைவெளி சிறிது காலமாகவோ, முன்னேற்றத்துக்கான ஏற்பா டாகவோ திகழலாம். இத்தகைய காலத்தில் செயல் பாடின்றி சரியான சந்தர்ப்பத்துக்காய் காத்திருக்க வேண்டும். போர் அறிவிக்கப்பட்டபின் சிறிது இடை வெளி கிட்டுமெனில் ஓர் அரசன் அமைதியை நாடிக் கொள்கையை மாற்றிக் கொள்ளலாம்.

படை நடத்திச் செல்லும் அரசன் தலைநகரை ஆளுநர் கையில் ஒப்படைத்துவிட்டு, படையை நாட்டுக்கு வெளியே வெகு தொலைவு அழைத்துச் செல்லும்படி இருக்கும். அதன் விளைவாய் போக்குவரத்துச் செலவு கள், நீண்ட நாட்களுக்கு நாட்டைப் பிரிதல் போன்ற பேரிழப்புகள் ஏற்படும்.

அரசியல் நெறிமுறைகள் (அர்த்த சாஸ்திரம்) ▮ 335

ஆறு முறைகளில் கடைசி இரண்டு முறைகள் நேரிடையானவை. ஸம்ஸ்ரேயா (Samsraya) என்பது அச்சுறுத்தப்படும் நிலையில் வலிமை மிக்கவரின் பாது காப்பை நாடுவது. த்வேதிபவா (Dvaidhibhava) அண்டைநாட்டு அரசனுடன் அமைதி உடன்படிக்கை செய்து கொண்டு மற்றொரு நாட்டு அரசனை எதிர்ப்ப தாகும்.

இவை பாதுகாப்பு கோருபவர் அளிப்பவர் இருவரின் பரஸ்பர நடவடிக்கைகளை, அவற்றின் இணைத் தன்மையைக் காட்டுகின்றன.

போரைப் பற்றி கௌடில்யர்

ஓர் அரசனுக்கு இரண்டு பெரும் பொறுப்புகள் உண்டு. ஒன்று - நாட்டை அந்நியர் படையெடுப்பி லிருந்து காப்பாற்றுவது. மற்றொன்று - வெற்றியின் மூலம் நாட்டின் எல்லையை விரிவுபடுத்துவது.

நாட்டின் பாதுகாப்பு என்பது நிலப்பரப்பை (எல்லை)ப் பாதுகாத்தல் மட்டுமன்று. துரோகிகள், புரட்சிக்காரர்கள், குழப்பவாதிகள் ஆகியோரைத் தடுப்பதுமாகும். எல்லைப் பாதுகாப்பு என்பது வேற்று நாட்டவர் உள்ளே புகுந்து விடாதவாறு அரண் மற்றும் கோட்டைகளை அமைத்தல் ஆகும். கோட்டைகள் - மலை, நதி, காடு மற்றும் பாலைவனக் கோட்டைகள் என நான்கு வகைப்படும்.

அரசன் தனது படையை பல்வேறு வழிகளில் கட்டுப்பாட்டுக்குள் வைத்திருக்க வேண்டும். இராணுவத் தலைமை அதிகாரிகள் எதிரியின் ஆசை வார்த்தைகளுக்கு மயங்காதவாறு சிறந்த ஊதியம் அளிக்கப்பட வேண்டும். கோழைகளை வேரறுக்க படைகளின் நேர்மை

சோதிக்கப்பட வேண்டும். இரகசிய உளவாளிகள் மூலம் அவர்களைத் தொடர்ந்து கண்காணிக்க வேண்டும். எதிரிகளின் வலையில் சிக்காமல் பார்த்துக் கொள்ள வேண்டும்.

நால்வகைப் படைகளும் ஒன்றுக்கு மேற்பட்ட அதிகாரிகளின் கீழ் இயங்கும். அவர்கள் ஒருவர் மற்றவர் மீது சந்தேகமும் பயமும் கொண்டு விசுவாசத்துடன் செயலாற்றுவர்.

அரசின் வரவு - செலவுக் கணக்குகளில் சேமிப்பு ஏற்பட போரல்லாத அமைதிக் காலங்களில் போதிய படைகளைப் பாதுகாப்புக்கு வைத்துக் கொண்டு எஞ்சிய வற்றைக் கலைத்து விடலாம்.

பாதுகாப்புப் படையினர் கோட்டைகள் மற்றும் அரசாங்க சொத்துக்களைப் பாதுகாப்பர். அப்படைகளை வழிநடத்தும் அதிகாரிகள் நிரந்தரப் பணியிலிருப்பர். ஆனால், அடிக்கடி இடமாற்றம் பெறுவர். கலைக்கப் படாத மற்றொரு சிறப்பு வகைப்படை அரசனின் மெய்க் காவலர்களாவர். வெற்றிக்குப்பிறகு கலைக்கப்படும் படையினர் தேவைப்படும் போது மீண்டும் ஒன்று திரட்ட ஏதுவாய் நாட்டினுள்ளேயே பரவியிருக்குமாறு வைக்கப்படுவர்.

அயல்நாட்டுக் கொள்கையின் ஆறு முறைகளில் ஒன்றான 'யனா' (Yana) என்பதற்கு 'அணிவகுப்பு' என்று பொருள். இவ்வணிவகுப்பு தேர்ந்தெடுக்கப்பட்ட இடத்தில் முகாமிடுவதோடு முடிவடையும். அம்முகாம் அரசனது நாட்டினுள்ளேயே அமைந்து, தோல்வி ஏற்படும்போது அடைக்கலம் புகும் இடமாகவும் இருக்கும். முகாமிலிருந்து போர்க்களத்துக்கு அணி வகுத்துச் சென்று வெளிப்படையான போரை மேற்

கொள்ளலாம். அது சரியானதல்ல என்று தோன்றும் வேளையில் தந்திரங்களை உபயோகித்து மறைந்திருந்து தாக்க வேண்டும். சண்டைக்கு ஆயத்தமாதலும், படை வீரர்களுக்கு வலிமையூட்டுவதும் போருக்கு முந்தைய நாள் இரவு நடைபெற வேண்டும்.

எதிரியை வீழ்த்த நான்கு வகைப் போர் முறைகள் உள்ளன.

மந்திரயுத்தம் – இராஜதந்திரத்தைப் பயன்படுத்துவது.

ப்ரகாசயுத்தம் – வெளிப்படையாய் செய்கிற போர்.

குடாயுத்தம் – மறைந்திருந்து செய்கிற போர் [எதிரியை படுகொலை செய்வது].

உபஜபா – மனோரீதியான போர்.

போரின் முக்கிய குறிக்கோள் தடையாக விளங்கும் எதிரியை ஒழிப்பதே. வென்றவர் எதிரியை அழிக்காவிடில் எதிரி அவரை அழித்து விடுவான்.

எதிரியைத் தந்திரத்தாலோ, போர் செய்தோ தோற்கடித்துவிட வேண்டும்.

▪▪▪

67

உடன்படிக்கைகள்

அண்டை நாட்டு அரசர்கள், கூட்டணியினர் வெற்றிக்குப் பின் அடிமையாகும் அரசன் என்று பலருடன் உடன்படிக்கை செய்து கொள்ளப்படும்.

2

உடன்படிக்கையின்போது இடப்படும் நிபந்தனைகள் ஒப்பந்தத்தில் பேரம் பேசுதலை விளக்கும்.

சில நேரங்களில் ஓர் அரசனை வென்றவனும் எதிரியும் ஒரே நேரத்தில் உடன்படிக்கைக்கு முயல்வார்கள். அந்நிலையில் நம்பகமான ஒருவருக்கே முன்னுரிமை அளிக்க வேண்டும்.

பலவீனமான அரசன் மேற்கொள்ளும் உடன்படிக்கை பலம் பொருந்தியவனின் பாதுகாப்பைக் கோருவதாயிருக்கும்.

உடன்படிக்கையின் இயல்புகள்

குறுக்கிடாமை, சமாதான உடன்படிக்கை செய்தல் மற்றும் பிணையாக நிறுத்தப்பட்டவனுக்கு உரிமை அளித்து அதன் மூலம் அமைதி ஏற்படுத்துதல் இவை மூன்றுமே இரு அரசர்களுக்கிடையில் நம்பிக்கையை உண்டாக்கும் நோக்கமுடையவை.

உயர் அதிகாரிகள் அல்லது உறவினர்களைப் பிணையாக (உத்தரவாதிகளாய்) வைத்து ஏற்படுத்துவது 'பிணையோடு கூடிய ஒப்பந்தம்' ஆகும்.

உடன்படிக்கை வகைகள்

நிபந்தனையற்றவை, கடமைகளோடு கூடியவை என இருவகைப்படும்.

நிபந்தனையற்ற உடன்படிக்கை : தீய, அஜாக்கிரதையான, சோம்பேறி அல்லது குறுகிய நோக்குடைய எதிரியைக் கண்டறிய விரும்பும் அரசன் நிபந்தனை ஏதுமின்றி அவ்வெதிரியுடன் உடன்படிக்கை வைத்துக் கொள்வான். உடன்படிக்கை என்னும் போர்வையில்

அவ்வெதிரியின் பலவீனங்களைக் கண்டறிந்து அவனைத் தாக்கலாம்.

நிபந்தனைகளோடு கூடியது : ஒரு புத்திசாலி அரசன் தனது அண்டைநாட்டு அரசர்களில் ஒருவரை மற்றொருவருடன் போரிடச் செய்து அவர்களை ஒன்று சேர விடாமல் பார்த்துக் கொள்வான்.

இடம், காலம் மற்றும் குறிக்கோள் ஆகிய மூன்று நிபந்தனைகளின் அடிப்படையில் உடன்படிக்கைகள் செய்யப்படும்.

இடம் சம்பந்தமான உடன்படிக்கையில் சம்பந்தப் பட்ட இரு அரசர்கள் குறிப்பிட்ட பகுதிகளைத் தாக்கலாம் என ஒப்புக் கொண்டு கையொப்பமிடுவ தாகும்.

காலம் (நேரம்) தொடர்பான உடன்படிக்கையில் ஒரு குறிப்பிட்ட காலத்துக்கு போர் நடவடிக்கைகளை மேற்கொள்வது என இரு தரப்பினரும் ஒப்புக் கொண்டு கையெழுத்திடுவதாகும்.

ஒரு குறிக்கோளை முன் வைத்து போர் நடவடிக்கை களை மேற்கொள்வோம் என இரு தரப்பினரும் ஒப்புக் கொண்டு கையொப்பமிடுவதாகும்.

நிபந்தனைகளோடு கூடிய அனைத்து உடன்படிக்கை களிலும் ஒரு வெற்றி வீரன் தனது செயல்பாடுகளைச் சரியான நேரத்தில் துவக்கி, நிறுவி பின் எதிரிகளின் செயல்பாடுகளை முறியடிப்பான்.

∎∎∎

68

இராணுவ ஒருங்கிணைப்பு

சிறந்த இராணுவம்

சிறந்த இராணுவம் என்பது நன்கு ஊதியம் அளிக்கப் பட்டு, கவுரவிக்கப்பட்டு, ஆற்றலுடன் திகழ்வதாகும். அத்தகைய இராணுவத்தில் அதிகாரிகளுக்கிடையில் கருத்து வேறுபாடுகள் இருக்காது. நம்பிக்கைத் துரோகி கள் இருக்கமாட்டார்கள். அது சிதறிக்கிடவாமல் ஒன்றிணைந்திருக்கும்.

இராணுவத்தின் செயல்பாடுகளைப் பாதிக்கும் அபாயங்கள்

- சரியான மரியாதை அளிக்கப்படாமை
- ஊதியம் அளிக்கப்படாமை
- ஆரோக்கியமின்மை
- நீண்ட அணிவகுப்பிற்குப்பின் களைப்படைதல்
- போருக்குப்பின் ஆற்றலை இழத்தல்
- நேரடி யுத்தத்தில் தோல்வி அடைதல்
- பொருத்தமற்ற இடத்தில், பொருத்தமற்ற பருவ காலத்தில் போர்புரியும்படியான நிலைமை
- மனவுறுதி குறைதல்
- தலைமை அதிகாரியால் கைவிடப்படுதல்
- படைகளில் பெண்கள் இடம் பெறுதல்

- துரோகிகள் இடம் பெறுதல்
- கோபக்காரர்கள் இருத்தல்
- சூழப்படுதல்
- ஒற்றுமையின்மை
- தடை செய்யப்பட்ட படை
- தலைவரற்ற படை

போன்றவை பாதிப்பை ஏற்படுத்தும்.

மரியாதை அளிக்கப்படாத படை பணம் அளித்து மரியாதை செய்யப்பட்டால் நன்கு போர்புரியும். ஆனால் அவமதிக்கப்பட்ட படையோ மனிதினுள் வஞ்சம் வைத்திருக்கும்.

ஊதியம் அளிக்கப்படாத படைக்கு உடனடியாய் ஊதியம் அளிப்பதன் மூலம் செயல்படச் செய்யலாம். ஆனால் பலவீனமான படை போருக்கு லாயக்கற்ற தாகும்.

புதிதாய் வரவழைக்கப்பட்ட படை அனுபவமிக்க படைகளுடன் சேருமாயின் அவ்விடத்தைப் பற்றி அறிந்து நன்கு போர் செய்யும். ஆனால், நீண்ட தூர அணிவகுப்பில் களைத்த படைகளால் அவ்வாறு இயலாது.

மிகவும் சோர்வுற்ற வீரர்கள் குளித்து, உணவுண்டு, உறங்கிய பின் நன்கு போர்புரிவர். ஆனால், ஆற்றல் குறைபாடுற்ற வீரர்களால் அவ்வாறு செய்ய இயலாது.

விரட்டியடிக்கப்பட்ட ஒரு படை ஆற்றல் மிக்க தலைவன் கிட்டுவானாயின் மீண்டும் செயலாற்ற இயலும். ஆனால், முறியடிக்கப்பட்ட ஒரு படை பல

வீரர்களை இழந்து விடுவதால் மீண்டும் செயலாற்ற இயலாது.

பொருத்தமற்ற பருவ காலங்களில் அக்காலத்துக்கேற்ற உடைகள், ஆயுதங்கள், வாகனங்கள் போன்றவற்றின் உதவியோடு போர் புரிய இயலும். ஆனால் பொருத்த மற்ற நிலப்பரப்புகளில் இயக்கம் தடைபடுவதால் படையெடுத்துச் செல்வது கடினம்.

பெண்கள் அடங்கிய படை பெண்களை நீக்கிவிட்டுச் செயலாற்றலாம். ஆனால் எதிரிகள் மற்றும் துரோகி களைக் கொண்ட படைகள் முழுமையாய் செயலாற்று வது கடினம்.

தலைவனிடம் கோபம் கொண்ட படைகள் பரிசளித் தல், பாராட்டு மூலம் மீண்டும் நன்கு செயலாற்றும். ஆனால் ஒற்றுமையற்ற படையிலோ ஒவ்வொருவரும் மற்றவரிடம் வஞ்சம் கொண்டு செயலாற்ற மறுப்பர்.

தடை செய்யப்பட்ட ஒரு படை மற்றொரு வழியைத் தேர்ந்தெடுத்துப் போர் புரியும். ஆனால் (எதிரியால்) சூழப்பட்ட படை எத்திசையிலும் இயங்க இயலாது.

படைகளின் பாதுகாப்பு

பின்வருவனவற்றுள் ஏதேனும் ஒன்று படைகளின் போரிடும் திறனைப் பாதிக்குமெனில் படையைப் பாதுகாக்க உரிய ஏற்பாடுகள் செய்ய வேண்டும்.

- நீரற்ற பகுதியில் மேற்கொள்ளும் நீண்ட தூர அணி வகுப்பு
- உணவு, எரிபொருள் அல்லது தண்ணீர்த் தட்டுப்பாடு
- கடினமான பாதையில் அணிவகுத்துச் செல்லுதல்

அரசியல் நெறிமுறைகள் (அர்த்த சாஸ்திரம்)

- எதிரிகளின் தாக்குதலில் துன்புறும் நிலை அடைதல்
- நீண்ட தூர அணிவகுப்பில் ஏற்படும் பசி, தாக வறட்சி
- சேறு நிறைந்த அல்லது ஆழமான நதிகளைக் கடத்தல்
- மலைகளில் ஏறுதல் அல்லது இறங்குதல்
- மலைப்பிரதேசம் அல்லது குறுகிய பாதையில் ஒரே நேரத்தில் பலர் வரிசையில் செல்ல வேண்டிய நிலை
- அணிவகுப்பு அல்லது ஓய்வின்போது தேவையான கருவிகள் இல்லாமை
- உணவருந்துதல், உறக்கம்
- வறட்சிப் பகுதியில் அணிவகுத்துச் செல்லல்
- நோய்கள், தொற்றுகள்
- யானைகள், குதிரைகள் மற்றும் படைவீரர்கள் நோய்வாய்ப்படுதல்

படைவீரர்கள் ஒரே வரிசையில் அணிவகுத்துச் செல்லும்போதோ, அல்லது உணவு, உறங்கும் சாதனங்கள், ஆயுதங்கள் இவற்றைக் கணக்கிட்டோ ஓர் அரசனின் படைவீரர்கள் எண்ணிக்கையை அவனது எதிரி அறிந்து கொள்வான். எனவே, இவையனைத்தும் நன்கு மறைத்து வைக்கப்பட வேண்டும்.

■■■

69

போர்கள்

வெளிப்படையான போர்

நியாயப்படி செயல்பட வேண்டிய நிலையில் போர் நிகழப் போகும் நேரம் மற்றும் இடத்தை முன்னரே அறிவிக்க வேண்டும்.

எதிரி ஆற்றல் மிக்கவனாயிருப்பின், அனைத்து முன்னெச்சரிக்கை நடவடிக்கைகள் மேற்கொண்ட நிலையில், போர் நிகழும் இடம் தனக்கு ஏற்றதா யிருப்பின் ஓர் அரசன் வெளிப்படையான போருக்குத் தயாராகலாம்.

மறைமுகப்போர்

மேற்கூறிய அம்சங்கள் திருப்தியளிக்காத நிலையில் மறைமுகப்போர் மேற்கொள்ளப்படலாம்.

எதிரிப்படை அபாயங்களால் பாதிக்கப்பட்டிருக்கும் போதோ, சாதகமாயில்லாத நிலையிலோ தாக்கப் படலாம். சாதகமான நிலப்பரப்பில் எதிரி இருப்பினும் ஓர் அரசன் வலுவான அனைத்து வகை ஆதரவையும் பெற்ற நிலையில் எதிரியைத் தாக்கலாம். முதலில் தனது யானைகளை உபயோகித்து எதிரியின் கூட்டணிப் படையைப் பிளவுறச் செய்து, பின் தாக்கலாம்.

நேரடித் தாக்குதல் பயனளிக்காத நிலையில் மறைமுகத் தாக்குதலே சிறந்தது. சேனையின் ஒரு புறத்தில் தாக்குதல் பலனற்ற நிலையில் மற்ற பக்கங்களிலிருந்தும் தாக்குவது சிறந்ததாகும்.

எதிரிப்படைகளை முதலில் வேற்றுநாட்டுப்படை அல்லது காட்டுவாசிகளைக் கொண்டு தாக்கி சோர்வடையச் செய்து, பின் தனது சொந்தப்படைகள் கொண்டு தாக்க வேண்டும்.

அரசன் பலவீனமான படைகளின் பின்னே பலம் பொருந்திய படைகளை மறைத்துப் போரிட வேண்டும். முதலில் பலவீனமான படையை எதிரியின்பால் ஊடுருவச் செய்து வழி ஏற்படுத்தி பின் பலம்மிக்க படைகளின் உதவியால் வெல்லலாம்.

எதிரியின் வீரர்களை இரவெல்லாம் விழிக்கச்செய்து பகலில் அவர்கள் தூங்கிய அல்லது மயங்கிய நிலையில் தாக்கலாம்.

காற்று அல்லது சூரியன் இருக்கும் திசையில் போர் செய்தால் எதிரிகள் எளிதில் தாக்கப்படலாம்.

போருக்கு ஆயத்தமாதலில் மதிய வேளைகளில் படைவீரர்கள் சோர்வாக இருப்பார்கள். அவ்வேளையில் அவர்களைத் தாக்கலாம்.

எதிரிகள் ஏதேனும் இடர்ப்பாட்டில் சிக்கியிருந்து அதைச் சரிசெய்ய முயன்று கொண்டிருக்கும்போது தாக்குவது சிறப்பு. இவையனைத்தும் மறைமுகப் போரில் இடம் பெறும் தந்திரங்களாகும்.

மறைந்திருந்து தாக்குவதற்கான சந்தர்ப்பங்கள்

பாலைவனங்கள், குறுகிய பாதைகள், புதர்கள், மலைகள், சேறு, பள்ளத்தாக்கு, சமமற்ற நிலப்பரப்புகள், படகுகள், பனி மற்றும் இரவு நேரங்கள் இவை மறைந்திருந்து தாக்குவதற்குச் சரியான சந்தர்ப்பங்களாகும்.

■■■

70

வெற்றி பெறுதல்

அருமையான பண்புகள், வளங்கள் மற்றும் நாட்டின் அங்கங்கள் உடைய, சிறந்த கொள்கைகளைப் பின்பற்றக் கூடிய ஆற்றல் மிக்க அரசனே 'வெற்றி வீரன்' எனப்படுவான்.

எதிரி :

- ஆற்றல் மிக்க, பகைமை கொண்ட அண்டை நாட்டு அரசன் எதிரி எனப்படுவான்.

- அபாயங்களுக்குள்ளான அரசன் (நாட்டின் அங்கங்களில் ஒன்றிரண்டை இழந்த) தாக்கப்படத்தக்க எதிரி யாவான்.

- பலவீனமான ஆதரவற்ற அரசன் அழிக்கத்தக்க எதிரியாவான்.

- ஆதரவோடு கூடிய எதிரியைத் துன்புறுத்தவோ, தொல்லைப்படுத்தவோ இயலும்.

பின்வரும் பண்புகளைக் கொண்ட எதிரி எளிதில் தோற்கடிக்கப்படக் கூடியவன்:

உயர்குடியில் பிறவாதவன், பேராசை உடையவன், சூழ்ச்சி மிக்கவன், ஆற்றல் அல்லது ஆர்வமற்றவன், விதியில் நம்பிக்கை உடையவன், நியாயமற்ற முறையில் செயல்படுபவன், எப்போதும் பிறருக்குத் தீங்கு செய்பவன், திருப்தியற்ற மக்களைக் கொண்டவன், ஆதரவு அல்லது பலம் இல்லாதவன்.

நண்பர்கள் :

ஓர் அரசனின் குடும்பத்திலோ அல்லது அதற்கு இணையான குடியிலேயோ பிறந்த ஒருவன் அவ்வரசனின் 'இயற்கையான கூட்டாளி' எனப்படுவான். செல்வம் அல்லது அடைக்கலம் தேடி கூட்டு ஏற்படுத்துவோன் 'தூண்டப்பட்ட கூட்டாளி' எனப்படுவான்.

அண்டை நாட்டவரின் வகைகள்

விரோதம் உடைய அண்டை நாட்டு அரசர்கள் :

- மனச்சாட்சியற்ற எதிரி எப்போதும் ஒரு வெற்றி வீரனுக்குத் தீங்கு விளைவிக்கும் நோக்கம் கொண்டவனாகவே இருப்பான்.
- நாட்டின் பின்புறம் உள்ள எதிரிகள் நாட்டின் முன்புறம் உள்ள எதிரியுடன் கூட்டணி சேர்வர்.

தோழமை உடைய அண்டை நாட்டு அரசர்கள் :

- வெற்றி பெறும் ஓர் அரசனின் குறிக்கோளை உடைய மற்றோர் அரசன்.
- மாறுபட்ட குறிக்கோளைக் கொண்டிருந்தாலும் ஒத்த போர்க்களச் செயல்பாடுகளை மேற்கொள்ளும் அரசன்.
- ஓர் அரசனோடு தனது படைகளை இணைத்து தன்னுடைய போர்ச் செயல்களை மேற்கொள்ளும் மற்றோர் அரசன்.
- ஓர் அரசனுக்கு உதவும் வகையில் தன்னிச்சையால் போர் நடவடிக்கை மேற்கொள்ளும் மற்றோர் அரசன்.

அடிமைகளான அண்டைநாட்டு அரசர்கள் :

- ஒரு வெற்றி வீரனுக்கும் அவனுடைய எதிரிக்கும் இடையே குறுக்கிடும் எல்லையை உடைய அரசன்.
- வலுவான அரசனின் அச்சுறுத்தலுக்கு ஆளாகக்கூடிய அரசன்.
- தானாகவே சரணடைந்த ஓர் அரசன்
- படைகளால் பிடித்து வரப்பட்ட அரசன்

ஆறு கொள்கைகளை உபயோகித்தல்

ஒரு வெற்றி வீரன் ஆறுவகை அயல்நாட்டுக் கொள்கைகளை தன்னைச் சூழ்ந்துள்ள நாட்டின் அங்கங்களுக்கு உபயோகித்து வீழ்ச்சியில் இருந்து வளர்ச்சியையோ, நிலைமாறாத் தன்மையையோ அடையலாம்.

ஆறு முறைகள்

1) சமாதானம் உண்டாக்குதல் : குறிப்பிட்ட நிபந்தனைகளுடன் ஓர் ஒப்பந்தத்தில் இறங்குதல். ஓர் அரசன் தான் வீழ்ச்சி அடைவதாய் கருதும் நிலையில் சமாதான உடன்படிக்கையை மேற்கொள்ளலாம்.

2) பகைமை பாராட்டுதல் என்பது போர் புரிதலாகும். எதிரியைக் காட்டிலும் ஆற்றல் மிக்க அரசன் போரை மேற்கொள்ளலாம்.

3) அமைதியாயிருத்தல் : ஓர் அரசன் தானோ தனது எதிரியோ பிறருக்குத் தீங்கு விளைவிக்க இயலாது எனக் கருதினால் அமைதியாய் திகழ்வான்.

4) ஆயத்தமாகும் நிலை : தனது ஆற்றலைப் பெருக்குதல் போருக்கு ஆயத்தமாகும் நிலை எனலாம்.

சிறப்புப் பயன்களைப் பெறும் அரசன் போருக்கு ஆயத்தமாவான்.

5) **எதிர் நோக்குதல்** : பிறருடைய பாதுகாப்பை பெறும் நிலை. ஆதரவை எதிர்நோக்குவதாகும். ஆற்றல் குறைந்த ஓர் அரசன் ஆதரவை எதிர்நோக்கலாம்.

6) **இரட்டைக் கொள்கை** : ஓர் அரசனோடு சமாதான மும், மற்றோர் அரசனோடு போரும் ஏற்படுத்திக் கொள்வது. மற்றவரது உதவியோடு தனது குறிக் கோளை அடையக்கூடிய ஒருவன் இரட்டைக் கொள் கையைக் கையாளலாம்.

போரின் மூலம் – ஓர் அரசன் தனது படைகள், எல்லைகளின் வலுவினால் எதிரியை எதிர்க்கிறபோது,

தனது அழிவில்லாத கோட்டையில் இருந்து கொண்டு எதிரியின் இடங்களை அழிக்கும் நம்பிக்கை ஏற்படும் போது,

எதிரியின் முக்கிய ஆற்றல்களுக்கு அபாயம் ஏற்படும் போது போரினை மேற்கொண்டு முன்னேற்றம் அடையலாம்.

போருக்கு ஆயத்தம் செய்வதன்மூலம் – ஓர் அரசன் தனது பாதுகாப்பை உறுதி செய்து கொண்டபின், போருக்கு ஆயத்தம் செய்த நிலையிலேயே எதிரியின் அலுவல்களுக்கு ஆபத்தை ஏற்படுத்தி அழிவு உண்டாக்கலாம்.

பாதுகாப்பு பெறுவதன்மூலம் – எதிரியின் அலுவல் களை முறியடிக்கவோ, தனது சொந்த அலுவல்களை எதிரியின் தாக்குதலிலிருந்து எதிர்பார்க்கலாம். அப்பாது காப்பின்கீழ் வீழ்ச்சியை சரி செய்து பின் வளர்ச்சியை நோக்கி முன்னேறலாம்.

இரட்டைக் கொள்கை மூலமாய் – ஓர் அரசன் ஒருவருடன் சமாதானத்தை மேற்கொண்டு வளர்ச்சியையும், மற்றொருவருடன் போர் செய்து அவருக்கு வீழ்ச்சியையும் உண்டாக்கி இரட்டைக் கொள்கையால் பயனடையலாம்.

ஒப்பீட்டுப் பயன்கள்

சமாதானம் மற்றும் போருக்கான ஒப்பீட்டில் சமாதானமே முன்னுரிமை பெறும். ஏனெனில் போரில் இழப்புகள், செலவுகள், பிரிவு போன்ற குறைபாடுகள் உண்டு.

போருக்கு ஆயத்தமாதலைக் காட்டிலும் சமாதானமாய் இருத்தலே விரும்பத்தக்கது.

இரட்டைக் கொள்கை மற்றும் பாதுகாப்பு கோருதல் இவற்றில் இரட்டைக் கொள்கையே சிறந்தது. ஏனெனில், இரட்டைக் கொள்கையைப் பின்பற்றுவோர் தனது சொந்த அலுவல் மீது தானே ஆர்வம் கொள்வர். மாறாக பிறரது பாதுகாப்பைக் கோரினால் அவரது பணிகளில் பிறரது (பாதுகாப்பு தருவோர்) ஆதிக்கமே மேலோங்கியிருக்கும்.

பொதுவான கொள்கைகள்

ஒரு வெற்றி வீரன் தனது ஆற்றலுக்கு ஏற்ற வகையில் ஆறு முறைகளை உபயோகிக்கலாம்.

சமமான அல்லது அதிக ஆற்றல் உடையவர்களுடன் சமாதானத்தையும், ஆற்றல் குறைந்தவர்களிடம் போரையும் மேற்கொள்ளலாம்.

ஆற்றல் மிக்கவரிடம் போர் செய்தல் யானையுடன் போர் புரிவதற்குச் சமமாகும். போர்புரிபவன் நசுக்கப்

படுவான். சமமானவருடன் செய்யும் போர் இரு மண் பானைகள் ஒன்றோடொன்று மோதிக் கொள்வதற்குச் சமம். அதாவது, இரு பக்கங்களிலும் சேதாரம் ஏற்படும்.

குறைவான ஆற்றல் உடையோரிடம் மோதுதல் மண்பாண்டத்தைக் கல்லால் அடித்தல் போன்றது. எளிதான வெற்றி ஆற்றல் மிக்கவருக்குக் கிட்டும்.

வளர்ச்சி-வீழ்ச்சி

ஒரு நாட்டின் நலன் மற்றவரது விஷயங்களில் தலையிடாமை என்னும் அயல்நாட்டுக் கொள்கையைச் சார்ந்ததே. கடந்தகால செயல்பாடுகளின் விளைவுகளை எவ்வித இடையூறுமின்றி அனுபவிக்க உதவும் கொள்கையே 'குறுக்கிடாமை' என வரையறுக்கப் படுகிறது.

கொள்கைகளின் மூலம் வீழ்ச்சி, வளர்ச்சி அல்லது மாற்றம் இவற்றில் ஏதேனும் ஒன்று நிகழும்.

ஓர் அரசன் கோட்டைகள் கட்டி பாசன வசதியைப் பெருக்கி அல்லது வணிக வழிகள், புதிய குடியேற்றங்கள், சுரங்கங்கள் போன்றவற்றை அமைத்து முன்னேற்றம் காணலாம்.

எதிரியை விட பலமடங்கு விரைவாகவும், கூடுத லாகவும் முன்னேறும் ஒருவன் எதிரியைப் புறக்கணிக்க லாம்.

ஓர் அரசனின் சொந்த முயற்சிகள் தோற்றாலோ அல்லது எதிரி செழித்தாலோ அவன் வீழ்ச்சியடைவான். தனது வீழ்ச்சி குறுகிய காலத்துக்கு மட்டுமே, விரைவில் மீளலாம் என்ற நம்பிக்கை உடைய அரசன் எதிரியின் வெற்றியைப் புறக்கணிக்கலாம்.

வீழ்ச்சியோ வளர்ச்சியோ அற்ற நிலை 'நிலை மாறாமை' எனப்படும். எதிரியைக் காட்டிலும் குறுகிய காலத்திலேயே முன்னேற்றம் அடைய இயலும் என நம்பிக்கை கொண்ட அரசன் சிறிது கால மாற்றமின்மை பற்றிக் கவலைப்படத் தேவையில்லை.

வீழ்ச்சியில் இருந்து நிலைமாறாமையும், பின் வளர்ச்சியும் ஏற்படலாம். சிறப்பான பயன்கள் ஏற்படும் நிலையில் இவ்வரிசைக்கிரமம் தலைகீழாக்கப்படலாம்.

எதிரியின் கை உயர்தல் ஓர் அரசனின் வீழ்ச்சியாகும். மாறாக, எதிரியின் வீழ்ச்சி அவ்வரசனுக்கு வெற்றி யாகும்.

பெரிய முயற்சியின் சிறிய பலனே வீழ்ச்சியாகும். (தோல்வி என்பது பெரிய விஷயமல்ல; முயற்சியே முக்கியம்) இதன் மறுதலை வளர்ச்சியாகும். (சிறிய முயற்சியில் பெரிய பலன்). விளைவும் பயனும் எடுத்துக்கொண்ட முயற்சியும் சமமெனில் அவ்வரச னுக்கு வீழ்ச்சியுமில்லை, வளர்ச்சியுமில்லை. எனவே, சிறப்பான பலன்களை உருவாக்கக்கூடிய முயற்சி களையே ஒருவர் மேற்கொள்ள வேண்டும்.

■■■

உறவுகள் மேம்பட...

குடும்பத்திலும் சரி, அலுவலகத்திலும் சரி, மனித உறவுகளில் விரிசல்கள் ஏற்படாமல் இருக்கவும், ஏற்பட்ட விரிசல்கள் மேலும் பெரிதாகாமல் இருக்க :

- நானே பெரியவன், நானே சிறந்தவன் என்ற அகந்தையை (Ego) விடுங்கள்.
- அர்த்தமில்லாமலும் பின்விளைவு அறியாமலும் பேசிக் கொண்டேயிருப்பதை விடுங்கள். (Loose Talk)
- எந்த விஷயத்தையும் பிரச்சனையையும் நாசுக்காக கையாளுங்கள். (Diplomacy) விட்டுக் கொடுங்கள் (Compromise)
- சில நேரங்களில் சில சங்கடங்களைச் சகித்துத்தான் ஆக வேண்டும் என்பதை உணருங்கள் (Tolerance)
- எல்லோரிடத்திலும் எல்லா விஷயங்களையும், அவர்களுக்கு சம்பந்தம் உண்டோ, இல்லையோ சொல்லிக் கொண்டிருக்காதீர்கள்.
- உங்கள் கருத்துகளில் உடும்புப் பிடியாய் இல்லாமல், கொஞ்சம் தளர்த்திக் கொள்ளுங்கள்.(Flexibility)
- மற்றவர்களுக்குரிய மரியாதையை காட்டவும், இனிய, இதமான சொற்களைப் பயன்படுத்தவும் தவறாதீர்கள் (Courtesy)
- புன்முறுவல் காட்டவும், சிற்சில அன்புச் சொற்களை சொல்லவும்கூட நேரமில்லாதது போல் நடந்து கொள்ளாதீர்கள்.
- பிரச்சனைகள் ஏற்படும் போது அடுத்தவர் முதலில் இறங்கி வர வேண்டும் என்று காத்திருக்காமல் நீங்களே பேச்சைத் துவக்க முன் வாருங்கள்.